அண்ணாமலை வரதராஜா பெருமாள்

B.A. (Eco. Hons), M.A. (Pol. Sc.,), & L.L.B

1953 ஆம் ஆண்டு யாழ்ப்பாணம் நகரை அண்மித்த வண்ணார் பண்ணையில் பிறந்தார். மாணவப் பருவத்திலேயே இலங்கை அரசுக்கெதிரான வெகுஜன போராட்டங்களில் தன்னை இணைத்துக் கொண்டார். 1972 ஆம் ஆண்டு மே மாதம் இலங்கையின் குடியரசு அரசியல் யாப்புக்கெதிரான போராட்ட செயற்பாடுகளில் ஈடுபட்டிருந்த வேளை, கைது செய்யப்பட்டு அவசரகால சட்டத்தின் கீழ் யாழ்ப்பாண சிறைச்சாலையில் ஆறு மாதங்கள் தடுப்புக்காவலில் சிறையிருந்தார். 1973 இல் மறைந்த பத்மநாபா, புஸ்பராஜா ஆகியோருடன் இணைந்து "தமிழ் இளையோர் பேரவையில்" (1973–1975) அதன் பொதுச் செயலாளராகவும் செயற்பட்டார்.

தமிழ் இளையோர் பேரவையில் செயற்பட்ட காலப்பகுதியிலேயே பல்கலைக்கழக அனுமதி கிடைத்த போதிலும், 1975 ஜூன் தொடக்கம் 1977 பெப்ரவரி வரை அவசரகால சட்டத்தின் கீழ் மீண்டும் வெலிக்கடை சிறையில் தடுத்து வைக்கப்பட்டிருந்ததால், 1977 ஆம் ஆண்டே யாழ் பல்கலைக்கழகத்தில் மாணவரானார். வெலிக்கடை சிறையில் இருந்தபோதே கொழும்பு சட்டக்கல்லூரிக்கு விண்ணப்பித்து 1977 ஆம் ஆண்டுக்கான அனுமதியைப் பெற்றபோதும் பல்கலைக்கழக பட்டப்படிப்பையும் சட்டக்கல்லூரி படிப்பையும் சமகாலத்தில் கற்கக்கூடிய வாய்ப்பிருந்தும், பொருளாதார வசதியின்மை காரணமாக யாழ் பல்கலைக்கழக பட்டப்படிப்பை மட்டுமே தொடர்ந்தார்.

யாழ் பல்கலைக்கழகத்தில், முதலாமாண்டில் பொருளியலோடு வரலாறு மற்றும் தத்துவம் ஆகியவற்றையும் கற்றார். இரண்டாம் ஆண்டிலிருந்து பொருளியல் துறையில் சிறப்புப் பட்டம் பெறுவதைத் தெரிவு செய்தார். அப்போது யாழ் பல்கலைக்கழகத்தின் பொருளியற்துறையில் ஒரு பகுதியாக இருந்த அபிவிருத்தி

சமூகவியலையும் பட்டப்படிப்பின் ஒரு பகுதியாக கற்றார். பல்கலைகழகத்திற்கு வெளியே தனியார் கல்வி நிலையங்களில் உயர்தர மாணவர்களுக்கான அளவையியல் மற்றும் பொருளியல் ஆசிரியராக பணியாற்றினார். அந்த காலகட்டத்தில் (1977 இல்) எந்தவொரு அமைப்பிலுமே உறுப்பினராக இல்லாது, தமிழ் மக்களின் பொது அரசியல் சார்ந்து அனைத்து அமைப்புகளோடும் அவர்களது பகிரங்க அரசியற் செயற்பாடுகளிலும் இணைந்து பங்களித்தார்.

1978 இல் மட்டக்களப்பு மற்றும் அம்பாறை மாவட்ட கரையோரப் பகுதிகள் சூறாவளியால் பெரிதும் பாதிக்கப்பட்டது. அதற்கான நிவாரணப் பணிகளில் பத்மநாபாவுடன் கிழக்கு மாகாணத்திற்கு சென்று பாதிக்கப்பட்ட மக்களுக்கு உதவுவதிலும், பல்கலைக்கழக பரீட்சை எதிர்கொண்டிருந்த மாணவர்களுக்கு கற்பித்தலிலும் ஈடுபட்டார்.

1982 இல் மட்டக்களப்பில், கார்ல் மார்க்ஸ் 100 ஆவது நினைவு ஆண்டையொட்டி பத்மநாபா அவர்களின் வழிகாட்டலில் ஒழுங்கு செய்யப்பட்டிருந்த கருத்தரங்கில் பங்கு பற்றிக் கொண்டிருந்த வேளை பொலிசாரால் கைது செய்யப்பட்டு மீண்டும் ஆறு மாதங்கள் சிறை வாழ்க்கைக்கு உள்ளானார். 1983 ஜூலையில் வெலிக்கடை சிறையில் 53 தமிழ் சிறைக்கைதிகள் படுகொலை செய்யப்பட்டதைத் தொடர்ந்து, கொழும்பு மகஸின் சிறைச்சாலையில் சிறை வைக்கப்பட்டிருந்த இவர், மட்டக்களப்பு சிறைக்கு இடம் மாற்றப்பட்டு, அதே ஆண்டு மட்டக்களப்பு சிறை உடைப்பினால் மீட்கப்பட்டு இந்தியா சென்றார். இந்தியா சென்றதன் பின் ஈழ மக்கள் புரட்சிகர விடுதலை முன்னணியின் முழு நேர செயற்பாட்டாளரானார்.

தமிழகத்தில் கட்சிகள், அரசியற் தலைவர்கள் மற்றும் பிரதிநிதிகள், அரசியல் சமூக செயற்பாட்டாளர்கள், பத்திரிகையாளர்கள் மற்றும் அறிவியல் புலமையாளர்கள் இடையே இலங்கையில் தமிழர்களின் நிலைமை மற்றும் தமிழர்களின் உரிமைகள் மற்றும் விடுதலை போராட்டங்கள் தொடர்பான பிரச்சாரகராகவும் உரையாடலாளனாகவும் செயற்பட்டார்.

1985 ஆம் ஆண்டு இலங்கை அரச பிரதிநிதிகளுக்கும் தமிழ் மக்களினுடைய பிரதிநிதிகளுக்கும் இடையே பூட்டான் நாட்டின் தலைநகரான திம்புவில் நடைபெற்ற பேச்சுவார்த்தையில் ஈழ மக்கள் புரட்சிகர விடுதலை முன்னணியின் ஒரு பிரதிநிதியாக பங்குபற்றினார். 1987 ஆம் ஆண்டு இலங்கை இந்திய சமாதான ஒப்பந்தம் கைச்சாத்திடப்பட்டதைத் தொடர்ந்து அமைக்கப்பட்ட வடக்கு கிழக்கு மாகாண சபையின் முதலமைச்சரானார்.

முதலமைச்சராக பதவியில் இருந்த காலப்பகுதியில் விடுதலைப் புலிகளின் முக்கியமான அரசியல் எதிரியாக கணிக்கப்பட்டு, கொலைப்பட்டியலில் இருந்தார். அக்காலப்பகுதியில் ஜனாதிபதியாக இருந்த ரணசிங்க பிரேமதாசவுக்கும் விடுதலைப் புலிகளுக்கும் இடையில் உறவும் பேச்சுவார்த்தையும் நடந்து கொண்டிருந்தது. மாகாண சபையை கலைத்து விடும்படி பிரேமதாசவும் வலியுறுத்தினார்.

எழுந்து முன்னேற முடியாமல்
இறுகிப் போயிருக்கும்

இலங்கையின் பொருளாதாரம்

அ. வரதராஜா பெருமாள்

art of socio publication
சமூகம் இயல் பதிப்பகம்

எழுந்து முன்னேற முடியாமல் இறுகிப் போயிருக்கும்
இலங்கையின் பொருளாதாரம்
கட்டுரைத் தொகுப்பு
ஆசிரியர்: அ. வரதராஜா பெருமாள்
© அ. வரதராஜா பெருமாள்

முதல் பதிப்பு: ஆகஸ்ட் 2022
பக்கங்கள்: 304

வெளியீடு: சமூகம் இயல் பதிப்பகம்
317, பெருந்தெரு வடக்கு, ஈஸ்ட்ஹாம்,
லண்டன், ஐக்கிய ராச்சியம்
அலைபேசி: (0044) 78172 62680
மின்னஞ்சல்: eathuvarai@gmail.com

284, சின்ன மௌலானா வீதி,
அக்கரைப்பற்று – 01, இலங்கை

அட்டை, நூல் வடிவமைப்பு: பா. ஜீவமணி
அச்சகம்: மணி ஆப்செட், சென்னை 600 077.

விலை: இந்தியா ₹ 350 | இலங்கை ரூ 1200

Ezunthu munnera mudiyamal iRukip poyirukkum
Ilankaiyin Porulatharam
Article Collection
Author: A. Varatharaja Perumal
© A. Varatharaja Perumal

First Edition: August 2022
Pages: 304

Published by Art of Socio Publication
317, High Street North, Eastham,
London, UK
Mobile: (0044) 78172 62680
Email: eathuvarai@gmail.com

284, Sinna Moulana Road,
Akkaripattu – 01, Sri Lanka

Cover, Book Layout: B. Jeevamani
Printed at: Mani Offset, Chennai 600 077.

Price: PaperPack - India ₹ 350 | Srilanka Rs. 1200
ISBN: 978-624-99441-0-7

இந்தியாவில் ஏற்பட்ட ஆட்சி மாற்றம் காரணமாக அப்போது இந்தியப் பிரதமரான வி.பி. சிங்கும், தமிழக முதலமைச்சரான கலைஞர் கருணாநிதியும் வடக்கு கிழக்கு மாகாண சபையை கலைத்து விடும்படி அழுத்தம் கொடுத்ததால், நாட்டை விட்டு வெறியேற வேண்டிய கட்டாய நிலைமைக்கு உள்ளானார். இந்தியாவில் தஞ்சம் புகுந்த ஆசிரியர் பல வருடங்களாக அங்கு அஞ்ஞாத வாசத்திலேயே காலத்தைக் கழிக்க வேண்டியேற்பட்டது.

2004 ஆம் ஆண்டு டெல்லி பல்கலைக்கழகத்தில் அரசியல் விஞ்ஞானத்தில் வெளிவாரி மாணவராக இணைந்து 2006 ஆம் ஆண்டு முதுமானி பட்டத்தைப் பெற்றார். பின்னர் 2007 ஆம் ஆண்டு டெல்லி பல்கலைக்கழகத்தின் சட்டக் கல்லூரியில் முழு நேர மாணவராக இணைந்து 2010 ஆம் ஆண்டு சட்டவாளரானார். டெல்லியிலுள்ள நீதிமன்றங்களில் ஐந்து ஆண்டுகள் பணியாற்றிய ஆசிரியர், 2015 ஆம் ஆண்டு இலங்கை திரும்பி, தனது சமூக அரசியற் பணிகளில் தற்போது ஈடுபட்டு வருகிறார். அரசியல், சமூகவியல், பொருளாதாரம் தொடர்பாக நூற்றுக்கணக்கான கட்டுரைகளை பல இதழ்களில் எழுதி உள்ளார்.

துணைவியார்:

அங்கயற்கண்ணி

மகள்கள்:

1. ஈழவேணி (கண்ணம்மா)
2. ராகவர்த்தினி (பாரதி)
3. நீலாம்பரி (பல்லவி)

ஆசிரியரின் வெளிவந்த நூல்:

Econometics, Economic Inequalities Of Nations
(பொருளாதார கணக்கு – தேசங்களுக்கு இடையிலான பொருளாதார சமமின்மைகள் – ஆங்கிலப் பதிப்பு)
Konark Publishers, India, 2004

பதிப்புரை

இலங்கையின் இன்றைய பொருளாதார, அரசியல், சமூக நெருக்கடிகள் திடீரென நிகழ்ந்ததொன்றல்ல. இந்த நிலைக்கான அடிப்படைக் காரணிகளை வரலாற்று வழியிலும், விடப்பட்ட, விடப்பட்டுவரும் தவறுகளை தெளிவாக விளங்கிக் கொண்டும், இந்த கைசேத நிலையிலிருந்து மீட்சி பெற சிந்திக்கவுமான தேவையே இன்றைய இலங்கையின் வீழ்ச்சி நிலையை குறைந்த பட்சமாவது சீர்படுத்தி முன் கொண்டு செல்ல துணை புரியும். இதனையொரு முதல் முன் நிபந்தனை என்றும் சொல்லலாம்! இந்த முக்கியமான பணியில் இதன் பல்வேறு அடிப்படைகளை விளங்கிக் கொள்வதற்கு, தமிழில் இந்த நூல் ஆக்கபூர்வமான பங்களிப்பாக இருக்கும்.

இலங்கை தமிழ்ச் சூழலில், பொருளாதாரத்துறை சார்ந்த கல்வியலாளர்களும் ஆய்வாளர்களும் உள்ளனர். ஆனால் அரசியல், சமூகவியல் துறை சார்ந்த அறிவுடன், இலங்கையின் பொருளாதார அடிப்படைகளையும் பொருளாதார வீழ்ச்சிக்கான காரணிகளையும், பொருளாதாரத்துறை சார்ந்த கல்விப்புலத்துடனும், அறிவுடனும் எழுத இயலுமானவர்கள் ஒரு சிலரே உள்ளனர். அவர்களில் ஒருவர்தான் இந்த நூலின் ஆசிரியர் தோழர் அ. வரதராஜா பெருமாள். கிட்டத்தட்ட 50 வருடங்களாக இத்துறைகள் சார்ந்த ஈடுபாடும் அனுபவமும் அறிவும் அவருக்குள்ளது.

• • •

காலனியத்துவத்திற்கு பின்னான இலங்கையின் அரசியல் சமூக வரலாறே பல்வேறு ஒடுக்குமுறைகளுடனும், அசமத்துவ

நிலையிலுமே தொடர்ந்து வந்திருக்கிறது, தொடர்கிறது. இதில் தேசிய இனப்பிரச்சினை என்பது மிக முக்கியமானது. இலங்கையின் இன்றைய பொருளாதார திவால் நிலைக்கு, பல தசாப்தங்களாக நீடித்து வருகின்ற இன ரீதியான அரசியல் பிரச்சினைகளும், அசமத்துவ நிலையும் ஒரு பிரதான காரணமாகும். நாட்டின் பெருமளவு வளத்தை, சொந்த நாட்டு மக்களின் அடிப்படை அரசியல் உரிமைகளை வழங்க மறுத்து, அம்மக்களை அழிப்பதற்கும், அடக்கி ஒடுக்கி வைப்பதற்குமே அடுத்தடுத்து ஆட்சிக்கு வந்த சிங்கள ஆட்சியாளர்கள் வீணாக்கி வந்துள்ளனர்.

ஆய்வாளர்களின் கருத்தின்படி, வீழ்ச்சியடைந்து மூழ்கிக் கிடக்கின்ற இலங்கையின் பொருளாதாரத்தினை கட்டியெழுப்ப வேண்டுமானால் பல விடயங்கள் உடனடியாக செய்யப்படல் வேண்டும் என பரிந்துரைக்கின்றனர். அவற்றில் பிரதானமானவைகளாக...

- திடமான புதிய பொருளாதாரக் கொள்கை வகுக்கப்படல் வேண்டும்.
- ஸ்திரமான அரசியல் தலைமை வேண்டும்.
- மக்களிடையே, இனங்களிடையே நம்பிக்கையான உறவு கட்டியெழுப்பப்படல் வேண்டும், இதற்கு சமத்துவமான அரசியலமைப்பு மாற்றங்களும் தீர்வுகளும் அவசியம் என்கின்றனர்.

இலங்கைக்குள் இந்த மூன்று விடயங்களும் சாத்தியப்படுவதற்கான முயற்சியினை, பங்களிப்பினை செய்ய வேண்டிய பொறுப்பு அனைத்து சமூக, ஜனநாயக சக்திகள் முன் உள்ளது. இந்த அவசியத் தேவைக்கான சிந்தனையும், பொருளாதார அரசியல் பாடத்தினையும் தருவதற்கான அம்சங்களையும் உள்ளடக்கமாக கொண்டுள்ளது இந்த நூலின் இன்னொரு முக்கியத்துவமாகும்.

தோழர் அ. வரதராஜா பெருமாள், இந்த நூலின் உள்ளடக்கமாக அமைந்துள்ள கட்டுரைகளை, இணைய இதழ்களான “அரங்கம்”, “சூத்திரம்” தளங்களில் எழுதி வந்த போதே, இதனை நூலாக வெளிக் கொண்டு வர வேண்டுமென பலரும் விரும்பி

இருந்திருக்கின்றனர். 2022 இன் இலங்கை நிலையில், இப்படியான நூல்களின் அவசியத் தேவை காரணமாக நாம் இந்த நூலுக்கு முன்னுரிமை கொடுத்து பதிப்பித்துள்ளோம். இந்த நூலின் உள்ளடக்கமாக உள்ள கட்டுரைகளில் முதல் சில கட்டுரைகள் 2019 ஆம் ஆண்டே எழுதப்பட்டதாகும். பின்னர் இக்கட்டுரைகள் தொடராக இணையத்தளங்களில் வெளிவந்து கொண்டிருந்த 2021 காலப்பகுதி, இலங்கை இந்தளவு மோசமான பொருளாதார வீழ்ச்சியையும் திவால் நிலையையும் அடைந்திருக்கவில்லை. ஆனால் நூலாசிரியர், இலங்கை இந்த நிலையை அடைந்தே தீரும் என்பதை தெளிவாகவே அன்றே பதிந்துள்ளார். இதில் எடுத்தாளப்பட்டுள்ள புள்ளிவிபரத் தரவுகள் 2018/2019 ஆம் ஆண்டு தகவல்களை அடிப்படையாகக் கொண்டது என்பதை இந்த நூலை வாசிப்போர் மனதில் இருத்திக் கொள்ளவும்.

இந்த நூலை வெளியிட அனுமதியளித்த தோழர் அ. வரதராஜா பெருமாள், முன்குறிப்பு, முன்னுரை எழுதியுள்ள கல்வியலாளர்களான மு. நித்தியானந்தன், சோ. சந்திரசேகரம் ஆகியோருக்கும், "சமூகம் இயல் பதிப்பக"த்தின் அங்கத்துவ உறுப்பினர்களுக்கும், எமது முயற்சிகளுக்கு ஆதரவு நல்குபவர்களுக்கும் எமது நன்றிகள்.

எம். பௌசர்
பதிப்பாளர்

பதிப்பக குழு உறுப்பினர்கள்

பா. சுதர்சன் (லண்டன்)
தயாநிதி (நோர்வே)
பால சுபேசன் (லண்டன்)
வி. தசரதகுமார் (லண்டன்)
க. இளங்குமரன் (அமெரிக்கா)
எம். பௌசர் (லண்டன்)

நன்றி

ஓவியர் கனிவுமதி (இலங்கை)
சுசீந்திரன் (ஜேர்மனி)
சிவராஜா (சுட்கார்ட், ஜேர்மனி)
ஆழியாள் (அவுஸ்ரேலியா)
சர்ஜூன் ஜமால்தீன் (இலங்கை)
கே.கே. ராஜா (லண்டன்)
அரங்கம் இணையத்தளம்
சூத்திரம் இணையத்தளம்

உள்ளடக்கம்

- பதிப்புரை 7
- முன்குறிப்பு: மு. நித்தியானந்தன் 13
- முன்னுரை: பேராசிரியர் சோ. சந்திரசேகரம் 16
- ஆசிரியர் குறிப்பு: அ. வரதராஜா பெருமாள் 19

1. திக்குத் திசை அறியாது திணறி நிற்கும் சுதந்திர
   இலங்கையின் பொருளாதாரம் 31

2. மக்களின் வாழ்வுரிமைகள் உறுதிபட
   சுயசார்பு நிலையை அடைய வேண்டும் 40

3. மண்பரப்பின் எல்லைகளால் நாடு அமையும் - ஆனால்
   மக்களின் சமூக பொருளாதாரப் பரப்பே தேசமாகும் 50

4. எட்டு மணி நேரம் கடுமையாக உழைத்தும்
   வறுமைக் கோட்டுக்குள்ளேயே சுழலும் வாழ்க்கை 59

5. சர்வதேச சமநிலையின் கணக்கில்
   இலங்கையின் வறுமைக் கோடு 66

6. இலங்கையின் பொருளாதாரமோ வீழ்ச்சிப் பாதையில்
   இளையோர்களோ உரிய வேலை வாய்ப்புக்காக வீதிகளில்..... 76

7. ஆதாரங்களை இழந்து சேடமிழுக்கும் ஆபத்தில்
   அந்தரிக்கும் இலங்கையின் அரசியற் பொருளாதாரம் 86

8. வரப்புயர > நீருயர > நெல்லுயர >
   குடியுயர > கோனுயரும் 96

9. வரவு - செலவுகளின் சரியான சமன்பாட்டில்

	பயணிக்கும் பொருளாதாரமே சரியாது - முன்னேறும்	106
10.	அரச நிர்வாக துறைகளில் அளவுக்கு மீறி ஆட்கள் ஆண்டு தோறும் ஏறுகிறதே! இறங்குவதாக இல்லை!	117
11.	நாட்டைத் திறந்தது இறக்குமதிகளுக்கே வாய்த்தது, ஏற்றுமதிகளுக்கான தகுதிகளில் முன்னேறவில்லை!	126
12.	இருக்கும் ஆற்றல்களுக்கும் வளங்களுக்கும் ஏற்பவே தேடங்களுக்கான நாட்டங்களில் முயல வேண்டும்!	139
13.	கடன் மற்றும் அந்நியச் செலாவணி வழியாக இலங்கைக்கு ஏற்பட்ட கெட்ட காலம்!	152
14.	இக்கட்டான குணாம்சங்கள் கொண்ட இலங்கையின் தேயிலைத் தோட்டங்கள்	164
15.	தேயிலையோடு வாழும் மக்களின் வாழ்க்கையில் மறுமலர்ச்சி ஏற்பட தீவிர மாற்றங்கள் வேண்டும்!	178
16.	போதிய உணவுக்கான வளங்கள் இருந்தும் இறக்குமதிகளை நம்பி வாழும் இலங்கை	191
17.	ஏற்ற பொருளாதார நிலையை எட்டாத கட்டத்தில் சேதன விவசாய முயற்சிகள் சேதங்களையே ஏற்படுத்தும்	202
18.	அரசாங்கத்தின் ஆசைகளை அழகாக காட்டிய 2022 ஆம் ஆண்டுக்கான வரவு-செலவுத் திட்டம்	219
19.	கனவுகள் வாக்குறுதிகளானால் நடைமுறைகள் கானல் நீரே!	229
20.	கொள்ளையே ஆள்பவர்களின் குறிக்கோளானால் கஜானாக்கள் காலியாகும் - கடனிலே நாடு மூழ்கும்	242
21.	அரசியல் ஜனநாயகமும், அடிப்படை சுதந்திரங்களும் அதிகாரப் பகிர்வும் அபிவிருத்திக்கான அத்திவாரங்கள்	258
22.	சிறியனவாயும், சிதறுண்டும் பரவிக் கிடக்கின்ற வறுமையான கிராமங்களின் நாடே இலங்கை	271
23.	இன்றைக்கு உரியதான முன்னேற்றங்களுக்கு ஏற்ற அரசியற் பொருளாதார அமைப்பு மாற்றம் வேண்டும்!	286

முன்குறிப்பு

வரதராஜா பெருமாளின் நூல்:
சமூக நீதியைக் கோரும் ஓர்மத்தின் குரல்

பல்கலைக்கழகத்திலிருந்து சிறைக்குச் சென்றிருக்கிறார்கள். ஆனால் சிறையிலிருந்து பல்கலைக்கழகத்திற்கு வந்த மாணவராகவே யாழ்ப்பாண பல்கலைக்கழகத்தில் அ. வரதராஜா பெருமாளை நான் சந்தித்தேன். அவரது வாழ்வின் பெரும் பகுதி அரசியலாகவே இருந்தது. மீண்டும் வெலிக்கடை சிறைக்குள் நாங்கள் சந்திக்க நேர்ந்தது ஒரு சரித்திரம். இலங்கை அரசியலின் ஒரு பகுதியே இது.

வரதராஜா பெருமாள் பொருளியலையும் சமூகவியலையும் முறையாகப் பயின்ற ஒரு கல்விப்புலத்தின் பின்னணியில், தனது அரசியல் அனுபவங்களுடனும் சேர்த்து, இலங்கைப் பொருளாதாரத்தின் வீழ்ச்சியை இந்த நூலில் நுட்பமாக ஆராய்ந்திருக்கிறார். கோட்பாட்டு பின்னணியிலும் நிறைந்த புள்ளி விபர ஆதாரங்களுடனும் தன் வாதங்களை நிறுவுகிறார்.

வரதராஜா பெருமாளின் இந்த நூலின் சிறப்பு அவர் ஒரு ஈடுபாட்டுடன் (engagement) இலங்கைப் பொருளாதாரத்தையும் அதன் பின்னணியையும் அதற்கான அடிப்படைகளையும் அணுகியிருப்பதுதான். பொருளியலாளர்கள் பல்கலைக்கழகத்திலும், குளிரூட்டப்பட்ட விசாலமான அறைகளிலும், பன்னாட்டு நிறுவனங்களின் உயர் அதிகார மையங்களிலிருந்து மட்டும் உருவாவதில்லை. இதற்கு வெளியிலும், ஓரங்கட்டப்பட்டவர்களின் — ஒடுக்கப்பட்டவர்களின்

— விளிம்பு நிலைக்கு தள்ளப்பட்டுவிட்ட ஜீவன்களின் நலனை முன்னிறுத்தி, மாற்று அரசியலைத் தேடி, சமூக நீதி கோரி தொடர்ச்சியாக செயற்படும் தளத்தில் இருந்தும் அவர்கள் வருவார்கள். மக்கள் சார் பொருளியலாளனின் மூர்ச்சனையை வரதராஜா பெருமாளின் இந்த நூலில் கேட்க முடிகிறது.

சிங்கள பௌத்த நாடாக இலங்கையை உருவகித்து, சிறுபான்மை இனங்களை அவமதித்து, அவர்களின் அடிப்படை உரிமைகளைத் துவம்சம் செய்த மோசடித்தனமான அரசியல்வாதிகளால், வளமிகு இலங்கைத் தீவு சிதைந்தழிந்து கொண்டிருப்பதை நாம் இன்று பார்க்கிறோம். தேயிலை மலைகளில் மலையகப் பெண்கள் கிள்ளிய கொளுந்துகளால்தான் — நூறாண்டுகளாக அவர்கள் சிந்திய வியர்வையாலும் ரத்தத்தாலும் பெறப்பட்ட அந்நியச் செலவாணியால்தான் இந்த ஓநாய் கூட்டங்கள் ஒய்யார வாழ்வு வாழ்ந்து வந்திருக்கின்றன. ஆனால், அந்த மக்கள் கூட்டம்தான் வாழ்நாள் முழுதும் அடிமைச் சிறைக்குள் வைக்கப்பட்டிருந்தனர்.

பெரும்பான்மை அராஜகத்தின் நிழலில், இனவெறுப்பு, அசமத்துவம், அதிகாரப்பேராசை, சட்டமும் நீதியும் புறந்தள்ளப்பட்ட அவலம், எல்லையற்ற ஊழல், குடும்பமே உட்கார்ந்து அரசியல் பண்ணிய வெட்கக்கேடு, நாடு எங்கே போய்க்கொண்டிருக்கிறது என்று திசை தெரியாமல் படகு விட்ட அரசியல் கபோதிகள் என்று கேவலமான நாடகம் நம் கண்முன்னால் விரிந்து கொண்டிருக்கின்றன.

அ. வரதராஜா பெருமாள் வெற்றுக்கோட்பாட்டாளராக அல்லாமல், நீண்ட அரசியல் பயணத்தின் வழியில் அவர் சேகரித்துக்கொண்ட நடைமுறை அனுபவங்களின் உரைகல்லில் சோதிக்கப்பட்ட ஆய்வாக இந்த நூல் அமைந்திருப்பது மேலும் சிறப்பு.

எல்லா எதிர்ச் சூறாவளிகளுக்குள்ளும் நின்று, தளராமல் குரல் தரும் ஜனநாயகவாதியாக வரதராஜா பெருமாள் இன்று நமக்குத் தெரிகிறார். அவருடைய அரசியல் அனுபவங்கள் அவரைப்புடம் போட்டிருக்கின்றன. அவரின் ஆழ்ந்த பொருளியல் ஞானம் இந்த நூலைச் செதுக்கித் தந்திருக்கிறது.

வரதராஜா பெருமாள் இந்தக் கட்டுரைகளை எழுதிய காலப்பகுதியிலிருந்து இன்றைக்கு நாடு மீளமுடியாத அதள பாதாளத்தில் வீழ்ந்துவிட்டது. இலங்கை அரசு வங்குரோத்து நிலையைப் பிரகடனம் செய்துவிட்டது. அடுத்து வரும் காலங்கள் காரிருள் சூழ்ந்ததாகவே தெரிகிறது. மக்களை நேசிக்கும், சகல மக்களையும் தம் பிள்ளைகளாக மதிக்கும் பண்பு கொண்ட மனிதர்களுக்கு பதிலாக, கொடுங்கோலர்களும் ஆணவங் கொண்டோரும் ஆள்வோராயிருந்தால் ஒரு தேசம் எப்படிச் சீரழிய முடியும் என்பதற்கு இலங்கை ஒரு text book உதாரணம்.

இப்படியான ஒரு காலகட்டத்தில் சாதாரண மக்களின், நலன்களை முன்னிருத்திய ஒடுக்கப்பட்ட மக்களின் குரலாக வரதராஜா பெருமாளின் குரல் இந்த நூலில் பக்கத்திற்குப் பக்கம் ஒலிக்கிறது. அவர் தொடர்ந்தும் எழுத வேண்டும். இப்படியான ஆக்கபூர்வமான நூல்களை தர வேண்டும்!

மு. நித்தியானந்தன்
முன்னாள் பொருளியல்துறை விரிவுரையாளர்
யாழ் - பல்கலைக்கழகம்

முன்னுரை

இந்த நூலின் ஆசிரியர் அ. வரதராஜா பெருமாள் அவர்கள் யாழ்ப்பாணப் பல்கலைக்கழகத்தில்; பொருளியல் சிறப்பு பட்டதாரியாகி பின்னர் இப்பல்கலைகழகத்திலேயே விரிவுரையாளராகவும் கடமையாற்றியவர். அவர் அபிவிருத்தி சமூகவியலையும் ஒரு பாடமாக கற்றவர். அவருடைய சமூக பொருளாதார அரசியல் சார்ந்த கட்டுரைகளை நான் தொடர்ச்சியாக வாசித்து வந்திருக்கிறேன்; அவர் ஒரு மாறுபட்ட சிந்தனையாளர். அவர் தனது கட்டுரைகளில் பல யதார்த்தபூர்வமான பொருளாதார அரசியல் சமூக வினாக்களை முன்வைத்து, இவ் வினாக்களுக்கு பல கோணங்களில் அவர் பதில்களையும் கூறியுள்ளார்.

இலங்கையின் உத்தியோகபூர்வமான புள்ளிவிபரங்கள் மீது குறிப்பாக வறுமை தொடர்பான புள்ளிவிபரங்கள் மீது சந்தேகம் கொள்கிறார். அவரின் பல சந்தேகங்களுடன் எனக்கும் உடன்பாடு உள்ளது. அவற்றை இன்றைய பொருளாதார நெருக்கடி நிரூபித்துக் காட்டுகின்றது. நாட்டில் கீழ் மட்டத்தில் வாழும் குறிப்பாக வறிய நிலையில் வாழும் மக்களின் கண்ணீர் நிறைந்த வாழ்க்கை அவலங்களையும் அவற்றிற்கான காரணிகளையும் நூலாசிரியரின் கட்டுரைகள் வெளிச்சத்திற்கு கொண்டு வர முயல்கின்றன. பொருளாதார விடயங்களை விமர்சன ரீதியாக அணுகி, தத்துவார்த்த வினாக்களை முன்வைத்து அவற்றுக்கு விடை காண முயல்கின்றார். பொருளாதார பிரச்சினைகளை சமூக அரசியல் கண்ணோட்டத்தில் பார்க்கின்றார்.

நாட்டில் நடைமுறையிலுள்ள கல்வி அமைப்பு பற்றிய நூலாசிரியரின் பின்வரும் வினா சிந்தனையைத் தூண்டுகின்றது.

“இங்கு நாடு முழுவதுவும் உள்ள பல்கலைக்கழகங்களில் பெரும்பாலானவை விவசாய பீடங்களைக் கொண்டிருக்கின்றன. அவை ஆண்டு தோறும் ஆயிரக்கணக்கான விவசாய பட்டதாரிகளை உருவாக்குகின்றன. ஆனால் அதில் எவ்வளவு சதவீதத்தினர் விவசாயத்தில் ஈடுபடுகின்றனர் என்று கேள்வி எழுப்பினால் கவலைக்குரிய பதிலே கிடைக்கும்”.

பல்கலைக்கழக கல்வியானது அடிப்படையில் ஏட்டுச் சுரைக்காயாக உள்ளது. விவசாயத்தில் விருப்பமோ ஈடுபாடோ இல்லாது, மருத்துவ துறையில் பட்டம் பெற்று மருத்துவராக வேண்டும் என்ற ஒரே குறிக்கோளுடன் படித்து, ஆனால் பரீட்சை பெறுபேற்றில் தேவையான புள்ளிகளைப் பெற முடியாமல் தமது குறிக்கோளை அடைய முடியாதவர்கள் பலர் விவசாய பட்டப்படிப்பை தெரிவு செய்கிற நிலைமையே பெரும்பாலும் உள்ளது.

அவ்வாறு விவசாய பீடத்திற்கு தெரிவாகி கற்கிற மாணவர்களுக்கு விரிவுரையாளர்கள், பாடத்திட்ட எழுத்துப் பிரதிகளின் வழியாகவும், கணினிக் காட்சிகள் மூலமே பெரும்பாலும் கற்பிக்கின்றனர். விவசாயத்தில் நேரடியாக ஈடுபட்டு அதன் நுட்பங்களையும் அனுபவங்களையும் பெறுபவர்களாக அவர்கள் இல்லை. வகுப்பறைக் கல்வியைப் பெற்று பரீட்சைகளில் விடை எழுதி விவசாயப் பட்டதாரிகளாவதையே நாம் காண்கின்றோம். அவர்கள் பட்டம் பெற்றவுடன் அரச துறைகளிலோ தனியார் துறைகளிலோ வெள்ளை ஆடை பதவிகளையே தேடுகின்றனர். இவ்வாறாக சமூகத்தின் தேவைகளுக்கும் கல்வி அமைப்புக்கும் இடையே உள்ள பொருத்தமின்மைகளைப் பற்றி அரசியல் சமூக சக்திகள் ஆழமாக சிந்திக்க வேண்டும் என்பதற்கான அடிப்படைகளை, நமது நடைமுறை கல்வித்திட்டம், நமது சிந்தனை முறமைகளை முன்னிருத்தி தூண்டுதல்களை நூலாசிரியர் தமது எழுத்துக்களால் சிந்திக்கவும், அடிப்படை மாற்றங்களுக்காக செயற்படவும் வேண்டுகிறார்.

இன்றைய பொருளாதார நெருக்கடிக்கு கோவிட் 19 இனை காரணம் கூறும் அரசியல்வாதிகளுக்கும் கொள்கை வகுப்பாளர்களுக்கும் சுதந்திர இலங்கையின் வரலாற்று ரீதியான பொருளாதார சமூக அரசியல் காரணிகள்தான் இன்றைக்கு பெரும் சிக்கல்களைக்

கொண்டதாக ஏற்பட்டிருக்கிற நெருக்கடிக்கு காரணம் என்பதை இந்த நூலின் வழியாக தெளிவாக எடுத்துக்காட்டுகின்றார்.

இலங்கையின் பொருளாதாரத்தின் அனைத்து விடயங்களையும் அலசுகின்ற இந்த வெளியீடானது, இலங்கைப் பொருளாதாரத்தை கற்கின்ற அனைவருக்கும் குறிப்பாக பொருளியலே தெரியாத ஒருவர் கூட பொருளியலை விருப்பத்துடன் படிப்பதற்கு தூண்டும் வகையாக அமைந்துள்ளது. நூலாசிரியரின் இந்த பங்களிப்பினை, இக்காலகட்டத்தின் முக்கியமான பணி என துணிந்து சொல்ல முடியும். இது போன்ற பல ஆக்கங்களை எதிர்காலத்தில் அவர் நமக்கு தர வேண்டும்!

02.05.2022

பேராசிரியர் சோ. சந்திரசேகரம்
தலைவர்
பொருளியல் துறை
யாழ்ப்பாணப் பல்கலைக்கழகம்

ஆசிரியர் குறிப்பு

இலங்கையின் பொருளாதாரத்தில் நிலவும் பலவீனங்கள் மற்றும் சிக்கல்கள் பற்றியும் அவை எவ்வாறு பொருளாதார வளர்ச்சிக்கும் முன்னேற்றத்துக்கும் தடையாக உள்ளன என்பது பற்றியும் ஒரு தொடர் கட்டுரை எழுத வேண்டும் என்ற ஆர்வத்துடன் 2019 இன் ஆரம்பப் பகுதியில் இக்கட்டுரைத் தொடரை எழுதத் தொடங்கினேன். முதலில் ஐந்து தொடர் கட்டுரைப் பகுதிகளை சில சில குறைகளோடு எழுதியதோடு மொத்தத்தில் 15 பகுதிகளையாவது எழுதிய பின்னரே கட்டுரைத் தொடரை வெளிக் கொணர வேண்டுமென்பதற்காக ஒவ்வொன்றுக்குமான உள்ளடக்கங்களையும் திட்டமிட்டேன். அடுத்தடுத்த மாதங்களில் இலங்கையின் அரசியல் சமூக செயற்பாடுகளில் முழுமையாக நாட்டம் காட்டியதால் கட்டுரைத் தொடரை எழுதுவது கிடப்பிலே போடப்பட்டது.

2020 ஆம் ஆண்டு ஆரம்பத்தில் மீண்டும் முன்னர் எழுதிய கட்டுரைப் பகுதிகளைப் புரட்டிய போது 2019 ஆம் ஆண்டு ஏப்ரலில் நிகழ்ந்த பயங்கரவாத குண்டு வெடிப்புகளினால் நாட்டின் உல்லாசத் துறை முடங்கிப் போனதால் ஏற்பட்ட விளைவுகளைக் கருத்திற் கொண்டு எழுதிய பகுதிகளில் மேலும் திருத்தங்கள், சேர்ப்புகளைச் செய்தேன். 15 கட்டுரை பகுதிகளையும் சில குறைபாடுகளுடனாயினும் முழுமையாக எழுதிவிட வேண்டும் என்று எண்ணினேன். 2020 மார்ச்சில் கோவிட் 19 தீவிரமடைந்ததாலும், மேலும் 2020 ஆகஸ்ட்டில் நாடாளுமன்ற தேர்தலுக்கான முஸ்தீபுகள் அரசியற் சூழலில் தீவிரமடைந்ததாலும் எனது சிந்தனைகளும் செயற்பாடுகளும்

அவற்றை நோக்கி ஈர்க்கப்பட்டிருந்தன. அதனால் எழுதத் தொடங்கிய கட்டுரைப் பகுதிகள் மீண்டும் கிடப்பில் போயின.

2021 ஆம் ஆண்டின் மார்ச்சிலேயே கட்டுரைத் தொடர்களை எப்படியும் வெளிக் கொணருவதென தொடங்கிய போது, கொரோனாவின் தாக்கம் பொருளாதாரத்தில் ஏற்படுத்திய நிலைமைகளையும் கருத்திற் கொண்டு முதலில் எழுதி முடித்திருந்த கட்டுரைப் பகுதிகளை மீண்டும் ஒரு முறை நேர்த்தி செய்து கடைசியாக ஒருவாறு 2021 ஆம் ஆண்டு ஜூலை மாதத்திலிருந்து கட்டுரைகள் வாராவாரம் 'அரங்கம்' மற்றும் 'சூத்திரம்' இணையத் தளங்களில் வெளியிடப்பட்டன. மொத்தத்தில் 23 கட்டுரைப் பகுதிகள் வெளிவந்தன. இக்கட்டுரை பகுதிகளை வெளிக் கொணருவதில் ஆர்வம் காட்டியும் எனக்கு உற்சாகமும் தந்த அன்புக்குரிய அரங்கம் ஆசிரியர் சீவகன் பூபாலரட்ணம் அவர்களுக்கும், சூத்திரம் ஆசிரியர் தோழர் ஜேம்ஸ் சிவா முருகுப்பிள்ளைக்கும் எனது நன்றிகளை முதலில் தெரிவித்துக் கொள்கிறேன்.

• • •

இலங்கை இன்று எதிர் நோக்கும் பெரும் பொருளாதார நெருக்கடிக்கு உடனடிக் காரணங்களாக பெரும்பாலும் எல்லோராலும் பேசப்படுகின்ற விடயங்கள்:

1. 2019 ஏப்ரல் பயங்கரவாத தற்கொலைதாரிகளின் குண்டு வெடிப்புகள்.
2. கொரோனா பெரு நோய்.
3. கோத்தாபய ஜனாதிபதியானவுடன் மேற்கொண்ட வரிக் குறைப்புகள்.
4. அரசாங்கம் விவசாய ரசாயனப் பொருட்களின் மீது இட்ட தடைகள்.
5. அந்நிய செலாவணித் தட்டுப்பாட்டை காரணம் காட்டி மேற்கொண்ட திடீர் இறக்குமதித் தடைகள்.
6. பொருளாதார பகுத்தறிவுகள் எதுவுமின்றி மத்திய வங்கி மேற்கொண்ட நாணய அச்சடிப்புகள்.

இந்த உடனடிக் காரணங்களை மறுப்பதற்கில்லை, எனினும், இவற்றிற்கெல்லாம் மேலாக, தற்போதுள்ளவாறான பெரும் பொருளாதார நெருக்கடிகளை சந்திப்பதற்கான நிலைமைகளுக்கு இலங்கையின் பொருளாதாரத்தில் எவ்வகையான அடிப்படைக் குறைபாடுகளும் சிக்கலான கோளாறுகளும் கடந்த 90 ஆண்டுகளுக்கும் மேலாக படிப்படியாக பெருகி வந்துள்ளன என்பதனை இந்நூலின் வாசகர்கள் புரிந்து கொள்வார்கள் என நம்புகிறேன்.

1931 ஆம் ஆண்டு டி.எஸ். சேனநாயக்காவின் தலைமையில் சட்டசபை அமைக்கப்பட்ட காலம் தொடக்கம், தொடர்ச்சியாக வந்துள்ள ஆட்சியாளர்கள் ஒவ்வொருவரும் எவ்வாறு இன்றைய நெருக்கடிக்குப் பொறுப்பானவர்கள் என்பதையும் வாசகர்கள் இந்நூலில் தெளிவாக கண்டு கொள்ள முடியும். இதுவரை இலங்கையின் ஆட்சி பீடத்தில் இருந்த எவரும் இலங்கையின் பொருளாதாரத்தை ஒரு சுகதேகியான – சுய சார்பு நிலையை அடையும் வகையான பாதையில் பயணிக்கும் ஒன்றாக வழி நடத்தவில்லை. மாறாக பொருளாதார நோய்களை ஒன்றன் மீது ஒன்றாக அடுக்குகின்ற செயன்முறையிலேயே இலங்கையின் பொருளாதாரம் பயணித்துள்ளமையை அடையாளம் காண முடியும்.

இலங்கையின் ஆட்சியாளர்கள் அனைவரும் இலங்கையை சிங்கள பௌத்த தேசமாக கட்டியெழுப்பி விட வேண்டும் என்ற வெறியுடன் செயற்பட்டனரே தவிர, இலங்கையின் பொருளாதாரம் வலிமையான அடித்தளங்களையும், சுயசார்பு வல்லமைகளையும் கொண்டதாக, அனைத்து இன மக்களும் இலங்கையை தமது தேசமாக உணர்வதற்கு உரியதாக அமைவதற்குத் தேவையானவற்றில் கவனம் செலுத்தவில்லை.

பெரும்பான்மையின் ஜனநாயகம் என்ற பெயரில் பெரும்பான்மை இன மேலாதிக்க அதிகாரத்தை நிலைநாட்டுவதில் குறியான அரசியல், இலங்கையில் நிலைத்து ஆதிக்கம் பெற்றதால் முப்பது ஆண்டுகால உள்நாட்டு யுத்தத்துக்குள் நாடு சீரழிந்தது. இலங்கையின் வளங்களும் வாய்ப்புகளும் முழுமையாக பயன்படுத்தப்படவில்லை, பெரும்பாலான பிரதேசங்கள் பின்தங்கிய பிரதேசங்களாகவே பராமரிக்கப்பட்டன.

எதேச்சதிகாரமும், அதிகார துஷ்பிரயோகமும், லஞ்சமும், ஊழலும், பொது நிதிகளை மோசடி செய்தலும் நிறைந்ததாகவே

அரச கட்டமைப்பு ஆக்கப்பட்டுள்ளது. அரசாங்க வருமானத்தை தேவையான அளவுக்கு உறுதியாக வைத்திருக்க வேண்டுமென்பதில் அக்கறையாக இருக்கவில்லை. அதனால் பணக்காரர்களும் அதிகாரத்தில் இருப்பவர்களுமே நன்மையடைந்தனர். அதேவேளை அரச செலவுகளை வரவுக்கு ஏற்றதாக அமைத்துக் கொள்ளவில்லை. அரச துறைகளில் வேலைவாய்ப்புகள் கண்மூடித்தனமாக மிக அதிக அளவாக இருக்கும் நிலையை ஆக்கிவிட்டனர். மிக அதிகளவானவர்களை இராணுவத்திலும் பொலிஸிலும் தொடர்ந்து பராமரித்து அவை தேசிய வளங்களை உறிஞ்சுபவையாக ஆக்கப்பட்டுள்ளன. மான்யங்கள் மற்றும் சமூக செலவுகள் அனைத்தும் சமூகத்துக்கான பொருளாதார பாதுகாப்புக்கான நடவடிக்கைகள் என கூறப்பட்டாலும் அவை எந்த அளவுக்குள் இருக்க வேண்டுமோ அதற்குள் மட்டுப்படுத்தாமல் தேர்தல் வெற்றிகளை குறிக்கோளாகக் கொண்ட பகட்டு அரசியல் பொருளாதாரக் கொள்கைகளின் பகுதிகளாகவே அமைந்தன. இவற்றையெல்லாம் சமாளிக்க உள்நாட்டிலும் வெளிநாடுகளிலும் கடன்கள் கடன்கள் என தொடர்ந்து வாங்கி நாட்டை மீள முடியாததொரு கடன்கார நாடாக ஆக்கிவிட்டார்கள்.

உள்நாட்டுப் பொருளாதார ஆதாரங்களைக் கட்டியெழுப்பாமல் இறக்குமதிகளிலும் வெளிநாட்டுக்காரர்களிலும் நாட்டு மக்களின் வாழ்வும் தேசிய பொருளாதாரமும் தங்கியிருக்கும் நிலை வளர்த்து விடப்பட்டதால் அவற்றில் எந்தவொரு சிறு தடை ஏற்பட்டாலும், தேசிய பொருளாதாரம் சரிந்து விடும். நாட்டு மக்கள் வேலையின்மையை, வறுமையை, பசி பட்டினியை எதிர்நோக்க நேரிடும் என்ற வகையாகவே இங்கு பொருளாதார அமைப்புகள் கட்டப்பட்டுள்ளன.

தற்போது நாட்டின் பொருளாதாரம் இவ்வளவு நெருக்கடிக்கு உள்ளாகியிருக்கிற வேளையிலும், அரசியல்வாதிகள் இதற்கூடாக தங்களுக்கு ஏற்பட்டுள்ள நெருக்கடிகளை எப்படி சமாளிப்பது என்றும் அல்லது இந்த நெருக்கடியைப் பயன்படுத்தி தங்கள் அரசியல் முன்னேற்றத்தை, இருப்பினை எப்படி தக்க வைப்பது என்பதிலும், தங்களுக்குள் அதிகாரங்களைப் பங்கு போட்டுக் கொள்ளும் வகையாக, அதிகாரங்களையும் அரசியல் யாப்புத் திருத்தங்களையும் மேற்கொள்வதிலுமே இன்னும் அக்கறையாக உள்ளனர்.

தங்களுடைய கையில் அதிகாரம் இருக்கும் வேளையில் யாரிடமிருந்தாயினும் எப்படியாயினும் கடன் கடனாக வேண்டி உடனடி நிலைமைகளை சமாளித்து தங்களது பதவிகளை தக்க வைத்துக் கொண்டால் போதும், அடுத்தடுத்த ஆண்டுகளில் நாடு மேலும் எவ்வளவு மோசமான நிலைக்குப் போனாலும் தமக்கென்ன! அதைப் பிறகு பார்த்துக் கொள்ளலாம் என்ற மனோநிலையுடனேயே செயற்படுகிறார்கள் என்பது தெளிவாக உள்ளது.

மாகாண சபைகளையும், உள்ளூராட்சி அமைப்புகளையும் முழுமையாகவும் முறையாகவும் செயற்பட வைக்கின்ற யோசனைகளைக் காணவில்லை. நாடு முழுவதிலும் உள்ள வளங்களை உற்பத்தி வளர்ச்சிகளை நோக்கி திரட்டுவதற்கும் செயற்பட வைப்பதற்கும் அவை அவசியமாகும். உள்நாட்டில் அவசரகால அடிப்படையில் உணவு உற்பத்திகளின் முன்னேற்றம் மற்றும் ஏற்றுமதி நோக்கிய ஆக்கத்தொழில் உற்பத்திகளின் அதிகரிப்பு – வளர்ச்சி பற்றிய அக்கறை எதனையும் ஆட்சியாளர்களிடம் காணவில்லை. அது பற்றி அழகான வாய் வசனங்களை அரச அதிகாரத்தில் உள்ளோரும் எதிர்க்கட்சியினரும் பாராளுமன்றத்திலும் பத்திரிகை அறிக்கைகளிலும் பேசுகின்ற போதிலும், அதில் நாட்டு மக்களை – அரச ஊழியர்கள் உட்பட நம்பிக்கையுடன் முறையாகவும் முழுமையாகவும் ஈடுபடுத்துவதற்கான எண்ணங்களையோ அதற்கான முறையான திட்டங்களையும் சரியான நடைமுறைகளையும் கடைப்பிடிப்பதற்கான முயற்சிகளையோ இங்கு காண முடியவில்லை.

நாட்டின் பொருளாதார மீட்சி நோக்கி அரச நிர்வாக கட்டமைப்பையும் ஆளணிகளையும் ஓர் அவசரகால நடவடிக்கையாக மறுசீரமைத்து அரசின் அனைத்து வளங்களையும் தேசிய பொருளாதார முன்னேற்றத்துக்கான ஆதார அடித்தளங்களைக் கட்டியெழுப்புவதில் அக்கறை காட்டுவதாக இதுவரை காண முடியவில்லை. இதற்கு மாறாக பாராளுமன்றத்தில் தங்களது பட்டிமன்றங்களை நடத்துவதிலும்; தங்களுக்குள் சண்டயிட்டுக் கொள்வதிலும், சுயநலனை மட்டுமே முன்னிருத்தி தங்களது பாதுகாப்புகள் மற்றும் சலுகைகள் மீது அக்கறை செலுத்துவதிலுமே குறியாக உள்ளனர்.

அரச ஊழியர்கள் மற்றும் அனைத்து தனியார் துறை ஊழியர்களினதும் சம்பளங்களின் உண்மையான பெறுமானம் பொருட்களின் விலையேற்றம் காரணமாக அரைவாசிக்கும் குறைவானதாகப் போய்விட்டது. வேலையின்மைகள் மிக அதிக அளவில் அதிகரித்துள்ளன. அதனால் வேலையிழந்தவர்கள் அனைவரும் வருமானம் இல்லாதவர்களாக ஆக்கப்பட்டுள்ளனர். இதனால் நாட்டு மக்கள் மிக மோசமான சூழலை நோக்கி நகர்த்தப்படுகிறார்கள். இவை தொடர்பாக வெளிநாடுகளிடமிருந்து கடன்களையும் இலவசங்களையும் எதிர்பார்ப்பதற்கு அப்பால் வேறெந்த சுயசார்பு திட்டமும் அரசிடம் இன்னமும் இருப்பதாகத் தெரியவில்லை.

அதிகாரத்தில் இருத்தப்பட்டுள்ள ரணில் அவர்கள் நாட்டு மக்களுக்கு அண்மையில் ஆற்றியுள்ள உரையும் தற்போது அடுத்தடுத்து வரும் இந்த ஆண்டுக்கான அறிக்கைகளும், அண்மைக் காலங்களில் பொருளாதார அறிஞர்கள் எழுதும் கட்டுரைகளும் 2021 ஆம் ஆண்டில் முன் கூட்டியே இந்த நூலில் உள்ளடங்கியுள்ள கட்டுரைத் தொடரில் குறிப்பிட்ட விடயங்களை துல்லியமாக உறுதிப்படுத்துகின்றன என்பதனை இங்கு குறிப்பிடுவது அவசியமாகும். பணத்தை அச்சிடாவிட்டால் அரச ஊழியர்களுக்கு சம்பளம் கொடுக்க முடியாத நிலை ஏற்படும்! இன்னும் ஓரிரு மாதங்களில் நாட்டு மக்கள் உணவு நெருக்கடியை மேலும் அதிகமாக எதிர் நோக்க வேண்டியேற்படும்! பொருட்களின் விலை உயர்ந்தாலும் அரச ஊழியர்களின் சம்பளத்தை உயர்த்த முடியாது! தொடர்ந்து கடன் வாங்குவதே வழியாக இருப்பதால் அடுத்த ஆண்டு மேலும் கடன் பொறியின் நெருக்குதல் அதிகமாக இருக்கும்! இவற்றை சொல்வதற்கா புதியவர்களும், அரசாங்கமும் அமைக்கப்படுகின்றன என்பதே நமக்கு முன்னுள்ள கேள்வியாகும்.

இந்த நூலிலுள்ள கட்டுரைகள் கடந்த ஆண்டு எழுதப்பட்டதனால் ஆங்காங்கே இருந்த நிகழ்கால வாக்கியங்களை இறந்த (கடந்த) கால வாக்கியங்களாக ஆக்குவதே சரியாக இருக்கும் என்று கருதி மாற்றங்கள் செய்யப்பட்டுள்ளன. இருந்தாலும் நான் ஏற்கனவே கூறியவற்றின் உள்ளடக்கத்தில் எந்தவித மாற்றமும் ஏற்பட்டு விடக்கூடாது என்பதிலும் கவனம் செலுத்தியுள்ளேன். இந்தக் கட்டுரைத் தொடர்கள் எழுதப்பட்ட

காலத்துக்கும் தற்போதைய நிலைக்கும் இடையில் உள்ள தொடர்புகளை வாசகர்களுக்கு விளக்குவதற்காக ஆங்காங்கே சில குறிப்புகளையும் எழுதியுள்ளேன்.

• • •

இந்த கட்டுரைத் தொகுதியை ஒரு நூலாகக் கொண்டு வருவதற்கு முழு முயற்சியையும் எடுத்து அதற்காக செம்மையாக உழைத்த அன்புக்குரிய தோழர் பௌசர் அவர்களுக்கும், பதிப்பக குழு உறுப்பினர்களுக்கும் எனது மனமார்ந்த நன்றியைத் தெரிவித்துக் கொள்கிறேன். மேலும் இந்த நூலை வடிவமைத்த அன்பர் ஜீவமணி அவர்களுக்கும், ஓவியர் கனிவுமதி அவர்களுக்கும் இந்நூலை பதிப்பித்த சமூகம் இயல் பதிப்பகத்தாருக்கும், இதனை அச்சிட்டுள்ள மணி ஆப்செட் நிறுவனத்தாருக்கும் எனது அன்பான நன்றியைத் தெரிவித்துக் கொள்கிறேன்.

இந்த நூலுக்கான முன் குறிப்பினைத் தந்துள்ள மதிப்பிற்குரிய மு. நித்தியானந்தன் அவர்கள் யாழ் பல்கலைக்கழகத்தில் எனது பொருளியல் ஆசான். மேலும் இந்த நூலுக்கான முன்னுரையைத் தந்துள்ள நண்பர் பேராசிரியர் சோ. சந்திரசேகரம் தற்போது யாழ் பல்கலைக்கழகத்தின் பொருளியற் துறைத் தலைவராக உள்ளார். இருவருக்கும் எனது மரியாதை கலந்த நன்றியைத் தெரிவித்துக் கொள்கிறேன்.

இறுதியாக அரசியல் பொருளாதாரத்தில் போக்குகள் நீண்ட காலத்திலேயே மாறுவன என்றாலும் திடீர் திடீரென சம்பவங்கள் மிகக் குறுங்காலத்திலேயே மாறுவன. எனவே அந்த மாற்றங்கள் எவ்வாறாக நாட்டின் அரசியல் பொருளாதாரம் பயணிக்கும் பாதையில் நடைமுறை ரீதியாக மாற்றங்களை — தாக்கங்களை விளைவிக்கின்றன — விளைவிக்கும் என்பதை புரிந்து கொள்வதுவும் அவசியமாகும். அது பற்றி தொடர்ந்து வாசகர்களோடு உரையாடுவதே எனது விருப்பமாகும். அதற்கான கதவுகளும் திறக்கும் என நம்புவோமாக.

நன்றி

வைகாசி 2022. **அ. வரதராஜா பெருமாள்**

இந்த நூலில் தொகுக்கப்பட்டுள்ள கட்டுரைகள் 2021 ஆம் ஆண்டு ஆடி மாதத்துக்கும் மார்கழி மாதத்திற்கும் இடைப்பட்ட காலத்தில் 23 பகுதிகளாக “அரங்கம்”, “சூத்திரம்” இணையத் தளங்களில் தொடராக வெளிவந்தவை. நூலாக்கத்தின் போது இத்தொடர் கட்டுரைகள் திருத்தம், விரிவாக்கம், மற்றும் மீள்வாசிப்புக்குற்பட்டு தொகுக்கப்பட்டுள்ளன.

குறிப்பு 01

இக்கட்டுரைகளின் பகுதிகளில் தரப்பட்டுள்ள பொருட்களின் விலைகள் மற்றும் வருமானங்கள் என்பனவற்றின் டொலர் பெறுமதிகள் 2021 ஆம் ஆண்டு மற்றும் அதற்கு முந்தைய ஆண்டுகளில் நிலவிய விகிதாசாரங்களின் அடிப்படையிலேயே தரப்பட்டுள்ளன. இலங்கையில் இந்த (2022 ஆம்) ஆண்டு அசாதாரணமான வகையில் ஏற்பட்டுள்ள மிகப் பெரும் நெருக்கடியில் டொலரின் பெறுமதி கடந்த ஆண்டோடு ஒப்பிடுகையில் பல மடங்காகி விட்டது. எனவே அந்நியச் செலாவணியின் அடிப்படையிலும் சரி உள்நாட்டுச் சந்தைகளில் பொருட்களுக்கு ஏற்பட்டுள்ள விலை அதிகரிப்புகளின் அடிப்படையிலும் சரி இலங்கையிலுள்ள அனைவரினதும் கூலி மற்றும் சம்பளத்தின் உண்மையான பெறுமதி அரைவாசிக்கும் குறைந்து விட்டது. அதேவேளை இலங்கை ஏற்றுமதி செய்யும் பண்டங்களுக்கு கிடைக்கின்ற விலைகள் அந்நியச் செலாவணி விகிதத்தில் மிகக் குறைந்ததாக ஆகிவிடும். இவற்றை வாசகர்கள் கவனத்திற் கொள்ளவும்.

குறிப்பு 02

இக்கட்டுரைத் தொடரின் பல இடங்களில் நிறைய புள்ளி விபரங்களும் ஆங்காங்கே கணக்குகளும் இடம் பெறுகின்றமையானது பெரும்பாலும் பொருளியல் கல்வியை முறையாக பெற்றுக் கொள்ளாத மற்றும் பொருளியற் கட்டுரைகளோடு தொடர்ச்சியான பயிற்சியற்ற வாசகர்களுக்கு அவ்வாறான புள்ளிவிபரங்களையும் கணக்குகளையும் புரிந்து கொள்வது சிரமமாக இருக்கும் என சில நண்பர்கள் கருத்துத் தெரிவித்துள்ளனர்.

இத் தொடரின் சாராம்சங்களைப் பொறுத்த வரையில் எண்களும் கணக்குகளும் தவிர்க்க முடியாதவை. முடிந்த அளவுக்கு அவற்றைக் குறைத்துக் கொள்ள முயன்றுள்ளேன். அதேவேளை, ஒரு கருத்தைச் சொல்லுகிறபோது — அதிலும் நடைமுறையில் பரவலாக நிலவும் கருத்துக்கு மாற்றான ஒன்றைச் சொல்லுகிற போது அது என்ன அடிப்படையில் எவ்வகையான ஆதாரங்களின் வழியாக கூறப்படுகிறது என்பதை ஓரளவுக்கு திட்டவட்டமாக முன்வைப்பது அவசியமாகின்றது. இல்லையென்றால் இத் தொடர் ஒரு கதைத் தொடராக ஆகிவிடும் என்பதையும் வாசகர்கள் புரிந்து கொள்ள வேண்டும்.

குறிப்பு 03

“தலாநபர் வருமானம்” (Per Capital Income) மற்றும் “சராசரி தனிநபர் வருமானம்” (Average Individual Income) ஆகிய இரண்டு சொற்தொடர்களையும் ஒரே அர்த்தமுடையதாக புரிந்து கொள்ளும் நிலைமையை பொதுவாக பலரிடையே காண முடிகின்றது. அதனால் அவை ஒவ்வொன்றும் எதனைக் குறிக்கின்றன என்பது பற்றி இங்கு சுருக்கமாக விளக்குவது பொருத்தமானதாகும். குறிப்பிட்ட இரண்டு சொற் தொடர்களுக்கு இடையேயும் ஓர் அடிப்படையான வேறுபாடு உள்ளது.

அதாவது தலாநபர் வருமானம் என்பது ஒரு குறிப்பிட்ட நாட்டில் அல்லது ஒரு குறிப்பிட்ட பிரதேசத்தின் மொத்த வருடாந்த வருமானத்தை அதாவது அந்த நாட்டில் அல்லது அந்த குறிப்பிட்ட பிரதேசத்திலுள்ள மொத்த உழைப்பாளர்களால் ஆக்கப்பட்ட பெறுமதிக் கூட்டின் (Value Added) மொத்த பெறுமானத்தை அதன் சனத்தொகையால் வகுத்து வருவது தலாநபர் வருமானமாகும்.

சராசரி தனிநபர் வருமானம் என்பது ஒரு நாட்டின் அல்லது ஒரு பிரதேசத்தின் அல்லது ஒரு தொழிற் துறையின் வருடாந்த மொத்த வருமானத்தை அந்த நாட்டின் அல்லது அந்த பிரதேசத்தின் அல்லது அந்த தொழிற் துறையின் மொத்த உழைப்பாளர்களின் தொகையால் வகுத்து வருவது அந்த நாட்டின், அந்த பிரதேசத்தின் அல்லது அந்த தொழிற் துறையின் சராசரி தனிநபர் வருமானம் எனலாம்.

உதாரணமாக, இலங்கையின் ஆடைத் தொழிற்துறையின் இந்த வருட பெறுமதிக் கூட்டு பெறுமானம், அதாவது, இத் தொழிற் துறையிலுள்ள அனைத்து உழைப்பாளர்களினாலும் உருவாக்கப்பட்ட மொத்த வருமானம் 30,000 கோடி (30,00,000 லட்சம்) ரூபாக்கள். இத்தொழிற் துறையில் மொத்த உழைப்பாளர்கள் மொத்தத்தில் 5,00,000 (ஐந்து லட்சம்) பேர்

எனில் இந்த துறையிலுள்ள ஒரு உழைப்பாளி சராசரியாக உருவாக்கிய வருமானம் 6 லட்சம் ரூபாக்களாகும்.

இதனது அர்த்தம் ஆடைத் தொழிற் துறையிலுள்ள 5 லட்சம் உழைப்பாளர்களுக்கும் குறிப்பிட்ட 30,000 கோடி ரூபாவும் சம்பளமாகவோ அல்லது கூலியாகவோ, பிரித்து வழங்கப்பட்டதாக கொள்ளக் கூடாது. குறிப்பிட்ட 30,000 கோடி ரூபாயில் அந்த நிறுவனங்கள் பெற்ற கடன்களுக்கு செலுத்தி வட்டிகளும், அந்த நிறுவனங்கள் பல்வேறு அடிப்படைகளிலும் வழங்கிய வாடகைகள், அந்த நிறுவனங்கள் அரசாங்கத்துக்கு செலுத்திய வரிகள், அந்த நிறுவனங்களின் நிகர லாபங்கள் ஆகியனவும் அடங்கும் என்பதையும் தெரிந்து கொள்வது அவசியமாகும்.

தலாநபர் வருமானம் பொதுவாக தேசிய அளவில், மாகாண அளவில், மாவட்ட அளவில் கணக்கிடப்படுவது. கிராம அளவிலும் கூட அந்தக் கணிப்பை மேற்கொள்ளலாம். அதேபோல் சராசரி தனிநபர் வருமானத்தையும் தேசிய அளவில், மாகாண அளவில், மாவட்ட அளவில், தேவையேற்படின் கிராம அளவிலும் கணிக்கலாம். அத்தோடு அதனை வெவ்வேறு தொழிற் துறைகளின் அடிப்படையிலும் மேற் கொள்ளலாம். வெவ்வேறு தொழிற்சாலைகளின் அடிப்படைகளிலும் கூட கணிப்பிடலாம். வேண்டுமெனின், வெவ்வேறு தொழில் நிறுவனங்களிலுள்ள தொழிலாளர்களின் வேலைத்தள தரநிலைகளின் அடிப்படையிலும் கணிப்பிடலாம் – ஒப்பிடலாம்.

எனவே மேற்குறிப்பிட்ட வருமானக் கணிப்புகளை எந்தெந்த பரிமாணங்களில் கணிப்பிடலாம் என்பதிலும் வேறுபாடுகள் உள்ளமையை தெளிவாகப் புரிந்து கொள்வது அவசியமாகும்.

நன்றி

கோட்டுச் சித்திரங்கள்

- செல்வன்
- Awantha Artigala
- Sujith Bandara
- Jeffrey
- Gihan De chickera
- RC Pradeep
- Anjana Indrajith
- Namal Amarasinghe
- வீரகேசரி
- Daily Mirror
- MW space

1

திக்குத் திசை அறியாது திணறி நிற்கும் சுதந்திர இலங்கையின் பொருளாதாரம்

பிரித்தானிய காலனி ஆதிக்கத்திடமிருந்து சுதந்திரமடைந்த இலங்கை இதுவரை பதினொரு செல்வாக்கு மிக்க ஆட்சித் தலைவர்களைக் கண்டிருக்கின்றது. இரண்டு சேனநாயக்காக்கள், மூன்று பண்டாரநாயக்காக்கள், ஜெயவர்த்தனா, பிரேமதாசா, இரண்டு ராஜபக்சாக்கள், மைத்திரி மற்றும் ரணில் ஆகியோர். இவர்கள் ஆட்சிபீடமேறிய ஒவ்வொரு வேளையும் பொருளாதாரத்தில் ஆச்சரியங்கள் நிகழப் போகிறது என்றே மக்கள் நம்பினர். ஜே.ஆர். ஜெயவர்த்தனா இலங்கையின் பொருளாதார ஓட்டத்தின் திசையைத் திருப்பினார் என்பது உண்மையே. அவருக்குப் பின் ஆட்சிபீடம் ஏறியவர்கள் ஜே.ஆர் மேற்கொண்ட பொருளாதாரக் கொள்கையை அடுத்தடுத்து விமர்சித்த போதிலும் அவர் வகுத்து விட்ட பொருளாதாரப் பாதையிலிருந்து விலகாமலே செயற்பட்டார்கள்.

இருந்த ஆட்சியை மாற்றி புதிதாக அதிகாரக் கதிரைகளில் அமர்ந்த ஒவ்வொருவரும் இலங்கையின் பொருளாதார வளர்ச்சிக்கான தத்தமது திட்டங்களை அறிவிக்கின்ற பொழுது நாட்டிலுள்ள மிகப் பெரும்பான்மையான மக்களின் நலன்கள் சார்ந்த வகையாகவே அவை மேற்கொள்ளப்படும் என்றனர். ஆனால், இலங்கையின் பொருளாதாரத்தில் இந்த ஆட்சியாளர்கள் எவரும் தாம் கூறிய வகையாக குறிப்பிடத்தக்க மாற்றங்களை — முன்னேற்றங்களை ஏற்படுத்தவில்லை என்பதை இங்கு சுட்டிக்காட்டுவது பொருத்தமானதாகும்.

ஆட்சிபீடத்தில் அமர்ந்துள்ள ராஜபக்ஷாக்கள்

- ஆட்சிக்கு வருவதற்கான தேர்தலின் போதும் ஆட்சிக் கட்டிலில் அமர்ந்தவுடனும் தங்களது ஆட்சியின் போது நாட்டில் வறுமை ஒழிக்கப்படும்,

- வேலையின்மை என்பது இல்லாமற் போகும்,

- பொருளாதாரம் அனைத்துத் துறைகளிலும் அதிசயிக்கத் தக்க வளர்ச்சிகளை அடையும் என்றெல்லாம் கூறினார்கள்.

- ஆட்சிக்கு வந்து ஓரிரு மாதங்களில் முந்தைய ஆட்சியாளர்களால்தான் நாடு குட்டிச் சுவராகப் போய்விட்டது என்றார்கள்.

- ஆட்சிக் கட்டிலேறி சரியாக நாலாவது மாதம் கொரோனா கிருமிகள் நாட்டுக்குள் புகுந்து விட்டன. அதைத் தொடர்ந்து வீழ்ந்து கிடந்த பொருளாதார நிலையை மீளச் சரிப்படுத்துவதற்கான தமது முயற்சிகளையெல்லாம் கொரோனா தடை செய்துவிட்டது என அதன் மீது பழியைப் போட்டார்கள்.

- நாட்டின் பொருளாதாரம் தொடர்ந்தும் வீழ்ச்சி நிலைக்குச் சென்று கொண்டிருப்பதை தடுத்து நிறுத்துவதற்காக என்னவெல்லாம் செய்தாலும் அவை ஒவ்வொன்றும் பிழைக்கிறதே என தடுமாறிக் கொண்டிருக்கிறார்கள்.

கோளாறு கொரோனாவால் ஆனதல்ல

சுதந்திரம் பெற்ற நாள் தொட்டு மாறி மாறி ஆட்சிக்கட்டிலேறிய ஒவ்வொரு தரப்பினரும் நாட்டின் அரசியற் பொருளாதார அடித்தளங்களை கட்டியெழுப்புவதில் கடைப்பிடித்து வந்துள்ள கோளாறான கொள்கைகளும் குழறுபடியான நடைமுறைகளுமே இலங்கையின் பொருளாதாரத்தின் கூறுகள் இன்றைய அளவுக்கு மோசமான கட்டத்தை அடைந்திருப்பதற்குக் காரணங்களாகும். ஆட்சியாளர்கள் கோளாறான கொள்கைகளையும் ஒன்றுக்கொன்று இசைவற்ற வகையிலான நடைமுறைகளையும் கடைப்பிடித்தால் நாட்டின் அரசியற் பொருளாதாரம் எதிர்பாரா நெருக்கடிகளையும்

இலகுவில் தீர்க்க முடியா சிக்கல்களையும் கொண்டதாகவே அமையும் என்பதை எளிதாக புரிந்து கொள்ள முடியும்.

நாட்டின் அனைத்து பாகங்களுக்கும், அனைத்து இன மக்களுக்கும், மக்களிடையே உள்ள அனைத்து சமூக பொருளாதார பிரிவினருக்கும் உரிய அரசியல் பொருளாதாரக் கொள்கைகளை இதுவரை இலங்கையை ஆண்ட எந்த ஆட்சியாளராவது கடைப்பிடித்திருக்கிறார்களா என்று கேள்வி கேட்டால் — இந்த நாட்டின் நியாயமான பிரஜைகள் அனைவருமே இல்லையென்றுதான் பதில் சொல்லுவார்கள்.

இலங்கைக்கான அரசியற் சுதந்திரத்தை காலனித்துவ பிரித்தானிய ஆட்சியாளர்கள் இலங்கையின் சமூக பொருளாதார கட்டமைப்பின் மேற்தட்டிலிருந்த குழாத்தினரிடமே ஒப்படைத்தார்கள். பிரித்தானிய காலனித்துவ ஆட்சிப் பிடியிலிருந்து நாட்டை விடுவிக்கப் போராடியவர்களின் கைகளுக்கு இலங்கையின் ஆட்சியதிகாரம் சென்று விடக் கூடாது என்பதில் பிரித்தானிய காலனித்துவ ஆட்சியாளர்கள் மிக முன்னெச்சரிக்கையுடனேயே செயற்பட்டனர்.

ஆட்சி அதிகாரத்தைப் பெற்றுக் கொண்டவர்கள் சுதந்திர இலங்கையின் பொருளாதாரத்தை ஒரு சுயசார்பு பொருளாதாரமாக கட்டியெழுப்பும் சிந்தனையைக் கொண்டிருக்கவில்லை. மாறாக, மேற்கத்தைய முதலாளித்துவ ஆட்சியாளர்களினதும் அவர்களது பொருளாதார நிறுவனங்களினதும் தயவில் காலனித்துவ ஆட்சிக் காலத்தில் தாங்கள் அனுபவித்த அரசியல் பொருளாதார சுகங்களை தொடர்வதிலேயே குறியாக இருந்தார்கள். அதற்குரிய வகையில் தமது அதிகார வாய்ப்பு வளங்களை குவிப்பதிலேயே அக்கறையாக செயற்பட்டார்கள்.

இலங்கையின் பிரதானமான அரசியற் கட்சிகள் அனைத்தும் நாட்டு மக்களிடையே சந்தேகங்களையும், பிளவுகளையும் வெறுப்புகளையும், விரோதங்களையும் விரக்திகளையும் வளர்த்து விட்டுள்ளன. அதன் மூலம் நாடாளுமன்றக் கதிரைகளை சுலபமாக கைப்பற்றலாம் — இலகுவாக ஆட்சியைப் பிடிக்கலாம் — பிடித்த ஆட்சியைத் தக்க வைக்கலாம் — மீண்டும் தேர்தலில் வெல்லலாம் — ஆட்சியைத் தொடரலாம் என்பதே இங்கு

செல்வாக்கு மிக்க அனைத்து அரசியல்வாதிகளினதும் சூத்திரமாக உள்ளது.

கடைப்பிடிக்கப்பட்ட கோளாறான பொருளாதாரக் கொள்கைகளோடு, குறிப்பிட்டவாறான தேர்தல் அரசியற் தந்திரங்களுமே நாட்டின் பொருளாதார நிலையை மேலும் மேலும் மிக மோசமான கட்டத்துக்கு கொண்டு வந்து நிறுத்தியிருக்கின்றன.

பொதுவாக அரச அதிகாரத்தில் ஏற்படும் குழப்பங்கள், அரச நிர்வாகத்தில் இடம்பெறும் ஊழல் மோசடிகள், அரசியற் கட்சிகள் மற்றும் தேர்தல்கள் போன்ற விவகாரங்களே இலங்கையின் அரசியற் பொருளாதாரம் பற்றிய விவாதங்களிலும், கலந்துரையாடல்களிலும் சூடான சுவாரசியமான விடயங்களாக உள்ளன. இலங்கையின் பொருளாதார விவகாரங்களினுடைய அடிப்படையான அம்சங்கள் அவ்வாறான முக்கியத்துவத்தைப் பெறுவதில்லை.

அரசியல் விவாதங்களிலும் கலந்துரையாடல்களிலும் இலங்கையின் பொருளாதார விவகாரங்கள் தொடர்பான குறிப்புகள் ஆங்காங்கே அவ்வப்போது உள்ளடக்கப்பட்டிருந்தாலும் அவை விரிவாகவோ அல்லது ஆழமாகவோ நோக்கப்படுவதுமில்லை — ஆய்வு செய்யப்படுவதுமில்லை.

ஆட்சிக் கதிரைக்கு ஆட்களை மாற்றி விட்டால் மக்களின் வாழ்நிலையின் காட்சிகள் மாறுமா?

அரசின் ஆட்சி மாற்றம் பற்றி அவரவர் தீர்க்க தரிசனங்களை உரத்த குரலில் உறுதிபடக் கூறுபவர்கள், தாம் எதிர்வு கூறுகின்ற அல்லது விரும்புகின்ற ஆட்சிமாற்றத்தினால் நாட்டின் பொருளாதாரத்தில் எவ்வகையான முன்னேற்றங்கள் ஏற்படும் என்பது பற்றி திட்டவட்டமாக எதனையும் கூற முடியாதவர்களாகவே உள்ளனர். இப்போது ஆட்சி அதிகாரத்தில் உள்ள ஆட்சியாளர்களை மாற்றி, மற்ற ஆளும் வர்க்கக் குழுவினரை அதிகாரத்தில் அமர்த்தி விட்டால் பொருளாதார விடயங்களில் முன்னேற்றங்கள் தானாக நடைபெறும் என சிந்திப்பது எந்த வகையிலும் சரியானதாகாது.

அடுத்த தேர்தலில் ஆட்சிக் கட்டிலேறி விட வேண்டுமென துடிப்பவர்கள் முன்னரும் ஆட்சி அதிகாரத்தில் இருந்தவர்கள்தான். மூன்றாவதான ஒரு குழுவினர் ஆட்சிக்கு வந்து விட்டால் பொருளாதார முன்னேற்றம் ஏற்பட்டுவிடுமா எனக் கேள்வி எழுப்பி அறிவுபூர்வமாக பதிலைத் தேடினால் அப்போதும் நம்பத்தகுந்த காட்சிகள் எதுவும் கண்ணுக்குத் தென்படவில்லை. நாட்டின் ஒட்டு மொத்த பொருளாதார அம்சங்களும், நாட்டு மக்களின் அனைத்துப் பிரிவினரும் முன்னேற்றங்களை அடையும் – அநுபவிக்கும் நிலைமைகளை ஆக்குவதென்பது அவ்வளவு சுலபமாக ஒற்றைப்பாதைப் பயணத்தினால் சாதித்து விடக் கூடியதல்ல என்பது தெளிவான ஒன்றாகும்.

உள்நாட்டில் அரசுக்கும் புலிகளுக்கும் இடையில் யுத்தம் நடைபெற்றுக் கொண்டிருந்த போது "யுத்தத்தின் காரணமாகத்தான் நாட்டினுடைய பொருளாதாரம் முன்னேற முடியாமல் இருக்கிறது. யுத்தம் முடிவடைந்தால் நாடு பொருளாதார செழிப்பை நோக்கி பாய்ச்சலில் செல்லும் என்றார்கள்". யுத்தம் முடிந்தும் 12 ஆண்டுகள் ஆகியும் அவ்வாறு நடைபெறவில்லை. இப்போது கொரோனாவைக் காரணம் காட்டுகிறார்கள்.

இங்கு அரச அதிகாரத்தில் உள்ளவர்களிடையே நிலவும் குழப்பங்கள் ஒருபுறமிருக்க, அரச நிர்வாகத்தில் எங்கு பார்த்தாலும் ஊழல்கள் மற்றும் மோசடிகள் நிறைந்துள்ளன – இலங்கையின் எட்டுத் திசைகளிலும் இயற்கை வளங்கள் சூறையாடப்படுகின்றன – கட்டுப்படுத்த முடியா வகையில் விலைவாசியேற்றம், வேலைவாய்ப்பில்லை என இலட்சக்கணக்கான இளையோர்கள், யுவதிகள் – எட்டு மணி நேரம் வேலை செய்தாலும் வறுமைக் கோட்டைத் தாண்ட முடியவில்லையே என நாட்டில் அரைவாசிக்கு மேற்பட்ட குடிமக்கள்.

நாட்டில் அத்தியாவசிய பண்டங்களுக்குத் தட்டுப்பாடு, அதனால் கள்ளச் சந்தைகளின் பெருக்கம் – கையிருப்பில் உள்ள அந்நியச் செலாவணி மிக மோசமான அளவுக்கு குறைந்திருக்கின்றமை, வெளிநாடுகளுக்கு திருப்பிச் செலுத்த வேண்டிய வட்டியும் கடனும் வளர் நெருப்பு போல் தொடர்ந்து உயர்கின்றமை என

இன்னும் பல. இவ்வாறாக நாட்டின் பொருளாதார நிலைமை அலங்கோலமாகவும் நெருக்கடிகள் நிறைந்ததாகவும் உள்ளன.

கொரோனாக் கிருமிகளின் பரவலால்தான் நாட்டின் பொருளாதாரம் மோசமடைந்துள்ளது என பேசிக் கொள்பவர்களும் நம்புபவர்களும் இருக்கத்தான் செய்கிறார்கள் நாட்டின் பொருளாதாரம் தற்போது கொண்டிருக்கும் நெருக்கடிகளும் சிக்கல்களும் கொரோனாக் கிருமிகளின் பரவலுக்குப் பின்னர்தான் ஏற்பட்டவையல்ல. கொரோனாவின் தாக்கம் நாட்டின் பொருளாதாரத்தில் பரவிக் கிடந்த அவலங்களையும் நெருக்கடிகளையும் குறிப்பிட்ட அளவு உக்கிரப்படுத்தியுள்ளமை வெளிப்படையான ஒன்றே. கொரோனா கிருமிகளை கட்டுப்பாட்டுக்குள் கொண்டு வந்து விட்டால் இந்த நாட்டின் பொருளாதாரத்தைச் சீரழித்துக் கொண்டிருக்கும் நெருக்கடிகளும் சிக்கல்களும் தானாக முடிவுக்கு வந்து நாட்டின் பொருளாதாரம் சீராகி விடும் என இப்போது பிரச்சாரம் செய்யவும் முடியாது, ஏனெனில் கொரோனாத் தாக்கம் பெருமளவில் குறைந்து விட்டுள்ளது.

அரசாங்கம் அவ்வாறாக பிரச்சாரம் செய்யலாம், ஆனால் அதனை அதிகாரத்தில் உள்ளவர்கள் தங்கள் மனச்சாட்சிப்படி நம்புபவர்களாக இருக்கமாட்டார்கள். அவற்றையெல்லாம் ஆட்சியாளர்களின் அரசியற் தந்திரோபாயங்களின் முகாமைத்துவ யுக்திகளாகவே கருதிக் கொள்ள வேண்டும்.

எதிர்காலம் பற்றிய நம்பிக்கையை
கொள்ளவும் முடியவில்லை - கொடுக்கவும் முடியவில்லை.

இலங்கைப் பொருளாதாரத்தின் எதிர்காலம் பற்றிய நம்பிக்கையான வார்த்தைகளைத் தெரிவிக்கின்ற எவரையும் அரசியற் கட்சி சாரா அறிஞர்களிடையே காண முடியவில்லை. மாறாக அவர்கள் பெரும்பாலும் தமது கவலை தோய்ந்த மனங்களையே — விரக்திகளையே வெளிப்படுத்துகிறார்கள். அரசாங்கத் தரப்பினர் தமது ஆட்சிக் காலத்திலான பொருளாதார சாதனைகள் பற்றி அடுக்கினாலும் அவர்களின் வார்த்தைகளில் பதட்டங்களும் குழப்பங்களுமே தெரிகின்றன. அத்துடன் தமது பொருளாதாரக் கொள்கைகள் மற்றும் நடைமுறைகளின் பலவீனங்களையும் தோல்விகளையும் மறைக்க தமக்கு வசதியாக

ஒரு பக்கமான தரவுகளைக் காட்டுகிறார்கள் அல்லது தப்பான தகவல்களை வெளியிடுகிறார்கள்.

தேசங்களின் பொருளாதார அம்சங்கள் தொடர்பான அடிப்படை அறிவு கொண்டவர்கள் மற்றும் இலங்கைப் பொருளாதாரத்தின் கடந்தகால வரலாற்று ஓட்டத்தை அறிந்தவர்களிற் பெரும்பான்மையினர், இலங்கையில் தற்போது நிலவும் பொருளாதார விவகாரங்கள் தொடர்பாக பகிரங்கத்தில் தமது ஆத்திரங்களையும் விரக்திகளையுமே காட்டுகின்றனர். அத்துடன் அரசாங்கங்கள் மாறினாலும் இலங்கையின் பொருளாதார நிர்வாகத்தில் முன்னேற்றங்களை ஏற்படுத்தக் கூடிய மாற்றங்கள் எதுவும் நடைபெறுவதில்லை என கண்டன பூர்வமான விமர்சனங்களை வெளிப்படுத்துவதோடு நிறுத்திக் கொள்கின்றனர்.

அரசாங்கத்தில் உள்ள மற்றும் அதற்கு சார்பாக உள்ள அறிவார்ந்தோர் அரசின் பொருளாதாரக் கொள்கைகள் மற்றும் திட்ட நடைமுறைகள் மீது தவிர்க்க முடியாது கண்மூடித்தனமான நம்பிக்கைகளை வெளிப்படுத்த முனைகிறார்களே தவிர, அவர்களால் இலங்கைப் பொருளாதாரம் தொடர்பாக வெளிப்படுத்தப்படும் விமர்சன ரீதியான கருத்துக்களையும் கேள்விகளையும் திட்டவட்டமாக மறுக்கவோ அல்லது மாற்றான பதில்களை உறுதிபட தெரிவிக்கவோ முடியாதுள்ளது.

முன்னர் ஆட்சியில் இருந்த கட்சியினர் – அணியினர் இப்போதுள்ள பொருளாதார நெருக்கடிகள் பற்றி முறையற்ற ஒப்பீடுகளை மேற்கொண்டு தமது கால ஆட்சியில் நிலவிய பொருளாதார நிலைமைகள் பற்றி பெருமையடிக்கிறார்கள். இப்போதுள்ள ஆட்சியாளர்களால்தான் நாட்டின் பொருளாதாரம் மோசமாகியுள்ளதாக அறிக்கை விடுகிறார்கள் – விபரிக்கிறார்கள். இப்போதுள்ள ஆட்சியாளர்களோ கடந்த காலத்தில் ஆட்சியில் இருந்தவர்களினால் மேற்கொள்ளப்பட்ட தப்பான பொருளாதார முகாமைத்துவத்தின் காரணமாக விளைந்த பாதகங்களின் சுமைகளையே தாங்கள் இப்போது சுமப்பதாகக் கூறி தப்பிக் கொள்ளப்பார்க்கிறார்கள்.

இவ்வாறாக ஒவ்வொருவரும் தாங்கள் சார்ந்த கட்சியின் – அணியின் ஆட்சி அமைந்தால் நாட்டின் பொருளாதாரம்

அபிவிருத்தி அடையும் – முன்னேற்றங்கள் நிகழும் என பிரகடனம் செய்கிறார்கள். ஆனால், அவர்கள் அவ்வாறான முன்னேற்றங்களை உண்மையில் சாத்தியமாக்கக் கூடிய மூல உபாயங்களையோ செயற்திட்டங்களையோ மக்கள் அறியும் வகையில் வெளியிடுபவர்களாக இல்லை. ஒவ்வொரு தடவையும் "முன்னைய ஆட்சியினர் பரவாயில்லை" என்று நினைக்கும் வழக்கத்தையே பொது மக்கள் தொடர வேண்டியவர்களாக உள்ளனர்.

அடிப்படையில் இலங்கை கொண்டுள்ள பொருளாதாரக் கட்டமைப்பு, மாறிமாறி வரும் அரசாங்கங்கள் கடைப்பிடிக்கும் பொருளாதார கொள்கைகள் மற்றும் அணுகுமுறைகள், நாட்டின் பொருளாதாரத்தை நிர்வகிக்கும் அரச நிறுவனங்கள் ஆகியன தொடர்பாக பாரபட்சமற்ற ரீதியில், பகுத்தறிவு பூர்வமான முறையில் நோக்குகையில் எவராலும் இலங்கையின் பொருளாதாரம் தொடர்பாக திருப்திப்படவோ, பாராட்டவோ அல்லது எதிர்காலம் நிச்சயமாக முன்னேற்றகரமாக அமையும் என நம்பிக்கைகளை வெளிப்படுத்தவோ முடியாதுள்ளது என்பதே உண்மையாகும்.

⊙

விலையேற்றம்
பணவீக்கம்
எரிபொருள்
மின்வெட்டு
காஸ்
31.05.2022

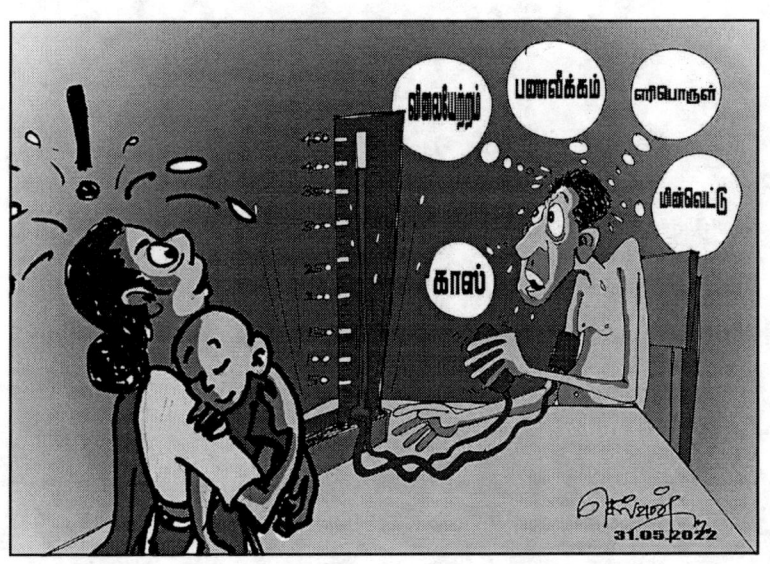

2

மக்களின் வாழ்வுரிமைகள் உறுதிபட சுயசார்பு நிலையை அடைய வேண்டும்

"இலங்கையானது ஒரு பலமான பொருளாதாரம் கொண்ட நாடாக இருப்பதற்குப் போதிய அளவுக்கு வயல் வளங்கள், வன வளங்கள், பல்வகை மண் வளங்கள் என நில வளங்களையும்; அத்துடன், கடல் வளங்கள், நதிகள், ஏரிகள், குளங்கள் என பல்வகை நீர் வளங்களையும் கொண்டது. மேலும், நாட்டின் மத்தியிலே பரந்த பசுமையான மலைகள் அவற்றிலிருந்து எட்டுத் திசைகளிலும் நீரோட்ட நரம்புகளாய் நதிகள் பாய்கின்றன. உலகின் பெருந்தொகையான நாடுகளுடன் ஒப்பிடுகையில் பல்வேறு வகை விவசாய உற்பத்திகளையும் ஆண்டு முழுவதுவும் மேற்கொள்வதற்கு உரிய வகையில் இலங்கை மிகச் சாதகமான காலநிலைமைகளையும் கொண்ட நாடு.

இலங்கையின் கல்வி நிறுவன கட்டமைப்புகள் நாட்டின் பொருளாதார வளர்ச்சிக்கும் மக்களினுடைய வாழ்வு நிலையின் உயர்ச்சிக்கும் வேண்டிய அனைத்து அறிவையும் இலவசமாக போதிப்பதற்கு உரிய வகையில் பரவிக் கிடக்கின்றன. அதேபோல மக்களுக்கு அடிப்படையான சுகாதார மற்றும் மருத்துவ சேவைகளை இலவசமாக வழங்கும் நிறுவனங்களும் பரவலாக உள்ளன. ஏனைய தென்னாசிய நாடுகளோடு ஒப்பிடுகையில் நகரங்களை மட்டுமல்ல மிகப் பெரும்பாலான கிராமங்களை இங்கு வீதிகளும் போக்குவரத்துக்களும் நன்கு இணைத்துள்ளன.

இவ்வாறெல்லாம் இருந்த போதிலும், ஒரு நாட்டுக்கு அவசியமான அடிப்படையான பொருளாதாரத்துறைகளாகிய விவசாயத் துறையிலும் உருவாக்க உற்பத்தித் தொழில் துறையிலும் (Manufacturing Industries) மிகவும் பின்தங்கிய நாடாகவே இலங்கை உள்ளது. அரிசி உற்பத்தியில் இலங்கை தன்னிறைவை அடைந்து விட்டது என்று சொல்லப்படுவதை வைத்துக்கொண்டு இலங்கை உணவு உற்பத்தியில் தன்னிறைவு அடைந்து விட்டதென அர்த்தம் கொள்ளக் கூடாது. இலங்கையின் பிரதானமான அனைத்து உணவுப் பொருட்களின் தேசிய மொத்த உற்பத்தி அளவுகளைப் பார்க்கையில் இலங்கை அவற்றில் தன்னிறைவு நிலைக்கு அண்மையாகக் கூட இல்லை. இலங்கை சுதந்திரமடைந்து 73 ஆண்டுகளைக் கடந்துள்ள போதிலும் இன்னமும் நாட்டு மக்களின் அடிப்படைத் தேவையான உணவுப் பண்டங்களை பெருந்தொகையில் இறக்குமதி செய்கின்ற நிலையிலேயே உள்ளது.

செழிப்பான விவசாயத்துக்கான வளமெல்லாம் இருந்தும் ஏன் கையை இந்தத் தேசம் ஏந்துகிறது வெளிநாடுகளிடம்!

3 மில்லியன் மெற்றிக் டன் அரிசியை இலங்கை உற்பத்தி செய்கின்ற அதேவேளை சுமார் 1½ மில்லியன் மெற்றிக் டன் கோதுமையை இறக்குமதி செய்தே வெள்ளை மாவைப் பெற்றுக் கொள்கிறது. பொது மக்களின் காலை மற்றும் இரவு உணவில் இந்த வெள்ளை மாவு கணிசமான பங்கை வகிக்கிறது. பாலுணவுப் பொருட்களில் அரைவாசியை இறக்குமதி செய்தே சமாளிக்கிறது. பருப்பு மற்றும் கடலை வகைகளின் தேவைகளுக்கு முக்கால்வாசிக்கு மேல் இறக்குமதி செய்வதாகவே உள்ளது. சீனி, சாப்பாட்டு எண்ணெய் வகைகள், வெங்காயம், உருளைக்கிழங்கு என உணவுத் தயாரிப்புக்கான பிரதானமான பொருட்களும் துணைப் பொருட்களும் மிகப் பெருமளவில் இறக்குமதி செய்யப்படுகின்றன. குறிப்பாகக் கூறினால் 2019 ஆண்டுக்கான கணக்கில் 30,000 கோடி ரூபாக்களுக்கு மேல் இலங்கை உணவுப் பண்டங்களின் இறக்குமதிக்காகச் செலவழித்தது. இலங்கை ஒரு விவசாய நாடாக இருந்தும் — செழிப்பான விவசாயத்துக்கான எல்லா வளங்களையும் கொண்டிருந்தும் உணவுப் பண்டங்களுக்கான தேவைகளை

பெரும் தொகையில் இறக்குமதி செய்வதன் மூலமே ஓரளவுக்கு மேற்கொள்ள வேண்டியுள்ளது.

அரிசி, தீட்டிய (கோதுமை) வெள்ளை மாவு, தேங்காய், சிறியவகை மீன்கள், மைசூர் பருப்பு, மரவள்ளிக் கிழங்கு, மலிவாகக் கிடைக்கும் கீரை வகைகள் ஆகிய குறிப்பட்ட சில வகை உணவுப்பண்டங்களிலேயே இந்த நாட்டில் உள்ள பெரும்பான்மையான மக்கள் தமக்கான சக்திக்கும் சத்துக்களுக்கும் தங்கியுள்ளனர். இந்த வகை உணவுப் பண்டங்களே பெரும்பான்மையான மக்களால் தமது வருமானத்துக்குள் வாங்கக் கூடிய வகையில் மலிவான விலையில் கிடைக்கின்றன. தேவையான அளவு மரக்கறிகளையோ, சத்து நிறைந்த பருப்பு மற்றும் கடலை வகைகளோ, அடிக்கடி இறைச்சி வகைகளையோ தமது உணவில் சேர்த்துக் கொள்ளும் பொருளாதார வல்லமை இங்கு விகிதாசார ரீதியில் சிறுபான்மையான எண்ணிக்கை கொண்ட மக்களுக்கு மட்டுமே உரியதாக உள்ளது. தேநீருக்கு தவிர பாலில் அடிப்படையிலான உணவுத் தயாரிப்புகளை நுகர்பவர்கள் இங்கு மிகக் குறைவு. அவர்களுக்கு உண்மையில் அவை செலவுச் சுமையான பண்டங்களாகவே உள்ளன.

உடலை சக்திமிக்கதாகவும் ஆரோக்கியமானதுமாக வைத்திருப்பதற்கு உரிய உணவு வகைகளை வேண்டுவது இங்குள்ள பெரும்பான்மையான மக்களைப் பொறுத்தவரையில் ஆடம்பரமான வாழ்க்கைக்கான விருப்பங்கள் என்று கருதிக் கொள்ள வேண்டியவர்களாக உள்ளனர் — அடுத்த நாள் உயிரோடு இருப்பதற்கும் உழைப்பதற்குமாக சீவிப்பவர்களாக அவர்கள் உள்ளனர். இவற்றைக் கூறுகையில், இலங்கை மக்களின் பொருளாதார வாழ்வு நிலையை மிகவும் எளிமைப்படுத்துவது போல் தெரியக்கூடும். ஆனால் பொருளாதார ரீதியில் இங்கு கீழ்மட்ட நிலையில் பரந்துபட்டு வாழும் மக்களில் 50 சதவீதமானோரின் வாழ்க்கை நிலைமைகளின் உண்மைகளைத் தெரிந்தோர் ஆழமாகச் சிந்திப்பின் இதன் தாற்பரியத்தைப் புரிந்து கொள்ள முடியும்.

இலங்கையின் உழைப்பாளர்களில் 25 சதவீதமானோர் விவசாயத்தில் ஈடுபட, 20 சதவீதமானோர் ஆக்க உற்பத்தித் தொழிற் துறையில் உள்ளனர். இதைப் பார்த்து விட்டு

இலங்கையில் இத்துறை வளர்ச்சியடைந்த ஒரு துறையாக இருக்குமோ என கேள்வி எழுப்பக் கூடாது. இலங்கை ஆக்கத் தொழிற் துறையில் மிகவும் பின் தங்கிய ஒரு நாடு. பிளாஸ்டிக் பொருட்கள் தொடக்கம் பேப்பர் உற்பத்திகள், இரசாயனங்கள் மற்றும் அவற்றை மூலப் பொருட்களாகக் கொண்ட பண்டங்கள், மருந்து வகைகள், இயந்திரங்கள், அவற்றிற்கான உபகரணங்கள், கருவிகள், உலோகங்கள் மற்றும் உலோக உற்பத்திகள், மோட்டார் வாகனங்கள், சைக்கிள்கள் என பெரும்பாலும் ஆக்க உற்பத்திப் பண்டங்களை இறக்குமதி செய்வதாகவே இலங்கை உள்ளது.

இலங்கையின் மொத்த உள்நாட்டு ஆக்க உற்பத்திகளில் மூன்றில் ஒரு பங்கு உணவுப் பண்டங்களின் உற்பத்தியாகவே உள்ளது. மற்றொரு மூன்றில் ஒரு பங்கு ஆடை வகைகளின் உற்பத்தியாக உள்ளது. இங்கு குறிப்பிடப்பட வேண்டிய ஒன்று என்னவென்றால், ஆடைகள் உற்பத்திக்குத் தேவையான துணிகள் தொடக்கம் நூல்கள், பட்டன்கள் என அனைத்தும் இறக்குமதி செய்யப்படுவனவாகவே உள்ளன.

இலங்கையின் சேவைத் துறையிற் கூட இறக்குமதிகளை அடிப்படையாகக் கொண்ட வர்த்தகங்களும், அவற்றோடு தொடர்பான போக்குவரத்துகளும், அவற்றிற்குத் தேவையான நிதிச் சேவைகளுமே மிகப் பெரும்பங்கை வகிக்கின்றன. இலங்கையின் 55 சதவீதமான உழைப்பாளர்கள் சேவைத்துறையில் உள்ளனர். சேவைத் துறையில் உள்ளவர்களில் 25 சதவீதத்துக்கு மேற்பட்டோர் அரச ஊழியர்களாக இருக்கின்றமையும் கவனத்திற்குரிய ஒன்றாகும்.

மொத்தத்தில் இங்கு காணப்படுவது என்னவென்றால் இலங்கையின் இயற்கை வளங்களும் சரி, மனித வளங்களும் சரி இலங்கையை ஒரு சுயசார்பான பொருளாதாரமாக கட்டியெழுப்புவதற்கான வகையில் அவற்றின் உழைப்பின் ஈடுபாடு ஒழுங்கமைக்கப்படவில்லை – நெறிமுறைப்படுத்தப்படவில்லை – அதற்கான செயற் திட்டங்கள் எதுவும் மேற்கொள்ளப்படவில்லை.

ஒய்யாரக் கொண்டையிலே தாழம் பூவாம்
அதன் உள்ளே இருப்பது ஈரும் பேனுமாம்

உலக நாடுகள் ஒவ்வொன்றினதும் தேசிய வருமானங்களை, அவற்றின் கொள்வனவு ஆற்றலின் அடிப்படையில் கணித்து ஒப்பிடுகையில், மத்தியதர வருமானம் கொண்ட நாடு எனும் நிலைக்குள் இலங்கை காலடி எடுத்து வைத்து விட்டதாக ஆட்சியாளர்கள் கடந்த பத்தாண்டுகளுக்கு மேலாக கூறிவருகின்றனர். இலங்கையின் மத்திய வங்கியின் அறிக்கைகள் அவ்வாறான அபிப்பிராயத்தை வெளிப்படுத்தும் வகையாகவே பொருளாதார தரவுகளை வெளியிட்டு வருகின்றன. அதன் அடிப்படையிலேயே உலக வங்கி உட்பட சர்வதேச அமைப்புக்கள் தமது கணிப்புகளையும் கருத்துக்களையும் வெளியிடுகின்றன. இலங்கையின் பொருளாதார ஆய்வாளர்களில் ஒரு பகுதியினர் இலங்கையை மத்தியதர வருமானம் கொண்ட நாடு என பொதுவாக வரையறுக்காமல் கீழ் மத்தியதர வருமான நாடு எனக் குறிக்கின்றனர்.இந்த வகையில் இலங்கையை வறிய நாடுகளில் ஒன்றாகக் கொள்ள முடியாது என்பதில் அனைவருமே பொதுவான நிலைப்பாட்டைக் கொண்டிருக்கின்றனர்.

இலங்கையின் தலாநபர் வருமானக் கணிப்பு, நகரங்களின் வளர்ச்சித் தோற்றம், போக்குவரத்து மற்றும் தொடர்பு சாதனங்கள், கல்விநிலை, மருத்துவ நிறுவனங்களின் சேவை, கடைநிலை கிராமத்து பிரஜையும் அரச கட்டமைப்பை அணுகுவதற்கு உள்ள தூரம் போன்றனவற்றின் புள்ளிவிபரங்களை புற நிலையாக நோக்கினால் இலங்கையை கீழ் மத்தியதர வருமானம் கொண்ட நாடுகளில் ஒன்றென அடையாளம் காணுவதில் சந்தேகம் எழாது.

ஆனால் நாட்டிலுள்ள மிகப் பெரும்பான்மையான குடும்பங்களின் வருமானம், உடல் ஆரோக்கியம், கிடைக்கின்ற வருமானத்தில் பெறுகின்ற வாழ்க்கைத் திருப்தி, வருமான உத்தரவாதம், தமது அடுத்த தலைமுறையினுடைய எதிர்கால வாழ்க்கைக்கான உத்தரவாதம் பற்றிய அச்சங்கள் போன்ற தனிமனித பொருளாதார அம்சங்களையும் – நாட்டின் பொருளாதாரம் வெளிநாடுகளில் தங்கியிருக்கும் அளவு, தேசிய பொருளாதார கட்டமைப்பு உறுதியான அடித்தளங்களைக் கொண்டிருக்காமை, நாட்டின்

பொருளாதார முகாமைத்துவம் தொடர்பில் அரசின் மீது மக்கள் கொண்டிருக்கும் அதிருப்தியின் அளவு போன்றவற்றை கூர்ந்து நோக்குகையில் இலங்கை வறியநாடு என்ற தரநிலையிலிருந்து விடுபட்டு, மத்தியதர வருமான நாடு என்ற நிலைக்குள் காலடி எடுத்து வைத்து விட்டது எனக் கொள்வது எவ்வளவுக்கு சரியானது — உண்மையானது — அர்த்தபூர்வமானது என்ற கேள்வியினை உரத்து எழுப்ப வேண்டியுள்ளது. அந்த அடிப்படையில் இலங்கையின் பொருளாதார அம்சங்களை இங்கு ஆழமாக உற்று நோக்குவது அவசியமாகும்.

அரசியல் நலன்கள் மற்றும் விருப்பு வெறுப்புகளுக்கு அப்பாற்பட்டதாகவே பொருளாதார கணிப்பீடுகள் அமைதல் வேண்டும். ஆட்சியாளர்கள் தமது வெற்றிகளை காட்டுவதற்காக பொருளாதாரம் தொடர்பில் தவறான புள்ளி விபரங்களை வெளிப்படுத்துவார்கள் — அதேபோல எதிர்க் கட்சிக்காரர்கள் ஆட்சியாளர்களுக்கு எதிரான தமது அரசியலுக்காக பொருளாதார புள்ளிவிபரங்களை தவறான முறைகளில் தெரிவு செய்து அவற்றை அரசாங்கத்துக்கு எதிரான தமது பிரச்சார நோக்கத்துக்கு உரிய வகையில் தொகுத்துக் கூறுவார்கள்.

இவற்றால் நாட்டில் பொருளாதார கல்வி அறிவும் மற்றும் சமூக அறிவியற் துறைகளும் பெரும் பாதிப்புக்கு உள்ளாகின்றன. பொருளாதார அறிவியல் மீது தேர்தல் நலன்கள் கொண்ட கட்சி அரசியலின் செல்வாக்குகள் அதிகரித்தால் இங்கு அப்பாவிகள் மட்டுமல்ல அறிஞர்களும் பொய்களுக்கு அடிமையாகி விடுவார்கள். எனவே, நேர்மையான பொருளாதார அறிஞர்கள் — ஆய்வாளர்கள் அவ்வாறான பொய்களையும் புரட்டுகளையும் விழிப்போடு புறம்தள்ளி சரியான — உண்மையான தரவுகள் மற்றும் தகவல்களை அடிப்படையாகக் கொண்டு தெளிவான ஆய்வுகளை மேற்கொள்ளுதல் இங்கு அவசியமாகும்.

அதிகாரத்தால் பொய்களுக்கு சாயமடிக்கலாம்
உண்மைகளை ஒளித்து வைக்க முடியாது

ஒரு நாட்டின் எல்லைக்குள் வாழும் மக்களின் வாழ்க்கைத் தராதர நிலையை அவர்கள் பெறும் வருமான அளவுகளைக் கொண்டு வறிய நிலை, கீழ் மத்தியதர நிலை, மேல் மத்திய தர நிலை

மற்றும் உயர் நிலை என்பனவாக கணிப்பிடலாம். ஆனால் சர்வதேச ரீதியில் அவற்றை அப்படியே பிரதியிட முடியாது. மாறாக, வெவ்வேறு நாடுகளிலுள்ள மக்களின் வாழ்க்கைத் தராதர நிலைகளில் காணப்படும் வேறுபாடுகளை முறையான ஒப்பீட்டு ஆய்வு முறையைப் பிரயோகிப்பதன் மூலமே மக்களின் வாழ்க்கைத் தராதரத்தின் சரியான – உண்மையான நிலையை மதிப்பிட முடியும். அவ்வகையான அடிப்படையிலேயே நாட்டினுடைய தேசிய ரீதியான பொருளாதாரத்தின் தராதர நிலையையும் அடையாளம் காணல் வேண்டும்.

நாடுகளுக்கிடையில் தேசிய ரீதியிலும் மற்றும் மக்கள் வெவ்வேறு தர நிலையிலும் கொண்டிருக்கும் பொருளாதார நிலையை விரிவான முறையிலான ஆய்வுகள் மூலம் விபரிப்பதே சரியாயினும், நாடுகளின் அரச துறைகளில் மற்றும் முறைசார் தொழில் நிறுவனங்களில் வேலை செய்யும் ஊழியர்கள் – தொழிலாளர்களின் வாழ்க்கைத் தராதர நிலையை ஒப்பிடுவதன் மூலம் நாடுகளுக்கிடையேயான பொருளாதார தராதர நிலையின் வேறுபாடுகளை – இடைவெளிகளை ஒற்றைப் பார்வையில் அண்ணளவாக அடையாளம் காண முடியும். ஏனெனில் பெரும்பாலும் இவ்கையான தொழிலாளர்கள் – உழைப்பாளர்கள் ஒப்பீட்டு ரீதியில் நிரந்தர மற்றும் உத்தரவாதமான வருமானத்தைப் பெறுபவர்கள். இவ்வகையானவர்கள் தாங்கள் பெறுகின்ற வருமானத்தைக் கொண்டு அடைகின்ற வாழ்க்கைத் தரத்தைக் காண்பது ஓர் முதற்கட்ட வழிமுறையாகும்.

அந்த வகையில் இங்கு நுகர்வுப் பண்டங்களினது சராசரி சந்தை விலைகளை அடிப்படையாகக் கொண்டு கணிக்கப்படும் வாழ்க்கைச் செலவின் அளவுகளையும், அரச துறைகள் மற்றும் முறையான தொழில் நிறுவனங்கள் ஊழியர்களுக்கு வழங்குகின்ற சம்பள அளவுகளையும் தொடர்புபடுத்திப் பார்க்கையில் இலங்கையை சர்வதேச பொருளாதார வகைப்படுத்தலில் மத்திய வருமான தராதரத்தைக் கொண்ட நாடுகளின் வகையை அடைந்து விட்ட ஒரு நாடு என கொள்ள முடியுமா என்ற கேள்வி பலமாக எழுகிறது.

இலங்கையின் சமூக அபிவிருத்திக் கட்டமைப்புகள், பொருளாதார உட்கட்டமைப்புகள், நகர மயமாக்கத் தோற்றங்கள் போன்றன

இலங்கையை ஒரு மத்தியதர வருமான நாடு என்ற உணர்வைத் தருகின்றன என்பதில் ஐயமில்லை. ஆயினும் இங்குள்ள சமூக அபிவிருத்திக் கட்டமைப்புகளைப் பொறுத்தவரையில் இதே நிலையிற்தான் இலங்கை ஒரு வறிய நாடு என இருந்த போதும் காணப்பட்டன. இலங்கை மக்களில் ஒரு சிறிய சதவீதத்தினர் மட்டுமே உயர் மத்திய தர வர்க்கத்தினராகவும் மிக உயர்தர வாழ்க்கைத் தராதர நிலை கொண்டவர்களாகவும் உள்ளனர். அவர்களோடு ஒப்பிட்டால் அவற்றிற்கு கீழ் நிலையில் உள்ளவர்களின் வாழ்க்கைத் தராதர நிலை மிகவும் தாழ்ந்த நிலையிலே உள்ளது.

இங்கு பட்டினிச் சாவுகள் மிக மிகக் குறைவு என்பதுவும், தென்னாசியாவின் ஏனைய நாடுகளோடு ஒப்பிட்டால் பிச்சைக்காரர்கள் மிகக் குறைவு என்பதுவும் உண்மையே. இங்குள்ள பிரதானமான பிரச்சினை என்னவென்றால் மிகப் பெரும்பான்மையானவர்களின் பொருளாதார வாழ்வானது விளிம்பு நிலையிலே உள்ளமைதான். கிடைக்கின்ற வருமானத்தைக் கொண்டு தமது பொருளாதார வாழ்க்கையை மிக மிக எச்சரிக்கையோடு சமாளிக்க வேண்டியவர்களாக உள்ளனர். வாய்க்கு ருசியும், வாழ்வதற்கான வசதியையும் நோக்கி சிறிது கணக்குத் தவறினாலும் அவர்கள் கடனாளியாகவோ அல்லது அடிப்படைத் தேவைகளுக்காக உறவினர்களிடமோ அல்லது அயலவர்களிடமோ கையேந்த வேண்டியவர்களாகவோ ஆகிவிடுகின்றனர்.

இலங்கையில் மாறிமாறி வந்த எந்த அரசாங்கமும் தங்களது ஆட்சிக் காலத்தில் பொதுமக்களின் பொருளாதார வாழ்க்கைத் தராதரத்தில் மெய்யான அதிகரிப்பை ஏற்படுத்துவதற்கு உரிய வகையில் நாட்டின் பொருளாதார துறைகளில் தேவையான வளர்ச்சிகளை ஏற்படுத்தவில்லை. பொருளாதார வளர்ச்சியின் போது அனைத்து நாடுகளிலும் மக்களுக்கு அடிப்படையாகத் தேவைப்படுகின்ற பொருட்களின் விலைகளில் அதிகரிப்பு ஏற்படுவது இயல்பே. ஆனால் அந்த அதிகரிப்பு வீதத்தை விட மக்களின் அனைத்து பிரிவினரிடையேயும் வருமான அதிகரிப்பு வீதம் அதிகமாக அமைந்தாலே பரந்துபட்ட பொதுமக்களின் வாழ்க்கைத் தரத்தில் முன்னேற்றம் ஏற்படும் என்பது பொதுவாக புரிந்து கொள்ளக் கூடிய ஒன்றே.

மக்களின் வருமானத்தில் அதிகரிப்பு ஏற்படும் போது மக்கள் வெவ்வேறு பண்டங்களை நுகர்வதிலும் அளவு ரீதியாக விகிதாசார மாற்றங்கள் ஏற்படும். அத்துடன் விஞ்ஞான தொழில்நுட்ப வளர்ச்சியின் காரணமாக புதிது புதிதாக உற்பத்தியாகி சந்தைக்கு வரும் பண்டங்களும் மக்களின் நுகர்வுகளுக்கு உரியனவாகும். இவ்வாறான பொருளாதார செயன்முறைக்கு உரிய வகையில் நாட்டு மக்களில் எவ்வளவு வீதாசாரத்தினரினுடைய மெய்யான வருமானம் உயர்கிறது என்பதைக் கொண்டுதான் அந்த நாடு பொருளாதார ரீதியில் முன்னேற்றமடைகிறதா அல்லது தேக்க நிலையில் இருக்கிறதா அல்லது பின்னோக்கிச் செல்கிறதா என்பதைக் கூற முடியும்.

மக்களின் பண ரீதியான வருமான உயர்ச்சியை விட அடிப்படைத் தேவையான பண்டங்களின் தொடர்ச்சியான விலையேற்றம் அதிகமாயின் மக்கள் விரக்திக்கு உள்ளாவார்கள், அரசின் மீது ஆத்திரம் கொள்வார்கள். இதனைப் புரிந்து கொள்ளும் ஆட்சியாளர்கள் மக்களை அமைதிப்படுத்தும் நோக்குடன், அனைத்து வகைப்பட்ட உழைப்பாளர்களினதும் பண ரீதியான வருமானம் ஆண்டு தோறும் தொடர்ச்சியாக உயர்ந்து வந்திருக்கின்றமை தங்களது ஆட்சியின் சிறப்பு என அவ்வப்போது அறிக்கை விடுவதைக் காணலாம். ஆனால் அதைவிட அதிகமாக அடிப்படைத் தேவைப் பண்டங்களின் விலைகள் உயர்ந்துள்ளதையோ, மேலும் முன்னர் இலவசமாக அல்லது குறைந்த செலவோடு பெறப்பட்ட கல்வி மற்றும் மருத்துவ தேவைகள் இப்போது பெரும் செலவுடைய விடயங்களாக மாறிவிட்டதையோ பெரிதுபடுத்த மாட்டார்கள். சில வேளைகளில் அதைப்பற்றிப் பேசினாலும், அதற்கான காரணங்களாக தம்மையும் மீறிய புறக்காரணிகளின் விளைவுகளே என நியாயப்படுத்துவார்கள். தலை விழுந்தால் எனக்கு – பூ விழுந்தால் உனக்கில்லை என்பதே வெற்றிகரமான தேர்தல் அரசியல்வாதிகளின் நியாயம்.

◉

COVID Cremation
NIQAB BAN
One Country One law
PTA
COMMUNAL HATRED
PRICE RIS
JOBLES

3
மண்பரப்பின் எல்லைகளால் நாடு அமையும் - ஆனால் மக்களின் சமூக பொருளாதாரப் பரப்பே தேசமாகும்

இலங்கையின் தேசிய பொருளாதார வளர்ச்சி அல்லது தேக்க நிலையைப் பற்றிய ஆய்வுகளும், நாட்டினுடைய சமூக பொருளாதார கட்டமைப்பு மற்றும் அது கொண்டிருக்கும் உற்பத்தி உறவுகள் பற்றிய ஆய்வுகளும், சர்வதேச பொருளாதார கட்டமைப்பில் இலங்கையின் அரசியல் பொருளாதாரம் இணைந்திருக்கும் தன்மைகள் பற்றிய ஆய்வுகளும் பெரும்பாலும் தேசிய பொருளாதாரம் பற்றிய பருமட்டான அறிவியல் ஆய்வுகளாகவே அமையும். அதேவேளை, மொத்த தேசிய பொருளாதாரத்தில் அந்த தேச மக்களிடையே வெவ்வேறு தர நிலையில் உள்ளவர்களின் பொருளாதார வாழ்வு பற்றிய ஆய்வுகளின் மூலமே அந்த தேசத்தின் உள்ளார்ந்த பொருளாதார தர நிலையை அடையாளம் காண முடியும். அதன் வழியாக அரசுக்கும் பரந்தபட்ட குடிமக்களின் நலன்களுக்கும் இடையே அங்கு நிலவும் அரசியல் பொருளாதார உறவுகளையும், அவற்றிடையே ஏற்படும் நெருக்கடிகளையும் மற்றும் முரண்பாடுகளையும் காண முடியும்.

மேற்கூறப்பட்டவை தொடர்பான கோட்பாட்டு ரீதியான நீண்ட விபரிப்புகளையோ விவாதங்களையோ இந்த நூலில் மேற்கொள்வது இங்கு நோக்கமல்ல. மாறாக, சுருக்கமாக இலங்கை வாழ் மக்களின் சம்பளம் மற்றும் கூலி வழியிலான வருமான அளவுகளையும், அவற்றைக் கொண்டு அவர்கள்

பெறுகின்ற பொருளாதார வாழ்வின் நிலைகளையும் அடையாளம் காட்டுவதே இந்த நூற்பகுதிகளின் நோக்கமாகும்.

தேசிய வருமானத்தின் உண்மையான பெறுமானம்

மரபு ரீதியான பொருளாதார கணிப்பீட்டு முறைகளில் ஒரு நாட்டின் பொருளாதார வளர்ச்சி நிலையை மதிப்பிடுவதற்கு தேசிய மொத்த உற்பத்தியின் வருடாந்த வளர்ச்சி வீதம், தலாநபர் வருமானம் போன்றவற்றை பிரதானமானதாகக் கொண்டே மதிப்பீடுகளும் ஒப்பீடுகளும் மேற்கொள்ளப்படுகின்றன. முன்னர் சர்வதேச ரீதியில் ஏற்றுக் கொள்ளப்பட்ட நாணயத்தின் பெறுமதியில் தேசிய உற்பத்திகளின் பெறுமானம் கணிப்பிடப்பட்டது. ஆனால், கடந்த சுமார் மூன்று தசாப்தங்களாக நாடுகள் ஒவ்வொன்றிலும் பண்டங்களின் சந்தை விலைகளில் நிலவும் வேறுபாடுகள் கருத்திலெடுக்கப்பட்டு நாடுகளுக்கிடையேயான பொருளாதார ஏற்றத்தாழ்வை ஒப்பிடுவதற்கான கணிப்புகள் "கொள்வனவு திறன் சமநிலை" முறையை பிரயோகிப்பதன் மூலம் மேற்கொள்ளப்படுகின்றன. இதற்கு அமெரிக்க நாட்டின் சந்தைகளில் நிலவும் பண்டங்களின் விலைகளே பொது அளவுகோலாகக் கொள்ளப்படுகிறது.

மிக உயர்ந்த வருமானம் கொண்ட நாடான அமெரிக்காவின் சந்தை விலைகளை அடிப்படையாகக் கொண்டு நாடுகளுக்கிடையேயான பொருளாதார ஏற்றத் தாழ்வுகளை மதிப்பிடுவது சரிதானா என்ற கேள்வி ஒரு புறமிருக்க, அந்த அடிப்படையிலேயே ஒவ்வொரு நாட்டினதும் தேசிய ரீதியான மொத்த உற்பத்திப் பெறுமானம் அல்லது மொத்த வருமானத்தின் சர்வதேச பெறுமானம் கணக்கிடப்பட்டு, நாடுகளுக்கிடையே காணப்படுகின்ற உண்மையான பொருளாதார ஏற்றத்தாழ்வுகள் — வேறுபாடுகள் அளவிடப்படுகின்றன.

2019 ஆம் ஆண்டில் அமெரிக்காவின் ஒரு பிரஜைக்குரிய, அதாவது தலாநபருக்குரிய வருமானம் 66,000 அமெரிக்க டொலர்களாகும். அதேவேளை சிறிலங்காவின் தலாநபர் வருமானம் இலங்கை ரூபாயில் சுமார் 6 லட்சத்து 88 ஆயிரமாகும். அந்த ஆண்டில் இலங்கை நாணயத்தில் ஓர் அமெரிக்க டொலரின் சராசரி பெறுமதி 180 ரூபாக்கள். எனவே அன்றைய அந்நிய செலாவணி

கணக்குப்படி இலங்கையின் தலாநபர் வருமானம் கிட்டத்தட்ட 3,850 அமெரிக்க டொலருக்கு சமனாகும். (இப்போது 2022 இல் அமெரிக்க டொலரின் பெறுமதியுடன் பார்த்தால் இன்னும் நமது நிலை மோசமாகும்) தலாநபர் வருமானம் என்பது நாட்டிலுள்ள ஒவ்வொரு பிரஜைக்கும் உரிய அல்லது ஒவ்வொரு பிரஜையினாலும் உருவாக்கப்படுகிற சராசரி வருமானம் என பொதுவாகக் கூறலாம். இதனுடைய அர்த்தம் நாட்டிலுள்ள ஒவ்வொரு பிரஜைக்கும் தனிப்பட்ட ரீதியில் குறிப்பிட்ட வருடத்தில் கிடைக்கின்ற வருமானம் என்பதல்ல.

நாட்டு மக்கள் பெறும் வருமானம் என்பது வெவ்வேறு வழிகளில் வெவ்வேறு வடிவங்களில் கிடைக்கின்றன. உழைப்பைக் கொடுத்து கூலியை அல்லது சம்பளத்தை பெறுவோர், தொழில்களில் பணத்தை முதலிட்டு லாபம் பெறுவோர், பணத்தைக் கொடுத்து வட்டி பெறுவோர் மற்றும் தமக்கு உரிமையான காணியை, கட்டிடத்தை அல்லது ஒரு பண்டத்தை மற்றொருவருக்கு குறிப்பிட்ட காலத்துக்கு கொடுத்து வாடகை பெறுவோர் என மக்கள் வருமானம் பெறுகின்றனர் என எளிமையாகக் கூறலாம்.

இவ்வாறாக வருமானம் பெறும் பொதுமக்கள் அதில் கணிசமான பகுதியை செலவு செய்கின்றனர் – அதில் ஒரு பகுதியை சேமிக்கின்றனர். தேச மக்கள் தனிப்பட்ட ரீதியில் பெறுகின்ற வருமானங்களையும் அவர்களின் செலவுகளையும் ஆய்வு செய்யும் பொருளியலானது குடும்ப பொருளியல் அல்லது மனைப் பொருளியல் (Household Economics) எனப்படுகிறது. ஒரு மனை என்பது ஒரு தனியாளை மட்டும் கொண்டதாகவோ, தாய், தந்தை, பிள்ளைகள் என கொண்டதாகவோ அல்லது கூட்டுக் குடும்பமாகவோ இருக்கலாம். இலங்கையைப் பொறுத்த வரையில் கூட்டுக் குடும்பம் என்பது நடைமுறையில் இல்லையென்றே கூறலாம். இலங்கையில் ஒரு குடும்பத்தின் எண்ணிக்கை சராசரி 4 பேர் என ஆய்வுகள் கூறுகின்றன. மனைப் பொருளியல் என்றால் என்ன? அதன் தன்மைகள் என்ன? அதன் உள்ளடக்கங்கள் என்ன? என்பன பற்றிய விளக்கமான விபரிப்புக்குள் செல்வது இங்கு அவசியமற்றது. இலங்கை வாழ் மக்களின் மனைப் பொருளியல் நிலைமை பற்றிய பருமட்டான ஒரு சித்திரத்தை மட்டும் இங்கே காண்போம்.

தேசிய பொருளாதாரமும் தேச மக்களின் பொருளாதாரமும்

2019 ஆம் ஆண்டில் இலங்கையின் சராசரி தலாநபருக்கான வருமானமாக 3,850 டொலர் என குறிப்பிடப்படுவது இலங்கையின் சந்தைகளில் காணப்படுகிற பண்டங்களின் விலைகளை அடிப்படையாகக் கொண்டே கணக்கிடப்படுகிறது. இதன்படி பார்த்தால் இலங்கை மக்களின் பொருளாதாரத்தை விட அமெரிக்க மக்களின் பொருளாதாரம் சுமார் 17 மடங்கு அதிகமென கொள்ள வேண்டும். இது மெய்யான பொருளாதார ஏற்றத்தாழ்வை பிரதிபலிக்கவில்லை. ஏனெனில் ஒரு குறிப்பிட்ட பண்டத்துக்கு இலங்கையின் சந்தைகளில் நிலவுகின்ற விலைக்கும், அதே பண்டத்துக்கு அமெரிக்காவின் சந்தையில் நிலவும் விலைக்கும் இடையே கணிசமான அளவு வேறுபாடு உள்ளது. இதனை கணக்கில் எடுக்காததால் ஏற்படுகின்ற தவறை சரி செய்வதற்காக அறிமுகப்படுத்தப்பட்ட "கொள்வனவு திறன் சமநிலை" (Purchasing Power Parity - PPP) முறை இங்கு பிரயோகிக்கப்படுகிறது.

இலங்கையில் உற்பத்தி செய்யும் பண்டங்களை அமெரிக்காவின் சந்தை விலைகளின்படி கணக்கிட்டால் இலங்கையின் சந்தைகளில் 3850 டொலர்கள் பெறுமதியான இலங்கை நாணயத்துக்கு கொள்வனவு செய்யக் கூடிய பண்டங்களை (வெறுமனே தொட்டுணரக் கூடிய பண்டங்களை மட்டுமல்ல சேவைப் பண்டங்களும் உள்ளடங்கலாக) அமெரிக்க சந்தைகளில் நிலவும் விலைகளின்படி பார்த்தால் சுமார் 13,200 டொலர் பெறுமதிக்கு சமனாகும் என சர்வதேச கணிப்பீடுகள் தெரிவிக்கின்றன. இதன்படி பார்க்கையில் அமெரிக்க மக்களின் சராசரி தேசிய வருமானத்தை கொள்வனவு சக்தி அடிப்படையில் இலங்கை மக்களின் சராசரி தேசிய வருமானத்தோடு ஒப்பிடுகையில் 5 மடங்கே அதிகமாகும். ஆனால் இலங்கையின் தலாநபர் வருமானத்தின் அமெரிக்க டொலர் பெறுமானமான 3,850 டொலர்களை அமெரிக்காவின் தலாநபர் வருமானமான 66,000 டொலர்களுடன் ஒப்பிட்டால் அமெரிக்காவின் பொருளாதார நிலை இலங்கையை விட 17 மடங்கு அதிகமென எண்ண நேரிடும்.

எவ்வாறாயினும் இவ்வாறான தலாநபர் வருமானக் கணிப்பீடுகள் மட்டும் இலங்கை மக்களினுடைய பொருளாதார வாழ்க்கையின்

கூறுகள் ஒவ்வொன்றினதும் உண்மையான நிலைமைகளினை அறிவதற்கும் — தெளிவாக அடையாளம் காண்பதற்கும் போதியதல்ல.

- நாடுகளினுடைய பொருளாதாரத்தின் பல்வேறு அம்சங்கள் தொடர்பில் தலாநபர் வருமானம் எவ்வாறு பகிரப்படுகிறது — தேசிய வருமானம் மக்களிடையே எவ்வாறு பகிரப் படுகிறது.
- நாட்டின் ஒவ்வொரு பிரதானமான துறைகளும் மொத்த தேசிய வருமான ஆக்கத்தில் எவ்வாறு பங்களிக்கின்றன.
- நாட்டு மக்களினதும் அரசினதும் நுகர்வுச் செலவுகள் மற்றும் முதலீடுகள் என்னென்ன விகிதாசாரங்களில் மேற்கொள்ளப்படுகின்றன.
- நாட்டு மக்கள் தமது பல்வேறு தேவைகளுக்கு எவ்வாறான விகிதாசாரங்களில் தமது வருமானத்தை செலவு செய்கிறார்கள்

என்பன போன்ற பல விடயங்களையும் ஆய்வுக்கு உட்படுத்துவது அவசியமாகும்.

மக்களினுடைய மனைகளின் கூட்டே தேசம்

நாட்டு மக்கள் பெறும் வருமானத்தை அடிப்படையாகக் கொண்டு மக்களிடையே ஏற்றத்தாழ்வான பல தரப்புகள் உள்ளன.

- வேலையின்மையால் வறியவர்களாக இருப்போர் ஒருபுறம்,
- மறுபுறமாக நீண்ட நேரம் கடுமையாக உழைத்தும் அடிப்படையான தேவைகளில் குறைந்த பட்சமாகவேனும் திருப்தி பெற முடியா நிலையில் வாழுவோர் என கணிசமான சதவீத மக்கள் தொகை,
- மேலும் அவ்வாறு உழைத்தும் வறியவர்களாகவும் போசாக்கற்றவர்களாவும் நோயாளிகளாகவும் வாழும் பெரும் தொகையான மக்கள் கூட்டத்தினர்.

இவ்வாறான நிலைமைகள் பற்றிய ஆழமான அறிவின்றி, நாட்டினுடைய பொருளாதார நிலையின் தராதரத்தையும் —

பொருளாதாரம் எதிர்நோக்கும் பிரச்சினைகளையும் பற்றிய தெளிவான புரிதலைப் பெற முடியாது.

நாட்டில் பல்வேறு நிலைகளிலுள்ள மக்களின் பொருளாதார நிலை அதாவது,

- ஒவ்வொரு குடும்பங்களினதும் மொத்த வருமானம், செலவுகள்.
- அந்த வருமானம் பல்வேறுபட்ட தேவைகளிலும் செலவு செய்யப்படும் வீதாசாரங்கள்.
- நகரங்களில் வாழும் குடும்பங்களும் கிராமங்களில் வாழும் குடும்பங்களும் பெறும் வருமானங்களுக்கும் மேற்கொள்ளப்படும் செலவுகளுக்கும் இடையேயுள்ள வேறுபாடுகள்.
- அதேபோல வெவ்வேறு உற்பத்தித்துறைகளில் ஈடுபடுவோரின் குடும்பங்களின் வருமானங்கள் மற்றும் செலவுகளில் உள்ள வேறுபாடுகள்.

போன்றனவற்றை ஆய்வு செய்வது தேசிய ரீதியான பொருளாதாரத்தின் முழுமையான பண்புகளைக் கண்டறிவதற்கு துணை புரிகின்றன. இதற்கான தேடலில் குடும்ப அல்லது மனைப் பொருளியல் (Household Economics) ஒரு பிரதான இடத்தை வகிக்கின்றது. மனைப் பொருளியல் ஆய்வில் புள்ளிவிபரவியல் ரீதியான அவதானிப்புகளை மேற்கொள்ளுகின்ற அதேவேளை சமூக பொருளாதார கோட்பாடுகள் — கண்ணோட்டங்களில் அணுகி ஆய்வு செய்தல் மூலமே தேச மக்களின் சமூக பொருளாதார பரிமாணங்களுக்கும் தேசிய பொருளாதாரத்துக்கும் இடையேயுள்ள பொருத்தங்களை — இடைவெளிகளை — முரண்பாடுகளை புரிந்து கொள்ள முடியும்.

இந்த நாட்டில் வாழும் ஆக்க உற்பத்தித் தொழிற்துறையில் ஈடுபடும் தொழிலாளர்களையும், விவசாயத் துறையில் ஈடுபடும் ஏழை விவசாயிகள், சிறுநில உடைமை கொண்ட விவசாயிகள் மற்றும் விவசாய கூலித் தொழிலாளர்களையும், மேலும் அரசாங்க மற்றும் தனியார் துறைகளில் சம்பளத்துக்கு வேலை செய்யும் ஊழியர்களையும் உள்ளடக்கிய சனத்தொகையினரே நாட்டில் மிகப் பெரும்பான்மையினராக உள்ளனர்.

பொதுமக்களின் பொருளாதார வாழ்வுநிலை அசைவுகளே தேசிய அபிவிருத்திச் சக்கரங்களை நகர்த்துகின்றன

இலங்கையின் மொத்த சனத்தொகையில் 80 சதவீதமானவர்கள் கிராமங்களிலேயே வாழ்கின்றனர். தென்னாசியாவில் உள்ள நாடுகளில் இலங்கையின் நகரமயமாக்கம் ஒப்பீட்டு ரீதியில் குறைவான சதவீத மக்கள் தொகையினரையே நிரந்தர குடியிருப்பாளர்களாக உள்வாங்கியுள்ளது. நகரங்களில் தொழில்புரிவோரில் கணிசமானோர் கிராமங்களின் குடியிருப்பாளர்களாகவே உள்ளனர் என்பது குறிப்பிடத்தக்கது. கிராமங்களில் தமது நிரந்தர வீடுகளைக் கொண்டிருப்பவர்களில் பெரும்பான்மையானோர் தத்தமது வீட்டைச் சுற்றி பயன்தரும் மரங்களை, செடிகளை, கொடிகளைக் கொண்டிருப்பதுவும், அங்கு தமது சொந்தத் தேவைகளுக்கான கால்நடைகளையும் சிறிய அளவில் வளர்த்துக் கொள்வதுவும் அவர்களது மனைப் பொருளியல் முகாமைத்துவத்தில் கணிசமான பாகத்தை வகிக்கின்றது.

இலங்கையின் மிகப் பெரும்பான்மையான மக்களைப் பொறுத்தவரையில் அவர்கள் சம்பளம் மற்றும் கூலியையே தமது மிகப் பிரதானமான பண வருமானமாகப் பெறுகின்றனர். அடுத்தபடியாக, கணிசமான தொகையினர் தமது நிலங்களில் விவசாயம் செய்தோ, தமது குடும்ப அளவில் அல்லது சிறிய அளவில் உற்பத்தி, வர்த்தக மற்றும் சேவைகளை வழங்கும் தொழில்களை மேற்கொண்டோ தமது வருமானத்தைப் பெற்றுக் கொள்கின்றனர்.

வெறுமனே ஒரு குறிப்பிட்ட தொழிலில் தமது உழைப்பை முழுமையாக வழங்குவதன் மூலமாக அல்லது ஒரு குறிப்பிட்ட உற்பத்தி, வர்த்தக அல்லது சேவைத் தொழிலில் மட்டும் தம்மை முழுமையாக ஈடுபடுத்திக் கொள்வதன் மூலமாக வருமானம் பெறுவோர் எனும் வகையினர் இங்கு ஒப்பீட்டளவில் சிறுபான்மையினரே. இங்கு மிகப் பெரும்பான்மையான குடும்பங்களின் வருமானங்கள் வெவ்வேறு வகைப்பட்ட வருமானங்களின் கலப்பாகவே அமைகின்றது. இந்தக் கலப்பில் உள்ள விகிதாசாரங்கள் வேறுபடலாம். இது நவீன பொருளாதார கட்டமைப்பில் இயல்பானதே. அதுவும் குறைந்த

மற்றும் மத்தியதர வருமான தரம் கொண்ட நாடுகளில் இது பொதுவானதே. இதில் இலங்கை விதிவிலக்கல்ல.

- இலங்கையில் தற்போது சுமார் 86 லட்சம் (86,00,000) பேர் பொருளாதார ரீதியாக வருமானம் பெறுவதில் ஈடுபட்டிருக்கிறார்கள்.
- இதில் சுமார் 13 லட்சம் (13,00,000) பேர் அரச சேவை ஊழியர்களாக உள்ளனர்.
- 22 லட்சம் (22,00,000) பேர் விவசாயிகளாகவோ அல்லது விவசாயக் கூலிகளாகவோ உள்ளனர்.
- ஆக்க உற்பத்தித் தொழிற் துறைகளில் 19 லட்சம் (19,00,000) பேரும்,
- அரச சேவைகள் தவிர்ந்த ஏனைய சேவைத்துறைகளில் 32 லட்சம் (32,00,000) பேரும் உள்ளனர்.

இலங்கையில் எந்த அளவுக்கு குடும்பங்களின் வருமானம் சம்பளமாக அல்லது கூலியாக பெறப்படும் வருமானத்தில் உள்ளதென இங்கு தரப்பட்டுள்ள புள்ளிவிபரங்களிலிருந்து புரிந்து கொள்ளலாம். மேலும் குறைந்த வருமானம் பெறும் சிறு விவசாயிகள் மற்றும் சிறு தொழில்களை சுயமாக மேற்கொள்வோரின் எண்ணிக்கையைக் கணக்கிட்டால் அது மிகக் கணிசமான விகிதாசாரத்தினரை உள்ளடக்குவதாக இருக்கும். அவ்வாறானவர்களின் வருமானத்தில் அவர்களின் உடல் உழைப்புக்கான கூலியை நீக்கி விட்டுப் பார்த்தால், இலாபமாக அல்லது வேறு வகையாக கிடைக்கும் வருமானம் மிக மிகக் குறைவானதே.

முதலாளித்துவக் கட்டமைப்பைக் கொண்ட ஒரு நாடு, பொருளாதார ரீதியாக வளர்ந்து செல்லும் போது, நாட்டிலுள்ள மிகப் பெரும்பான்மையோரின் வாழ்க்கையில் அவர்கள் தமது உழைப்பு சக்தியைக் கொடுத்து அதற்கு ஈடாகப் பெறுகின்ற சம்பளம் அல்லது கூலிதான் அவர்களின் வருமானத்தில் பெரும் பங்காக அமைகின்றது.

◉

COST OF LIVING

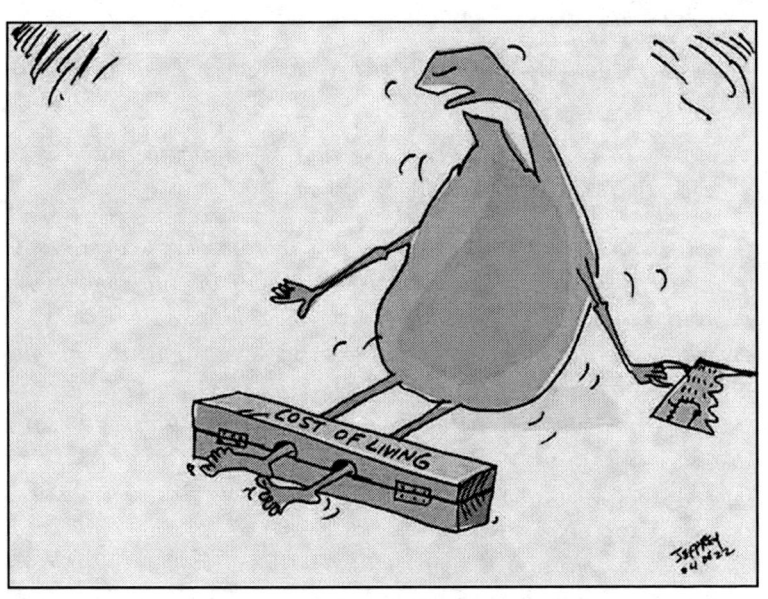

4
எட்டு மணி நேரம் கடுமையாக உழைத்தும் வறுமைக் கோட்டுக்குள்ளேயே சுழலும் வாழ்க்கை

பெரும்பான்மையான குடும்பங்கள் பெறுகின்ற பரிதாபகரமான வருமான நிலைமை

இலங்கையில் 50 சதவீதத்துக்கு மேற்பட்டோர் தமது வருமானத்துக்குள் தமது அடிப்படைத் தேவைகளுக்கான செலவுகளைக் கூட சமாளிக்க முடியாமல் நாளாந்தம் போராடிக் கொண்டிருக்கிறார்கள் என்றே சமூக பொருளாதார புள்ளிவிபரங்களும் பல்வேறுபட்ட கள ஆய்வுகளும் கூறுகின்றன. இலங்கையில் வாழும் பெரும்பான்மையான குடும்பங்கள் தமது வருமானத்துக்குள் தமது அன்றாட வாழ்க்கைச் செலவைச் சமாளிப்பதற்கு போராட வேண்டியவர்களாக இருக்கின்றமைக்கு, அந்தக் குடும்பங்களில் உள்ள உழைப்பாளர்களால் போதிய நாட்களுக்கு வேலைவாய்ப்புக்களைப் பெற முடியாமல் இருப்பதே காரணமென கூறமுடியாது.

போதிய அளவு நாட்களுக்கு வேலைவாய்ப்பு கிடைக்காததன் காரணமாக தமது வாழ்வின் அடிப்படைத் தேவைகளை குறைந்த பட்ச மட்டத்துக்காயினும் போதிய அளவுக்கு பெற முடியாமல் இருப்பவர்கள் பற்றியது வேறொரு விடயம். ஆனால் இங்கே போதிய அளவு நாட்களுக்கு, எட்டு மணி நேரமென்ன அதற்கு மேலும் கடுமையாக உழைத்தாலும் அவர்களுக்குக் கிடைக்கின்ற கூலி அல்லது சம்பளம் அவர்களது குடும்பத்தின்

அடிப்படையான தேவைகளைப் பெறுவதற்கே போதாததாக உள்ளது என்பதே மிகவும் விசனத்துக்கு உரிய விடயம்.

இலங்கையின் பெருந்தோட்டத் தொழிலாளர்கள் குடும்பங்களும், நகரங்களில் உதிரிகளாக கூலிக்கு அல்லது குறைந்த சம்பளத்துக்கு வேலை செய்வோரின் குடும்பங்களும் இதற்கு நல்ல உதாரணங்கள். எட்டு மணி நேரத்துக்கு மேல் உழைத்தும் வறியவர்களாக இருக்கின்ற புதினமான நிலைமையில் இலங்கையில் மூன்றில் ஒரு பங்குக்கு மேற்பட்ட உழைப்பாளர்களின் குடும்பங்கள் உள்ளன என்பதை இங்கு கவனத்திற் கொள்வது அவசியமாகும்.

சாதாரண மக்களின் வாழ்க்கைச் செலவு தொடர்ந்து அதிகரிப்பதை அரசாங்கத்தினால் கட்டுப்படுத்த முடியாதுள்ளது. விஞ்ஞான தொழில்நுட்ப அதீத வளர்ச்சியின் காரணமாக அடுத்தடுத்து சந்தைக்கு வரும் நுகர்வுப் பொருட்கள் பல இன்றைய கால வாழ்க்கையில் கீழ் மட்ட நிலையில் வாழும் மக்களுக்குக் கூட அத்தியாவசியமான பண்டங்களாகியுள்ளன. வாழ்க்கைச் செலவின் மொத்த அதிகரிப்பில் அவை தவிர்க்கப்பட முடியா வகையில் ஒரு முக்கியமான பாகத்தை வகிக்கின்றன. நவீன தொழில்நுட்ப முன்னேற்றங்களினால் அறிமுகப்படுத்தப்பட்ட பண்டங்களை ஒரு புறம் ஒதுக்கி விட்டுப் பார்த்தாலும், நாட்டு மக்கள் சுகதேகிகளாக வாழ்வதற்கும், உழைப்புக்குத் தேவையான உடற்சக்தியை தக்க வைப்பதற்கும், வாழ்க்கையில் குறைந்த பட்ச மகிழ்ச்சியை அநுபவிப்பதற்கும் அவசியமான பண்டங்களினது விலைகள் தொடர்ச்சியாக அதிகரித்துச் செல்கின்றன.

வாழ்க்கைச் செலவின் அதிகரிப்பு பற்றிய விடயங்களில் அரசியற் கட்சிகள் அக்கறை செலுத்துவது போல் தமது பிரச்சாரங்களில் காட்டிக் கொண்டாலும் அந்த அக்கறைகளை அரசியல் உள் நோக்கங்கள் கொண்ட பாசாங்குகளாகவே கருதவேண்டியுள்ளது. ஆட்சியில் இருப்பவர்கள் அடிப்படைப் பண்டங்களின் விலைவாசி ஏற்றத்துக்கும் மக்களின் வாழ்க்கைத்தர வீழ்ச்சிக்கும் அவ்வப்போது காரணங்களைக் கண்டுபிடித்துக் கூறி மக்களைச் சமாளிக்கும் அரசியலை மேற்கொள்கிறார்கள். அதிகாரத்தில் இல்லாத அரசியற் பிரதிநிதிகள் எதிர்க்கட்சி வரிசையில்

இருக்கும்போது பொது மக்களின் வாழ்க்கைச் செலவு அதிகரிப்பு தொடர்பாக உரத்துப் பேசினாலும், அவர்களே ஆட்சிக்கு வந்து அமர்ந்திருக்கும் போது வாழ்க்கைச் செலவு அதிகரிப்பை நியாயப்படுத்துவதற்கான காரணங்களைக் கூறுவதில் மட்டுமே தமது திறமைகளைக் காட்டுகின்றனர்.

நாட்டில் உழைப்பாளர்களின் வருமானம் வருடா வருடம் உயர்கிறது என்று கூறுவதில் உண்மையான அர்த்தத்தை எவ்வகையிலும் கொள்ள முடியவில்லை. ஏனெனில் பண்டங்களின் தொடர்ச்சியான விலை உயர்ச்சி காரணமாக மக்களின் கொள்வனவு பட்டியலில் குறிப்பிடத்தக்க மாற்றம் எதுவும் ஏற்படவில்லை. அதாவது மக்கள் இங்கு தமது வருமானத்தில் அத்தியாவசியமான உணவுப் பண்டங்களுக்காக செலவு செய்யும் விகிதாசாரம் எந்த வகையிலும் குறிப்பிடத்தக்க அளவுக்குக் குறைந்ததாக இல்லை. இந்த நாட்டின் மிகப் பெரும்பான்மையான மக்களின் வாழ்க்கையைப் பொறுத்தவரையில் இந்த நாடு வறியநாடு என்ற நிலையில் இருந்தபோது அச்செலவுகள் கொண்டிருந்த அதே விகிதாசாரத்தையே ஏறத்தாழ இன்னமும் தொடர்ந்து பிரதிபலித்துக் கொண்டிருக்கின்றன என்பது கவனத்துக்குரியதாகும்.

வறுமையின் அநுபவம் அறியா அதிகாரிகள் வரைகின்ற வறுமையின் எல்லைக் கோடு

இலங்கையின் உத்தியோகபூர்வமான அறிக்கைகளின்படி 2000 ஆம் ஆண்டு இலங்கையில் வறுமைக் கோட்டுக்குக் கீழே வாழ்ந்த சனத்தொகையின் அளவு 25 சதவீதமாக இருந்ததாகவும், இது 2016 ஆம் ஆண்டில் 3 சதவீதமாக குறைந்து விட்டதாகவும் கூறப்படுகின்றது. இந்த அறிக்கைகள் உண்மையான பொருளாதார நிலைமையைப் பிரதிபலிக்கவில்லை என்பதோடு, வறுமைக் கோட்டின் எல்லையை நிர்ணயிப்பதில் அரசாங்கம் பிரயோகிக்கும் அளவுகோல்களும் மிகக் குறைபாடானவை என்பதே சரியானதாகும்.

இலங்கை அரசு இறுதியாக மேற்கொண்ட வரையறையின்படி 2016 ஆம் ஆண்டுக்கான வறுமைக் கோட்டு எல்லையாக உள்ள மாதாந்த வருமானம் தலாநபருக்கு ரூபா 4,500 ஆகும்.

அவ்வகையில், 4 பேரைக் கொண்ட ஒரு குடும்பத்துக்கு இந்த எல்லை 18,000 ரூபா என ஆகின்றது. இதேவேளை, இலங்கையின் ஒவ்வொரு வீட்டினதும் வருமானங்கள் செலவுகள் தொடர்பான களஆய்வை அடிப்படையாகக் கொண்டு 2016 ஆம் ஆண்டுக்கானதென தயாரிக்கப்பட்ட அரச அறிக்கையின்படி கிராமப் புறங்கள் மற்றும் பெருந்தோட்டப் பிரதேசங்களிலுள்ள குடும்பங்கள் சராசரியாக அவற்றின் அடிப்படை உணவுப் பண்டங்களுக்காக மேற்கொள்ளப்பட்ட மாதாந்த செலவு 18,000 ரூபாவை விடவும் சற்று அதிகமாகும்.

பணவீக்கம் அல்லது அத்தியாவசியப் பண்டங்களில் ஏற்பட்ட விலையேற்றம் என்பவற்றைக் கணக்கிலெடுத்து 2019 ஆம் ஆண்டு இறுதி நிலவரப்படி அரசு தான் நிர்ணயித்த வறுமைக் கோட்டை மீள்மதிப்பீடு செய்திருந்தால், 18,000 ரூபா எனும் ஒரு குடும்பத்துக்கான வறுமைக் கோட்டு எல்லை ரூபா 20,000 க்கும் சற்று உயர்ந்ததாக வரையறுக்கப்பட்டிருக்கும் எனக் கொள்ளலாம். 2020 மற்றும் 2021 ஆம் ஆண்டுகள் கொரோனாக் காலம் என்பதனால் அந்த ஆண்டுகளுக்கு முன்னர் இருந்த நிலைமையை இங்கு அவதானிப்போம்.

மக்களுடைய செலவு முறைகளைப் பற்றிய ஆய்வுகளின்படி இலங்கையில் மிகக் கீழ் மட்ட நிலையில் இருக்கின்ற மக்கள் தமது வீட்டு வருமானத்தில் மூன்றில் இரண்டு பங்குக்கும் மேலாக அடிப்படை உணவுப் பொருட்களைக் கொள்வனவு செய்வதிலேயே செலவிடுகின்றனர். இலங்கையின் சராசரி உணவுப்பண்ட நுகர்வுகள் தொடர்பான ஆய்வறிக்கைகளின் அடிப்படையில் நோக்குவோமாயின், 4 பேரை சராசரியாகக் கொண்ட ஒரு குடும்பம் உயிர்வாழ்வதற்கும் தமது நாளாந்த வருமானத்துக்காக உழைப்பதற்கும் தேவையான உடற்சக்தியை தக்க வைத்துக் கொள்வதற்கும் ஆகக் குறைந்த பட்சமான சத்துக்களையாயினும் உடல் பெறுவதற்கும் தேவையான உணவுப் பொருட்களை நுகர்வதற்கான மாதாந்த செலவை 2019 ஆம் ஆண்டில் காணப்பட்ட விலைகளின் அடிப்படையில் கணக்குப் பார்த்தால் அச்செலவை 20,000 ரூபாவுக்குள் சமாளிப்பது பெரும் சவாலான ஒன்று என்பதை மிகச் சாதாரணமாக கண்டு கொள்ள முடியும்.

அரச ஆய்வறிக்கையில் கூறப்பட்டுள்ளபடி பார்த்தால் கூட இந்த ரூபா 20,000 என்பது இலங்கையின் கிராமப்புற மற்றும் பெருந்தோட்டங்களிலுள்ள குடும்பங்கள் வெறுமனே சராசரியாக தமது அடிப்படை உணவுக்கான பண்டங்களைக் கொள்வனவு செய்வதற்கு மட்டும் செலவளித்த தொகையாக உள்ளது. அந்தச் செலவில் அவர்கள் உட்கொண்ட உணவு வகைகளின் அளவுகள் மற்றும் போசாக்குகள் பற்றிய கேள்விகளுக்கு பதிலே இல்லை. அவ்வாறாயின், அடிப்படையான சுகாதார தேவைகள் மற்றும் மருத்துவச் செலவுகள், கல்விக்கான செலவுகள், ஆடைகளுக்கான செலவுகள், போக்குவரத்துச் செலவுகள், எரிபொருட் செலவுகள், மின்சாரச் செலவுகள், தொடர்புசாதன செலவுகள் போன்றவற்றிற்கான பணத்தேவைக்கு இந்த மக்கள் என்ன செய்வார்கள் – எங்கே போவார்கள் என்ற கேள்விகளுக்கு அரசிடம் பதிலில்லை – அரசு அது பற்றி கவனத்திற் கொள்ளவுமில்லை. இந்தத் தேவைகளுக்கான பண அளவை வறுமைக் கோட்டுக்குள் அடக்குவது அவசியமில்லையா? அவையென்ன ஆடம்பரச் செலவு வகைகளைச் சேர்ந்தவைகளா? என்ற கேள்விகளை எழுப்ப வேண்டியுள்ளது.

அரசு வரையறுத்துள்ளது வறுமைக் கோடல்ல. அது பட்டினிக் கோடு

இலங்கையின் குடும்பங்களிற்கான வறுமைக் கோட்டு எல்லையை அரசு 2016 ஆம் ஆண்டுக்கு 18,000 என மதிப்பிடுவதையோ, அதனை 2019 ஆம் ஆண்டுக்கு ரூபா 20,000 எனக் கொள்வதையோ ஒரு நியாயமான கணிப்பு – வரையறை என ஏற்க முடியாது. இவ்வாறான ஒரு கணிப்பு இலங்கையில் வறுமை இல்லை என்று பிரச்சாரம் பண்ணுவதற்கான ஒரு போலித்தனமான கணக்கு எனலாமே ஒழிய உண்மையைக் கூறுவதாக கொள்ள முடியாது.

2019 ஆம் ஆண்டின் விலைகளில்:

- அரிசி, வெள்ளை மாவு, சீனி என்பன கிலோ 100 ரூபாவுக்கு மேல்.

- கிலோ ரூபா 150 க்கு அதிகமாகவே பெரும்பாலான மரக்கறி வகைகள்.

- லிட்டர் 600 ரூபாவுக்கு குறைவாக எந்த வகையான சமையல் எண்ணையும் கிடையாது,

- தேங்காய் ரூபா 50க்கு மேல்,

- சிறிய மீனாயினும் கிலோ 500 ரூபாவுக்கு மேல்,

- மிளகு, கடுகு, சீரகம், வெந்தயம், ஏலக்காய், கராம்பு, கறுவாப்பட்டை என்பவையெல்லாம் பணக்காரர்களுக்கு மட்டுமே உரியவை.

இந்நிலையில் ரூபா 20,000 ஐ ஏனைய கட்டாயத் தேவைகளையும் உள்ளடக்கிய வகையிலான வறுமைக் கோட்டு எல்லையாகக் கொள்வதென்பது பொருத்தமற்றதாகும். இவ்வாறான நிலையில் நாட்டில் வறுமைக் கோட்டுக்குக் கீழே வாழ்பவர்களின் தொகை சனத்தொகையில் வெறுமனே 3 சதவீதம் மட்டுமே என அரச அறிக்கைகள் கூறுவது நகைப்புக்கே உரியன.

மக்கள் உயிர் பிழைத்திருப்பதற்கு வேண்டிய குறைந்த பட்ச உணவைப் பெறுவதற்கான வருமானமே வறுமைக் கோட்டு எல்லையென்றால் அது ஒரு மிக மோசமான கணிப்பாகும். உடல் ஆரோக்கியம், குறைந்த பட்சமாயினும் விரும்பும் உணவுப் பண்டங்களை நுகர்வதற்கான வாய்ப்பு, சுத்தமான உடைகள், சுகாதாரமான இருப்பிடம், தரமான கல்வி, வைத்திய மற்றும் சுகாதார தேவைகள், உள ஆரோக்கியத்துக்கான தேவைகள், போக்குவரத்து, குறைந்த பட்ச கௌரவத்துடனாவது சமூக மனிதனாக வாழுவதற்கான தேவைகள் எனப்பல கட்டாயமான — அத்தியாவசியமான தேவைகளும் வறுமைக் கோட்டு எல்லைக்குள் உள்ளடக்கப்பட்டு வருமானம் கணிப்பிடப்படாவிட்டால், நாட்டின் குடிமக்கள் விரும்பி வளர்க்கப்படும் ஒரு வீட்டு மிருகமாக அல்லது ஒரு சிறைக் கூடக் கைதியாகக் கூட அரசினால் கருதப்படவில்லை என்றே அர்த்தமாகும்.

◉

1960s
SRI LANKA THIRD WORLD COUNTRY
1980s
SRI LANKA DEVELOPING COUNTRY
2000s
SRI LANKA UPPER-MIDDLE INCOME COUNTRY
2020s
SRI LANKA LOWER-MIDDLE INCOME COUNTRY

5
சர்வதேச சமநிலையின் கணக்கில் இலங்கையின் வறுமைக் கோடு

இலங்கையின் வருடாந்த தலாநபர் வருமானமான (2019 இல்) 3,850 (அமெரிக்க) டொலரானது சர்வதேச பண்டக் கொள்வனவு சக்தி மதிப்பீட்டின்படி அமெரிக்காவில் 13,200 டொலர் வருமானம் பெற்று சீவிப்பதற்குச் சமன் எனக் கணிப்பிடப்படுகிறது. அதாவது கிட்டத்தட்ட மூன்றரை மடங்கு. இதே உலக வங்கி 4 உறுப்பினர்களைக் கொண்ட ஒரு அமெரிக்க குடும்பத்தின் வறுமைக் கோட்டு எல்லையின் மாதாந்த வருமானத்தை சுமார் 2,000 டொலர்களெனக் குறிக்கிறது. அதாவது அவ்வாறானதொரு அமெரிக்க குடும்பம் வறுமைக் கோட்டின் எல்லையில் வாழ வேண்டுமேயாயினும் அதற்கு வருடத்துக்கு 24,000 டொலர்கள் வருமானம் தேவை என ஆகின்றது. அமெரிக்க அரசாங்கம் வெளியிட்டுள்ள அறிக்கையானது 2018 ஆம் ஆண்டு விலைகளின்படி 4 பேர் கொண்ட குடும்பத்துக்கான வறுமைக் கோட்டு எல்லையை அமெரிக்கா முழுவதற்குமான சராசரியாக 25,000 டொலர்களென வரையறுத்திருந்ததை இங்கு கவனத்திற் கொள்வது அவசியமாகும்.

அவ்வாறான வரையறையின்படி பார்த்தால், இலங்கையின் கொள்வனவு திறன் சமநிலையின்படி, இலங்கையிலுள்ள ஒரு குடும்பம் வறுமைக் கோட்டின் மீது வாழ்வதற்கு ஆண்டுக்கு சுமார் 7,200 அமெரிக்க டொலர் பெறுமானமுள்ள வருமானம் கிடைக்க வேண்டும். அதாவது இலங்கையில் அடிப்படைத் தேவைகளாக உள்ள பண்டங்களின் சந்தை விலைகளை

அமெரிக்காவின் சந்தை விலைகளோடு ஒப்பிடுகையில் அமெரிக்காவின் சந்தைகளில் அவற்றின் விலை சராசரியாக சுமார் மூன்றரை மடங்கு அதிகமாக உள்ளதாக கணிக்கப்படுகின்றது. எனவே அமெரிக்காவில் 25,000 டொலர்களுக்கு வாங்குகின்ற அதே அளவு பொருட்களை இலங்கையில் வாங்குவதாக இருந்தால் 2019 ஆம் ஆண்டு விலைகளின்படி இலங்கை ரூபாயில் (7,200 x 180) சுமார் 13 இலட்சம் தேவைப்படும். அதாவது அமெரிக்காவில் வறுமைக் கோட்டின் எல்லையில் உள்ள ஒரு குடும்பத்தின் அதே வறுமை எல்லையின் தராதரத்தில் இலங்கையின் ஒரு குடும்பம் வாழ வேண்டுமாயின் இங்கு ஒரு குடும்பம் பெற்றிருக்க வேண்டிய வருட வருமானம் ரூபா 13 லட்சமாக இருக்க வேண்டும். அதாவது மாதாந்த வருமானமாக சராசரியாக கிட்டத்தட்ட ரூபா 1,10,000 (ஒரு லட்சத்து பத்தாயிரம்) பெற்றிருக்க வேண்டும்.

எளிமையான இந்தக் கணக்கானது நாடுகளுக்கிடையிலான வறுமை எல்லைக் கோட்டுக்கான ஒப்பீட்டை மிகைப்படுத்துவது போல தென்படுவதாக வாதிடலாம். ஆனால், இலங்கையின் தேசிய வருமானத்தின் சர்வதேச பெறுமானத்தைக் கணிப்பதற்கு அமெரிக்காவின் சந்தை விலைகளின் அடிப்படையிலான கொள்வனவு திறன் சமநிலை எனும் அளவுகோல் மூலம் கணிக்கலாம் என்றால், அதே அளவு கோலைக் கொண்டு இலங்கையின் வறுமைக் கோட்டையும் கணிப்பதில் என்ன தவறிருக்க முடியும். ஒரு அமெரிக்க பிரஜையின் அடிப்படை வாழ்வுக்கான உத்தரவாதத்துக்கு உரிய பொருளாதார அடிப்படை அளவு கோலையும், ஓர் இலங்கைப் பிரஜையின் அடிப்படையான பொருளாதார வாழ்வுக்கு உத்தரவாதமாகக் கொள்ள வேண்டிய அளவு கோலையும் ஏற்றத்தாழ்வாக வேறுபடுத்துவது எந்த வகையிலும் அனைத்துக்கும் பொதுவான பிரபஞ்ச நீதியாகக் கொள்ள முடியாது.

உலக வங்கிக் கணக்குப்படி பார்த்தாலும் உண்மை சரியாகக் கணக்கிடப்படவில்லை

மேலே பந்தியில் கூறப்பட்டவை ஒரு புறமிருக்கட்டும். உலக வங்கி 1990 களில் அபிவிருத்தியடைந்து வரும்

நாடுகளைப் பொதுவாக எடுத்து, ஒரு (1.00) அமெரிக்க டொலர் பெறுமதிக்கும் குறைவான நாளாந்த வருமானத்தைக் கொண்ட ஒவ்வொருவரும் வறுமைக் கோட்டுக் கீழே வாழ்பவர்களாகக் கணித்தது. பின்னர் அந்த எல்லையை 2005 இல் 1.25 அமெரிக்க டொலர்களாக அறிவித்தது. அண்மையில் உலக வங்கியின் அறிக்கையின்படி அந்த எல்லை தற்போது சர்வதேச கொள்வனவுத் திறன் பெறுமதியின் அடிப்படையில் ஆகக் குறைந்த வருமானம் கொண்ட நாடுகளுக்கு சராசரியாக 1.90 அமெரிக்க டொலர்களாகவும், கீழ் மட்ட மத்திய வருமானம் பெறும் நாடுகளுக்கு சராசரியாக 3.20 அமெரிக்க டொலர்களாகவும், மத்தியதர வருமானம் கொண்ட நாடுகளுக்கு 5.50 அமெரிக்க டொலர்களாகவும், உயர் வருமானம் கொண்ட நாடுகளுக்கு சராசரியாக 21.70 அமெரிக்க டொலர்களாகவும் வரையறுக்கப்பட்டுள்ளது. இந்த வரையறைகளின் நியாயங்கள் பற்றிய கேள்விகள் ஒருபுறமிருக்கட்டும். குறைந்த பட்சம் இந்த வரைமுறைகளின் அடிப்படையில் கணித்தாயினும் இலங்கையின் வறுமை நிலை என்ன என்பதை அவதானிப்பது அவசியமாகும்.

இலங்கை மத்தியதர வருமானம் கொண்ட நாடுகளின் தராதரத்தை அண்மிப்பதாக அரசு நிறுவனங்கள் கூறிக் கொள்கின்றன. உலகில் மத்தியதர வருமானம் கொண்ட நாடுகளில் இலங்கை எந்த மட்டத்தில் இருக்கின்றது என்ற விவாதங்களை தவிர்த்து இலங்கையை மத்திய தர வருமான எல்லைக்குள் கீழ் மட்ட நிலையிலுள்ள நாடு என கொள்வோமாயினும் இலங்கையின் நாளாந்த வறுமைக் கோட்டு எல்லையில் வாழும் ஒரு நபரின் வருமானமானது 3.2 அமெரிக்க டொலர்களுக்கு சமமான வருமானத்தை கொண்டதாக இருக்க வேண்டும். இதனை 4 பேரைக் கொண்ட குடும்பத்துக்கான சராசரி வருமான எல்லையாகக் கொண்டால் அவ்வாறான குடும்பத்திற்கான வறுமைக் கோட்டின் மாதாந்த வருமானம் 384 (= 3.2 X 4 X 30) டொலர்களாக இருக்க வேண்டும். அதனை உலக வங்கியின் கணக்குப்படி பார்த்தால் தற்போது இலங்கையில் ஒரு குடும்பம் வறுமைக் கோட்டு எல்லையில் வாழ்வதற்கான மாதாந்த வருமானம் 76,800 (384 X 200) ரூபாவாக இருக்க வேண்டும். எனவே, குறைந்த பட்சம் உலக வங்கியின் வறுமைக் கோட்டு எல்லை வருமானம் என்பதன் கணக்குப்படி பார்த்தாலும் கூட இலங்கையின் வறுமைக் கோட்டு எல்லை எந்த நீதியின்

அடிப்படையில் வரையறுக்கப்படுகிறது என்பதை இங்கு கேள்விக்கு உள்ளாக்க வேண்டியுள்ளது.

மேலே தர்க்கபூர்வமாக மேற்கொள்ளப்பட்டுள்ள கணக்குகள் மற்றும் கேள்விகள் எல்லாம் நியாயமான அடிப்படைகளைக் கொண்டவையாக இருப்பினும், அவற்றை ஒருபுறம் வைத்து விட்டு, சாதாரணமான கள நிலைமைகள் தொடர்பான அவதானிப்புகளை பகுத்தறிவு கொண்டு பார்த்தாலும் கூட

- இந்த நாட்டிலுள்ள நிலமற்ற விவசாயக் கூலி உழைப்பாளர்கள்,
- இரண்டு ஏக்கருக்கும் குறைவான நெல் விளைச்சல் நிலத்தை உடைமையாகக் கொண்ட ஏழை விவசாயிகள்,
- பெருந்தோட்டத் துறையில் உள்ள நாட் கூலித் தொழிலாளர்கள்,
- நகரப் புறங்களில் முறைப்படுத்தப்படாத துறைகளில் வேலை செய்யும் பெரும்பாலான நாட் கூலித் தொழிலாளர்கள்,
- தனியார் வியாபார நிறுவனங்களில் நிரந்தரமாக்கப்படாது வேலை செய்யும் ஊழியர்கள்,
- கட்டிடத் துறையில் வேலை செய்யும் கூலித் தொழிலாளர்கள்,
- அரச மற்றும் ஒழுங்குபடுத்தப்பட்ட தனியார் துறைகளிலுள்ள ஊழியர்களிற் பெரும்பாலானோரும்,

இங்கே வறுமைக் கோட்டு எல்லைக்குக் கீழான நிலையிலேயே வாழ்கின்றனர் என்பதே உண்மையாகும்.

அதிகாரக் கதிரைகளில் அமர்ந்திருப்போர் பலர் சாதாரண குடிமக்களின் கடினங்கள் அறியாதோரே!

இலங்கையின் அரசாங்கத்துறையில் உள்ளவர்கள் 2019 இறுதியில் அல்லது 2020 ஆம் ஆண்டின் ஆரம்பத்தில் பெற்ற மாதாந்த சராசரி சம்பளம் சுமார் 65,000 ரூபா என அறிவிக்கப்படுகிறது. 2016 ஆம் ஆண்டு இது 45,000 ரூபா என பிரதமரே அறிவித்திருந்தார். 2019 ஆம் ஆண்டுக்கான வரவு செலவுத் திட்டப்படி அரசாங்கம் அதனது சுமார் 12 லட்சம் (12,00,000) ஊழியர்களுக்கு சம்பளமாகவும்

கூலியாகவும் செலுத்துவதற்கு சுமார் 780 பில்லியன் ரூபாக்களை ஒதுக்கியுள்ளமையை இங்கு சுட்டிக்காட்டுவது பொருத்தமாகும்.

முறைப்படுத்தப்பட்ட தனியார் துறையில் ஊழியர்களாக வேலை செய்கிறவர்களின் மாதாந்த ஊதியம் இந்த ஆண்டு ஆரம்பத்தில் 20,000 ரூபாவிலிருந்து 2,00,000 ரூபா வரை வேறுபடுவதாக இருப்பினும்; இத்துறையில் உள்ளவர்களிற் பெரும்பான்மையானோரின் மாதாந்த சராசரி சம்பளம் அல்லது கூலி 40,000 ரூபாவுக்கும் குறைவாகவே உள்ளதென்றே கணிக்க இடமுண்டு.

2019 ஆம் ஆண்டுக்கான தரவுகள் மற்றும் தகவல்களின் படி:

- சுதந்திர வர்த்தக வலயத்தில் இருக்கின்ற ஆடைத் தொழிற்சாலைகளில் பெண் தொழிலாளர்கள் இயந்திரம் போல மிகக் கடுமையாகவும் குறைந்தளவு விடுமுறை நாட்களுடனும் உழைக்கின்றனர். அவர்களில் ஒரு பகுதியினர் தமக்குரிய உற்பத்திப் பகுதியில் அதிக உழைப்புத் திறன் உடையவர்களாக உள்ளனர். இருந்தும் அவர்கள் தமது மாதாந்த சம்பளமாக 35,000 ரூபா வரையே பெறுகின்றனர். அதேவேளை 25,000 ரூபா அளவில் சம்பளம் பெறுவோரே மிகப் பெரும்பான்மையாக உள்ளனர்.

- தேயிலை மற்றும் றப்பர் தோட்டங்கள் பெரும்பாலும் முறைப்படுத்தப்பட்ட நிறுவன அமைப்புகளுக்குள்ளேயே வருகின்றன. இங்கு கணவனும் மனைவியும் உழைக்கின்றனர். அவர்களின் பிள்ளைகளிலும் கணிசமானோர் உழைக்கிறார்கள். இவர்களுக்கு நேரடியாகக் கிடைக்கின்ற மான்யங்களையும் உள்ளடக்கிப் பார்த்தாலும் இத்துறையில் உள்ள ஒரு சிறு சதவீதமானோர் தவிர்ந்த ஏனையோரின் குடும்ப மொத்த வருமானம் 40,000 ரூபாவுக்கும் குறைவே.

- முறையான நிறுவன அமைப்புகளுக்குள் உட்படுத்தப்படாத மரபு ரீதியான அதாவது நெல் விவசாயம் மற்றும் தோட்ட விவசாயத் துறையில் இருக்கும் சிறு நில விவசாயக் குடும்பங்களும் சரி, நாளாந்தக் கூலிக்கு வேலை செய்யும் விவசாயக் கூலியாளர்களின் குடும்பங்களும் சரி அதே பரிதாப நிலையிலேயே உள்ளன.

- மரபு ரீதியான கிராமிய ஆக்க உற்பத்தித் தொழில்களில் கூலிக்கு உழைப்பைக் கொடுப்போர் மட்டுமல்லாது அத்தொழில்களில் குடும்ப உழைப்பை அடிப்படையாகக் கொண்டு உழைப்போரின் வருமான நிலையும் அதே அளவுக்கு கவலைக்குரியதே.

- இலங்கையில் 50 சதவீதத்துக்கும் மேற்பட்ட உழைப்பாளர்கள் நாட்கூலிக்கு வேலை செய்பவர்களாகவே உள்ளனர். இங்கு ஆண்களின் நாட்கூலி சராசரியாக 1,500 ரூபா எனக் கொண்டாலும் இவர்களின் மாத வருமானம் 30,000 ரூபாவுக்கு மேல் போவது மிகவும் அரிது. இவர்களுக்கு மாதாந்தம் சராசரியாக 20 நாட்களுக்கு மேல் வேலை கிடைப்பது மிகவும் சிரமம்.

- விவசாய மற்றும் கிராமங்களில் ஏனைய தொழில்களில் நாட்கூலிக்கு வேலை செய்யும் பெண்களின் நிலைமை இங்கு மிகவும் மோசமாக உள்ளது. நகரப் புறங்களில் பெண்களின் உழைப்புக்குக் கிடைக்கும் நாட் கூலி அனைத்துத் துறைகளிலும் பெரும்பாலும் 1,200 ரூபாவுக்கும் குறைவாகவே உள்ளது. இது கிராமப்புறங்களிலும் விவசாயத் துறையிலும் 700 ரூபாவாக அல்லது 800 ரூபாவாகவே உள்ளது.

- இலங்கையெங்கும் தனியார் கடைகளில் வேலை செய்யும் பெண்களின் மாதாந்த சம்பளம் 15,000 ரூபாவுக்கு அதிகமாக இருப்பது மிகக் குறைவு. அதுவும் புறநகர் பகுதிகளில் அல்லது கிராமங்களை அண்டிய பகுதிகளிலுள்ள கடைகளில் வேலை செய்யும் பெண்கள் மாதாந்தம் 8,000 ரூபாவையோ அல்லது அதற்கு சற்றுக் கூடுதலாகவோ மட்டும் பெற்றுக் கொண்டு மாதம் 25 நாட்கள் எட்டு மணி நேரத்துக்கும் மேலாக கால் கடுக்க உடல் நோக மௌனமாக உழைக்க வேண்டிய கட்டாயத்தில் உள்ளனர்.

தேசிய வருமானம் பல்லக்கிலே செல்லுதாம் - ஆனால் குடிமக்களின் வாழ்க்கைத்தரமோ பாதாளத்திலே!

இலங்கை அரசின் 2016 ஆம் ஆண்டு கள ஆய்வு அறிக்கையின்படி, சராசரி வீட்டு வருமானம் ரூபா 62,500 ஆகும். இது 2019

ஆம் ஆண்டு இறுதியில் இதனை அதிகபட்சமாக ரூபா 80,000 எனக் கொண்டு பார்த்தால் கூட இலங்கையின் மிகப் பெரும்பான்மையான மக்களின் பொருளாதார வாழ்க்கை ஒரு நாளாந்த போராட்டமாகவேதான் அமைகின்றது.

இலங்கையில் நிலவும் வருமானப் பகிர்வில் காணப்படும் ஏற்றத்தாழ்வின்படி, கீழ் நிலையிலுள்ள ஊழியர் அல்லது தொழிலாளி பெறுகின்ற சம்பளத்தை விட மேல் நிலையில் உள்ள ஓர் ஊழியர் பொதுவாக பல மடங்கு அதிகமாகவே சம்பளம் பெறுகிறார் என்பதை நடைமுறையிற் காணலாம். அரசாங்க ஊழியர்களின் உத்தியோகபூர்வமான சம்பளங்களுக்கிடையில் காணப்படும் இடைவெளி நான்கு மடங்கு அல்லது ஐந்து மடங்காக உள்ளதெனின் அந்த இடைவெளி தனியார் துறைகளில் பத்து மடங்குக்கும் கூடுதலாகவே உள்ளது.

இலங்கையின் வருமானப் பகிர்வில் காணப்படும் ஏற்றத்தாழ்வு பற்றிய ஆய்வறிக்கைகளின்படி, மிகக் கீழ் நிலையில் உள்ள 20 சதவீதமானவர்கள் நாட்டு மக்களின் மொத்த வருமானத்தில் 4.5 சதவீதத்தையும், அடுத்த 20 சதவீதத்தினர் 8.0 சதவீதத்தையும், அதற்கு மேலுள்ள 10 சதவீதத்தினர் 5.5 சதவீதத்தையும் பெறுகின்றனர். இவ்வாறாக கீழ் நிலையில் உள்ள 50 சதவீதமான மக்கள் மொத்தத்தில் 18 சதவீத வருமானத்தை மட்டுமே பெறுகின்றனர். இவ்வகையில், 2019 இன் இறுதி அல்லது 2020 இன் ஆரம்ப நிலையைப் பார்த்தால், நாட்டின் அனைத்துப் பாகங்களையும் உள்ளடக்கிய ரீதியில் கீழ்மட்ட நிலையில் உள்ள 50 சதவீமானவர்களின் மாதாந்த வீட்டு வருமானம் சராசரியாக சுமார் 36,000 ரூபா என்ற அளவிலேயே உள்ளது. மேலும் குறிப்பாக நோக்கின், கிராமங்களிலுள்ள 50 சதவீமான குடும்பங்களினதும், நகரப்புறங்களிலுள்ள 30 சதவீதமான குடும்பங்களினதும் மாதாந்த வருமானம் அதற்கும் குறைவாக உள்ளதையே அரசின் கள ஆய்வுகள் தெரிவிக்கின்றன.

இலங்கைவாழ் குடும்பம் ஒவ்வொன்றும் பண ரீதியாக மற்றும் பொருள் ரீதியாக பெற்ற வருவாயை, இலங்கை அரச நிறுவனங்களின் புள்ளிவிபரங்கள், வருமானப் பங்கீட்டு கணிப்பீடுகள் மற்றும் கள ஆய்வுகளின் அடிப்படையில் அண்ணளவாக அனுமானிப்பின்...

கிராமப் புறங்கள் மற்றும் பெரும் தோட்டத்துறை பிரதேசங்களில் வாழும் குடும்பங்கள் ஒவ்வொன்றினதும் மொத்த மாதாந்த வருமானம் பின்வருமாறு அமைகிறது எனலாம்:

1. மிகக் கீழ் நிலையில் உள்ள 10 சதவீதத்தினரின் தற்போதைய மாதாந்த வீட்டு வருமானம் சராசரியாக சுமார் 18,000 ரூபா

2. அடுத்த 10 சதவீதத்தினரின் சராசரி மாதாந்த வருமானம் ரூபா 22,500

3. அடுத்த 10 சதவீதத்தினர் சராசரியாக ரூபா 31,500

4. அதற்கு மேலான 10 சதவீதத்தினரின் சராசரி வருமானம் வீட்டு வருமானம் ரூபா 40,000

5. கீழிருந்து மேல்நோக்கி 5 ஆவதாக உள்ள 10 சதவீதத்தினரின் சராசரி வருமானம் 50,000 ரூபா

இப்போது, இலங்கைக்கான நியாயமான வறுமைக் கோட்டு வருமானம் நியாயப்படி எவ்வளவாக இருக்க வேண்டும் என்பது தொடர்பாக இங்கு முன்னர் குறிப்பிட்டவற்றை மீண்டும் கவனத்திற் கொள்வோமாயின், அதாவது, அமெரிக்காவை அடிப்படை உரைகல்லாகக் கொள்ளும் சர்வதேச கொள்வனவு திறன் சமநிலையின்படி இங்கு ஒரு குடும்பம் குறைந்த பட்சம் 1,10,000 ரூபாவை மாத வருமானமாக பெற வேண்டும். அதை விடுத்து, உலக வங்கியின் கணக்குப்படி பார்த்தாலும் கூட இங்கு வறுமைக் கோட்டு எல்லை 78,600 ரூபாவாக இருக்க வேண்டும்.

2019 ஆம் ஆண்டில் இலங்கையின் தலாநபர் தேசிய வருமானம் சுமார் 7 லட்சம் (7,00,000) ரூபா. அதாவது, 4 பேர் கொண்ட ஒரு குடும்பத்தின் சராசரியானது 28 லட்சம் (28,00,000) ரூபா. இதனை மாதக் கணக்கில் பார்த்தால் சுமார் 2 லட்சத்து 30 ஆயிரம் (2,30,000) ரூபா. ஆனால் இங்கே 20,000 ரூபா வருமானத்தை ஒரு குடும்பத்தின் வறுமைக் கோட்டு எல்லையாகக் கணிக்கிறது அதிகாரக் கூட்டம்.

வருமானத்தில் 10 அல்லது 12 சதவீதம் மட்டுமே உணவுக்கான செலவாக உள்ள அதி உயர் வருமான நாடுகளில் பத்தில்

ஒரு பங்கு தேசிய வருமான அளவை வறுமைக் கோட்டு எல்லையாகக் கொள்ளலாம். ஆனால், வருமானத்தில் 40 சதவீதமான பங்கை உணவுக்காகச் செலவிடும் இலங்கை போன்ற நாடுகளுக்கு அதே அளவுகோலைப் பிரயோகிக்கக் கூடாது என்பதனை அதிகாரக் கதிரைகளில் அமர்ந்திருப்போர் தமது அடிப்படையான பொது அறிவாகக் கொள்ள வேண்டும்.

⊙

அரசாங்கத்தில
அரைச்சம்பளத்தில
வேலை..???
10.06.2022

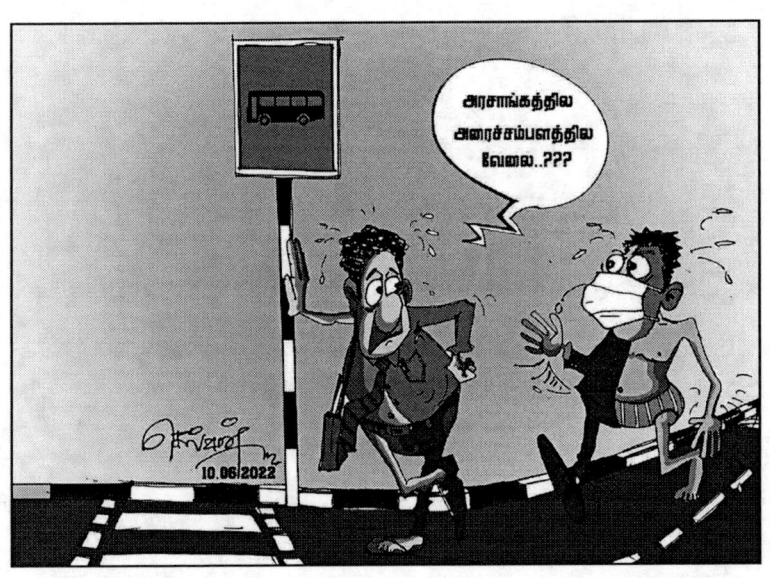

6
இலங்கையின் பொருளாதாரமோ வீழ்ச்சிப் பாதையில் இளையோர்களோ உரிய வேலை வாய்ப்புக்காக வீதிகளில்...

ஒரு நாட்டின் பொருளாதார வளர்ச்சி என்பது பிரதானமாக

- வேலையில்லாத இளையோர்களின் வீதாசாரம் வீழ்ச்சியடைதல்,

- வறிய நிலையில் வாழும் மக்கள் தொகையினரின் வீதாசாரம் குறைதல்,

- நாட்டு மக்கள் ஒவ்வொருவரதும் வாழ்க்கைத் தரம் உயர்தல் ஆகியனவற்றை மொத்தத்தில் குறிப்பதாக அமைதல் வேண்டும்.

- மக்களின் வாழ்க்கைத்தர உயர்ச்சி என்பது வெறுமனே பண வருமானத்தின் உயர்ச்சியை மட்டும் கருத்திற் கொண்டதல்ல. பண வருமான உயர்ச்சியை அவதானிக்கின்ற போது பண்டங்களின் விலைகளில் ஏற்பட்டுள்ள மாற்றங்கள் தொடர்பாகவும், அந்நியச் செலாவணி மாற்று விகிதம் தொடர்பாகவும் அந்த வருமானத்தின் உண்மையான பெறுமதியில் ஏற்பட்டிருக்கும் உயர்ச்சி மதிப்பிடப்படுதல் வேண்டும்.

- நாட்டு மக்களின் சராசரி வருமானத்தில் உண்மையான பண வருமான அதிகரிப்பு ஏற்படினும் கூட, நாட்டு மக்களுக்கிடையேயான தேசிய வருமானப் பகிர்வில் தொடர்ச்சியாக இடைவெளிகள் விரிவடையுமிடத்து நாட்டு

மக்கள் அனைவரினதும் வாழ்க்கைத் தரத்தில் ஒரே போக்கான ஏற்றம் நிகழாது என்பதுவும் கணக்கில் கொள்ளப்படுதல் வேண்டும்.

மேலும், பொருளாதார வளர்ச்சி மூலதன திரட்சிக்கு வழி வகுக்கின்றது. மூலதனத் திரட்சியின் அதிகரிப்பு தொழில் நுட்ப வளர்ச்சிகளுக்கு வழி வகுக்கின்றது. அதன் காரணமாக, புதிய புதிய பொருட்கள் மக்களின் வாழ்க்கையோடு யதார்த்தமாக இணைகின்றன. காலப் போக்கில் அவை மக்களின் வாழ்வில் அத்தியாவசியமான தேவைகளாகி விடுகின்றன.

மனித வாழ்வில் அத்தியாவசிய தேவைகள் என்பது எப்போதுமே ஒரு குறிப்பிட்ட பண்டங்களின் பட்டியலைக் கொண்டதாக இருப்பதில்லை. சமூக பொருளாதார மாற்றங்கள் — முன்னேற்றங்களுக்கு ஏற்ப அப்பட்டியலில் உள்ளடங்கும் பண்டங்களின் வகைகளும் மாறுகின்றன — அதிகரிக்கின்றன. எனவே மக்களின் வருமானமானது குறிப்பிட்ட சமூக பொருளாதார காலம் மற்றும் சூழலுக்குத் தேவையான பண்டங்களின் பட்டியலில் எதையெதை எந்தெந்த அளவில் கொள்வனவு செய்யும் ஆற்றலைக் கொண்டிருக்கின்றது என்பதைப் பொறுத்தே வாழ்க்கைத் தராதர மதிப்பீடும் அமைகிறது.

இலங்கையின் தலாநபர் தேசிய வருமானம் 2005 ஆம் ஆண்டு அந்நியச் செலாவணி மாற்று விகிதத்தின்படி 2,000 அமெரிக்க டொலர் பெறுமதி கொண்டதாக இருந்தது. இது 2017 ஆம் ஆண்டு 4,000 டொலராகிவிட்டதாக கணக்கிடப்பட்டது. இதை வைத்துக் கொண்டு நாட்டு மக்களின் வாழ்க்கைத் தராதரம் ஏழு ஆண்டுகளில் இரண்டு மடங்காகி விட்டதாகக் கூற முடியாது — கூறவும் கூடாது. அதேபோல நாட்டில் சம்பளம் பெறுவோர் 2014 ஆம் ஆண்டு பெற்றதை விட 2019 ஆம் ஆண்டு இரண்டு மடங்காக சம்பளம் பெற்றதாக என்று நிதி அமைச்சர் கூறினார். இதை வைத்துக் கொண்டு இந்த நாட்டில் சம்பளம் பெறுவோரின் குடும்பங்களின் வாழ்க்கைத் தரம் ஐந்து ஆண்டுகளில் இரண்டு மடங்காக உயர்ந்து விட்டது எனக் கூற முடியாது — கூறவும் கூடாது.

2017 ஆம் ஆண்டு 4,000 அமெரிக்க டொலருக்கு சமன் என கூறப்பட்ட இலங்கையின் தலாநபர் வருமானம். 2019 ஆம் ஆண்டு 3,850 டொலருக்கு குறைந்து விட்டது. கொரோனாவின் தாக்கமும் சேர்ந்து கொள்ள சர்வதேச பெறுமதிகளின் படி இலங்கையின் தலாநபர் வருமானம் இன்னமும் கீழே தள்ளிவிடப்பட்டுள்ளது. 2020 இன் ஆரம்பத்தில் ஓர் அமெரிக்க டொலருக்கு இலங்கை நாணயம் 180 ரூபா என்ற நிலையிலிருந்தது. கொரோனாவின் காலத்தில் ஓர் அமெரிக்க டொலருக்கு 200 ரூபாவுக்கு மேல் செலுத்த வேண்டிய நிலை ஏற்பட்டது. இதன்படி அதிகரிப்பு 11 சதவிதமே. அதே சமகாலத்தில் வெளிச் சந்தைகளில் ஓர் அமெரிக்க டொலரின் பெறுமதி 250 தொடக்கம் 280 ரூபா வரையில் ஊசலாடியது. இதே வேளையில் சந்தைகளில் பண்டங்களின் விலைகளோ 40 அல்லது 50 சதவீதங்களுக்கு மேல் அதிகரித்தது. இதனை இன்னொரு வகையில் கூறினால் இலங்கை நாணயத்தின் பெறுமானம் 50 சதவீதத்துக்கு மேல் இறங்கி விட்டது என்பதே. இவ்வாறான நிலையில் ஒரு கணிப்பினை மேற்கொண்டால் தலாநபர் வருமானம் 3000 டொலர் எனும் அளவுக்கு இறங்கி விட்டதென்றே கொள்ள வேண்டும்.

(குறிப்பு: 2022 ஆம் ஆண்டு ஆரம்பத்தில் அந்நிய செலாவணி வியாபாரம் சந்தைகளுக்கு மீண்டும் திறந்து விட்டதைத் தொடர்ந்து ஒரு டொலரின் பெறுமதி 350 ரூபாவுக்கு மேல் சென்று விட்டது. அதாவது 100 ரூபா முகப் பெறுமதி கொண்ட இலங்கை நாணயத்தின் உண்மையான பெறுமதி 50 ரூபா என ஆகிவிட்டது. இந்த வகையில் இலங்கையினுடைய தலாநபர் வருமானமும் அமெரிக்க டொலரின் பெறுமதியில் அரைவாசியாகி விட்டது. இந்த வீழ்ச்சி நிலை மேலும் தொடர்வதற்கான நிலைமைகளே தற்போது உள்ளன)

வீதிகளை வெளிச்சமாக்கிய திறந்த பொருளாதாரம் வீடுகளில் மக்களின் வாழ்க்கையை இருட்டாக்கி விட்டது

1977 ஆம் ஆண்டு இலங்கையின் பொருளாதாரம் உலக முதலாளித்துவத்துக்குத் திறந்து விடப்பட்டது. பொருளாதார நெறிப்படுத்தல்களும் கட்டுப்பாடுகளும் தளர்த்தப்பட்டன.

நாட்டு மக்களின் நலன்களை இலக்காகக் கொண்ட அரச துறைகள் இலாப நோக்கம் கொண்ட தனியார் முயற்சிகளுக்கு அனுமதிக்கப்பட்டன. அரச துறைகளாக இருந்த பல உற்பத்தித் தொழிற் துறை நிறுவனங்கள் தனியார் முதலீடுகளுக்கு கைமாற்றப்பட்டன. எல்லாவற்றுக்கும் மேலாக, ஏற்றுமதிகளிலும் இறக்குமதிகளிலும் கடைப்பிடிக்கப்பட்ட ஒழுங்குபடுத்தல்கள் மற்றும் கட்டுப்பாடுகள் நீக்கப்பட்டன. அந்நியச் செலாவணி மாற்று விகிதம் மற்றும் வங்கிகளின் வட்டி வீதங்களும் சந்தை செயற்பட்டால் நிர்ணயிக்கப்படும் தலைவிதிக்கு கட்டவிழ்த்து விடப்பட்டன.

இவ்வாறான கொள்கை நடைமுறை மூலம் இலங்கையின் பொருளாதாரத்தில் அதிசயங்கள் ஏற்படும் என அரச சார்பு பொருளியல் நிபுணர்களெல்லாம் அன்று ஆரூடம் கூறினர். அன்றைய அரச தலைவர் ஜே.ஆர். ஜெயவர்த்தனா தனது பொருளாதாரக் கொள்கையால் சிங்கப்பூரில் ஏற்பட்ட வளர்ச்சியைப் போன்ற முன்னேற்றம் இலங்கையிலும் ஏற்படும் எனப் பிரகடனம் செய்தார். ஆனால் 40 ஆண்டுகளுக்கு மேலாகிவிட்டது. இலங்கையின் பொருளாதாரம் சிங்கப்பூரின் தரத்தை கொஞ்சமாவது அண்மிக்கும் என கனவு கூடக் காண முடியாது என்பது நிரூபணமாகியுள்ளது.

கடந்த 45 ஆண்டுகளில் பல ஆட்சி மாற்றங்கள் ஏற்பட்ட போதிலும் இலங்கை 1970க்கும் 1977க்கும் இடைப்பட்ட காலகட்டத்தில் கடைப்பிடித்த சுயசார்புப் பொருளாதாரக் கொள்கைக்கு யாராலும் எவ்வகையிலும் மீளக் கொண்டு செல்ல முடியாத அளவுக்கு ஜெயவர்த்தனா அறிமுகப்படுத்திய திறந்த பொருளாதாரக் கொள்கை இலங்கையின் அனைத்து அம்சங்களிலும் ஆழப்பதிந்து விட்டமையைப் புரிந்து கொள்வது எவருக்கும் சிரமமான ஒன்று அல்ல.

திறந்த — தாராளமய பொருளாதாரக் கொள்கை இலங்கையின் சமூக பொருளாதாரக் கட்டமைப்பின் மேலோட்டங்களில் நன்மைகள் போலவும் அடித்தளத்தில் தீமைகளாகவும் பெரும் மாற்றங்களை ஏற்படுத்தியிருக்கின்றது என்பதை மறுக்க முடியாது. முன்னர் இலங்கையின் 60 சதவீத உழைப்பாளர்கள் விவசாயத் துறையிலே தங்கியிருந்தனர். அதே வேளை 25

சதவீதமானோரே சேவைத் துறையில் இருந்தனர். இப்போது விவசாயத்துறையில் கிட்டத்தட்ட 25 சதவீதத்தினரும், சேவைத் துறையில் சுமார் 55 சதவீதத்தினரும் உள்ள வகையாக ஏற்பட்டிருக்கும் மாற்றம் கவனத்துக்குரியது.

திறந்த பொருளாதாரக் கொள்கை அறிமுகப்படுத்தப்பட்டபோது பெருந் தொகையில் வெளிநாடுகளிலிருந்து மூலதனமும், நவீன தொழில்நுட்பங்களும் நாட்டுக்குள்ளே வரும் என்றும் அதனால் வேலைவாய்ப்புகள் பெருகும் என்றும் நாட்டின் பொருளாதாரம் அதீத வளர்ச்சியை அடையும் என்றும் கூறப்பட்டது. ஆனால், நாட்டில் இருந்த பல உள்நாட்டு உற்பத்தித் தொழில்கள் மூடப்படும் நிலை நடந்து முடிந்தது. அதற்கு மாற்றாக வெளிநாடுகளிலிருந்து இறக்குமதி செய்யப்பட்ட உற்பத்திகளே இலங்கையின் சந்தைகளை நிறைத்தன. ஆனால் அதேவேளை அந்த அளவுக்கு இலங்கையின் ஏற்றுமதியில் வளர்ச்சி ஏற்படவில்லை.

1980 களில் ஊக்குவிக்கப்பட்ட ஆடை உற்பத்தித் தொழில்களைத் தவிர வெறெந்தவொரு பொருள் உற்பத்தித் துறையும் குறிப்பிடத்தக்க அளவுக்கு வேலைவாய்ப்புக்களை அதிகரிக்கவில்லை. நாட்டை விட்டு வெளியேறி மத்திய கிழக்கு நாடுகளுக்கு சென்றுதான் பல லட்சம் பேர் வேலை வாய்ப்புப் பெற வேண்டும் என்ற நிலை ஏற்பட்டது.

1972 ஆம் ஆண்டு மற்றும் 1975 ஆம் ஆண்டுகளில் மேற்கொள்ளப்பட்ட நிலச்சீர்திருத்தத்தின் விளைவாக வெளிநாட்டவர்களின் கைகளிலிருந்த மலையக பெருந் தோட்ட நிலங்கள் அரசுடைமையாக்கப்பட்டு அரசே அவற்றை நிர்வகிக்கும் நிலைமை ஏற்படுத்தப்பட்டது. இதன் மூலம் புதிய உற்பத்தித் துறைகள் உருவாகும், பெருந்தொகையில் வேலைவாய்ப்புகள் ஏற்படும் என எதிர்பார்க்கப்பட்டது. சிறிய அளவில் சில முன்னேற்றங்கள் ஏற்பட்டாலும் அது தொடரவில்லை.

திறந்த பொருளாதாரக் கொள்கையின் பின்னர் தேயிலைத் தோட்டங்களில் ஒரு பகுதி சிறு தேயிலைத் தோட்டங்களுக்கு வழங்கப்பட்டன, ஏனையவை தனியார் தொழில் நிறுவனங்களின் உடைமைகளாக்கப்பட்டன. 19 ஆம் நூற்றாண்டு

தொழில்நுட்பத்துடனேயே இன்றும் இருக்கும் தேயிலைத் தோட்டங்கள் வேலைவாய்ப்புகளைக் குறைத்தனவே தவிர கூட்டவில்லை. திறந்த பொருளாதாரக் கொள்கையின் பின்னர் பல்வேறு காரணங்களினால் மக்களின் வாழ்க்கைச் செலவில் பெரும் ஏற்றங்கள் ஏற்பட்டன. இந்த நிலையில் விவசாயத் துறை வருமானத்தில் தங்கியிருந்த மக்களிற் பெருந் தொகையினர் ஏதோ ஒரு வகையில் வேறு துறைகள் மூலமாக வருமானம் தேட வேண்டியவர்களானார்கள். ஆக்க உற்பத்தித் தொழில் துறைகளை நோக்கி செல்வதற்கான வாய்ப்புக்கள் பெரிதளவில் ஏற்படவில்லை. இதனால் சேவைத்துறையை நோக்கி வெவ்வேறு வழிமுறைகளினூடாக வேலைவாய்ப்புத் தேட முயற்சிப்பது கட்டாயமானது. இது மறுபக்கமாக, பெருந்தொகையானோரை குறைந்த கூலியில் – சம்பளத்தில் வேலை செய்ய வேண்டிய கட்டாயங்களுக்கு உள்ளாக்கியது.

நவதாராள பொருளாதாரம் உள்நாட்டுப் போரைத் திறந்து மக்களின் பிரச்சினைகளை திசை திருப்பிய தந்திரம்!

வடக்கு கிழக்கில் நடந்த போரில் ஆயுதந் தாங்கிய இளையோர்கள் 50,000க்கு மேற்பட்டோர் கொல்லப்பட்டதாக கணக்கிடப்படுகிறது. இங்கு நடந்த 30 ஆண்டுகால போரில் 2 லட்சத்திற்கு மேல் தமிழர்கள் கொல்லப்பட்டார்கள். எனவே இங்கு ஆயுதங்கள் தாங்காமலே போரின் மத்தியில் அகப்பட்டு கொல்லப்பட்டவர்களில் உழைப்பாற்றல் கொண்ட 1,00,000க்கு மேற்பட்ட தமிழர்கள் கொல்லப்பட்டனர். இதைவிட அரச படைகளில் இறந்தோரின் எண்ணிக்கை சுமார் 30,000 பேர். மேலும் 1988-89 காலகட்டத்தில் தென்னிலங்கையில் நடைபெற்ற உள்நாட்டுப் போரில் கொல்லப்பட்டோர் எண்ணிக்கை 60,000க்கு மேல்.

இவ்வாறாக 1977க்கும் 2009க்கும் இடைப்பட்ட 32 ஆண்டு காலத்தின் திறந்த பொருளாதாரத்தில் வேலைவாய்ப்பற்றோர் அல்லது வேலைவாய்ப்புத் தேடுவோர் என்ற அணியில் நின்றிருக்க வேண்டிய சுமார் இரண்டரை லட்சம் இளையோர்கள் பலியாக்கப்பட்டார்கள். திறந்த பொருளாதாரத்துக்கான பாதையை சுலபமாக்குவதற்கும் இந்த இளையோர் பட்டாளம்

பலி எடுக்கப்பட்டமை அல்லது பலி கொடுக்கப்பட்டமைக்கும் இடையில் நேரடியாகவும் மறைமுகமாகவும் தொடர்புகள் இருப்பதாகவே உணரமுடிகிறது.

அது மட்டுமல்ல, யுத்தத்தின் தாக்கங்களின் விளைவாக தமிழர்களில் பல லட்சம் பேர் மேலைத் தேய நாடுகளை நோக்கி நிரந்தரமாக குடியேறி விட்டனர். இதே காலகட்டத்தில் சில லட்சம் சிங்களவர்களும் மேலைத் தேச நாடுகளுக்கு சென்று குடியேறிவிட்டனர். அவ்வாறு சென்ற தமிழர்களும் சரி சிங்களவர்களும் சரி மிகப் பெரும்பாலும் இளையோர்களே. 1983க்குப் பின்னர் மலையகத்திலிருந்து இந்தியாவுக்கு அகதிகளாகப் போன பல்லாயிரம் பேர் பெருமளவில் இந்தியர்களாக கலந்து போய்விட்டனர். ஆனால் வடக்கு கிழக்கிலிருந்து அகதிகளாக இந்தியா சென்றவர்கள் இலங்கை அகதிகள் என்ற பெயரிலேயே தொடர்ந்தும் வாழ்ந்தாலும் அவர்கள் பெரும்பாலும் இலங்கைக்குத் திரும்பி வர தயாராக இல்லை. அவர்களுக்குரிய உத்தரவாதங்களை வழங்கி இலங்கைக்கு மீண்டும் அவர்களை அழைத்துக் கொள்வதில் இலங்கை அரசும் குறிப்பிடத்தக்க அளவுக்கு அக்கறை காட்டுவதாக இல்லை.

இவ்வாறாக 26 ஆண்டுகால போர் பதினைந்து லட்சத்துக்கு மேற்பட்ட இலங்கையர்களை இலங்கையை விட்டு துரத்தியதன் மூலம் இலங்கையில் வேலையற்றோர் என்னும் இளையோர் தொகையைக் குறைக்கும் தந்திரத்தைக் கடைப்பிடித்துள்ளது என்ற ஒரு கருத்தைக் கொள்ள தூண்டுகிறது.

சிங்கள இளையோர்களின் வேலையின்மைப் பிரச்சினை தொடர்பில் இலங்கை அரசுக்கு மற்றுமொரு ஏற்பாடும் சாத்தியமானதை இங்கு குறிப்பிடுவது பொருத்தமாகும். அதாவது, 1980க்கு முதல் 20,000 பேருக்கும் குறைவானவர்களைக் கொண்டிருந்த இலங்கை இராணுவம் கடந்த 40 ஆண்டுகளில் 3 லட்சத்துக்கு மேற்பட்டோருக்கு வேலை வாய்ப்பு வழங்கும் துறையாக ஆக்கப்பட்டுள்ளமை கவனத்துக்குரியதாகும்.

உள்நாட்டு யுத்தம் முடிந்து 12 ஆண்டுகள் ஆயினும் இளையோர்களின் வேலையின்மை மீண்டும் மீண்டும் சீறுகிறது!

யுத்தம் முடிந்தால் பொருளாதாரம் செழிக்கும், நாடு முன்னேறும், இளையோர்களுக்கு வேலையில்லை என்பது இல்லாது போகும் என்றார்கள். ஆனால், வீதிகளில் நிற்கும் வேலையில்லா இளையோர்கள் பட்டாளம் ஆண்டுக்கு ஆண்டு கூடிச் செல்கிறது. 2019 ஆம் ஆண்டு ஜனாதிபதித் தேர்தல் பிரச்சாரத்தின் போது, உடனடியாக 60,000 பட்டதாரிகளுக்கும் வறிய குடும்பங்களைச் சேர்ந்த 1,00,000 இளையோர்களுக்கும் வேலை வழங்கப்படும் என வாக்குறுதி அளிக்கப்பட்டது. ஆனால் நடைமுறையில் ஒரு சிறிய பகுதியினருக்கு வேலைவாய்ப்பு வழங்கியதற்கு அப்பால் எந்த வித நகர்வும் இதுவரை இல்லை. இதற்கு கொரோனாவே காரணமென அரசாங்க சார்பானவர்கள் கூறலாம். ஆனால், கொரோனாவுக்கு முன்னரே அரசாங்கம் அதற்கு வக்கற்ற நிலைக்கு உள்ளாகி விட்டது என்பதே உண்மையாகும்.

1,00,000 (ஒரு லட்சத்து)க்கு மேற்பட்ட 10 ஆம் வகுப்பு வரை படித்தவர்களும், 1 லட்சத்து 70 ஆயிரம் பேரளவில் 12 ஆம் வகுப்பு வரை படித்த இளையோர்களும் வேலைவாய்ப்புத் தேடுவோர் பட்டியலில் வருடா வருடம் பதிதாக சேர்ந்து கொள்கிறார்கள். ஆனால்

- புதிதாக வேலைவாய்ப்புக்களை அந்த அளவுக்கு உருவாக்குவதற்கு உரிய வகையில் தனியார் துறையில் பொருளாதார வளர்ச்சி இல்லை. மேலதிகமாக அரச துறைகளில் வேலைவாய்ப்புகளை வழங்குவதற்கு அரசிடம் பணமில்லை.

- இலங்கையின் பொருளாதார நிலைக்குப் பொருத்தமான முறையில் இங்கு கல்வியமைப்பும் இல்லை, தனியார் துறையின் தொழில் வளர்ச்சிகளும் இல்லை.

- அதனோடு தேசிய வருமானத்தில் அரச வருமானத்தின் பங்குக்கும் நாட்டின் மொத்த உழைப்பாளர்களில் அரச துறைகளில் உள்ளோரின் விகிதாசாரத்துக்கும் இடையே ஏற்கனவே பெருத்த முரண்பாடு நிலவுகிறது.

* அதேவேளை வேலையில்லாப் பிரச்சினையைத் தீர்ப்பதற்காக வெளிநாடுகளை நோக்கி இளையோர்களை தள்ளி விடுவதற்கான வாய்ப்புகளும் இதற்கு மேல் செல்ல முடியாது என்னும் எல்லைகளை எட்டிவிட்டன.

இந்த நிலைமைகளால் அரசியல் சமூக அமைப்பில் அடுத்த கட்டமாக ஏற்படப் போகும் விளைவுகளை நாடு எதிர்பார்த்து காத்திருக்கிறது என்றுதான் கூற வேண்டும்.

◉

DEBT
Gihan de Chickera
19/09/14

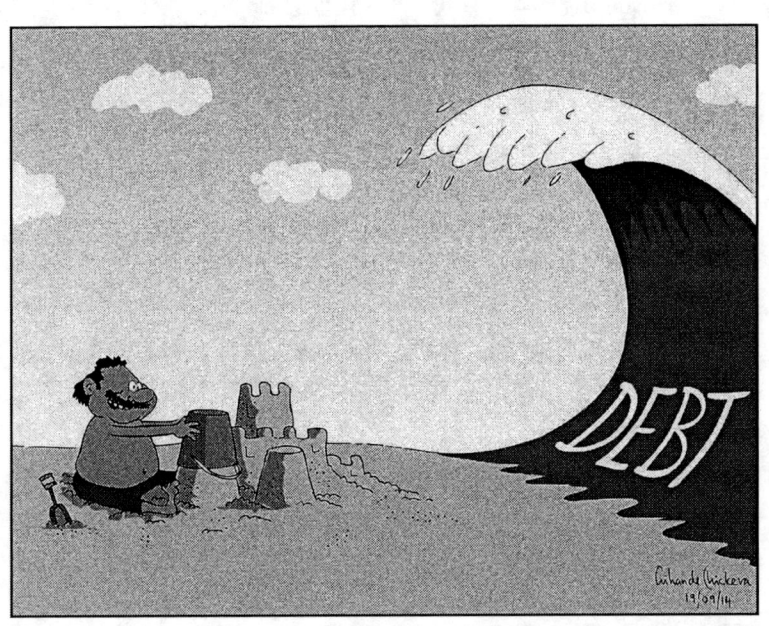

7
ஆதாரங்களை இழந்து சேடமிழுக்கும் ஆபத்தில் அந்தரிக்கும் இலங்கையின் அரசியற் பொருளாதாரம்

இலங்கையின் பொருளாதாரத்தை தென்னாசியாவிலேயே சிறந்த பொருளாதாரம் என இன்னமும் வெளிநாடுகளின் பொருளியலாளர்கள் கூறிக் கொண்டிருக்கிறார்கள். இலங்கையர்களும் அப்படியே பெருமையாகக் கருதிக் கொள்கிறார்கள். ஆனால் உண்மையில் இலங்கையின் பொருளாதாரம் அனைத்து அடிப்படை அம்சங்களிலும் காத்திரமான வலிமைகளோடு இருக்கின்றதா, அல்லது மாறாக, இங்கு பொருளாதாரத்தின் பிரதான கூறுகளெல்லாம் புற்று நோய்க் குறிகளோடு உள்ளனவா என்பதே கேள்வியாகும்.

இலங்கையின் பொருளாதாரம் தற்போது எதிர்நோக்கி வரும் நெருக்கடிகளை பலரும் கொரோனாவோடு தொடர்பு படுத்தியே புரிந்து கொள்கின்றனர். அரசாங்கமும் அப்படியானதொரு பிரமையையே மக்களுக்கு வழங்கி வருகின்றது. முன்னர் உள்நாட்டு யுத்தம் முடிந்து விட்டால் நாடு செழிப்படைந்து விடும் என்றார்கள். இன்று கொரோனாவுக்கு முடிவு கட்டி விட்டால் நாடு மீண்டும் முன்னேற்றப்பாதையில் வீறு நடை போடத் தொடங்கி விடும் என்கிறார்கள்.

(குறிப்பு: இப்போது சர்வதேச நாணய நிதியம் கடன் தந்து விட்டால் நாட்டின் பொருளாதார பிரச்சினைகள் தீர்ந்து விடும் என்கிறார்கள்)

ஆனால், இலங்கையின் பொருளாதாரம் தனது சுய பலமாக உள்ள வளங்களைக் கொண்டு சரியான சுயாதீனமான பாதையில் சுயசார்புத் தளங்களைக் கட்டியெழுப்பத் தவறியமை இன்று நேற்றல்ல சுதந்திரம் பெற்ற காலம் தொட்டே தொடர்கதையாக உள்ளதை இக்கட்டுரை முன்னர் பல இடங்களில் சுட்டிக் காட்டியுள்ளது.

அரச படைகளுக்கும் புலிகளுக்கும் இடையிலான யுத்தம் முடிவுக்கு வந்ததைத் தொடர்ந்து உலக நாடுகள் பலவும் உலக அமைப்புக்கள் பலவும் யுத்தத்தால் பாதிக்கப்பட்ட மக்களின் புனர்வாழ்வுக்கும் யுத்த அழிவுகளை புனரமைப்பு செய்வதற்காகவும் அள்ளிக் கொடுத்த கொடைகளையும் மிகப் பெருந்தொகை கடனுதவிகளையும் கொண்டு நடத்திய பொருளாதார நடவடிக்கைகளை கூட்டிப் பெருக்கி யுத்தத்தின் பின்னர் நாட்டின் பொருளாதாரம் 30 சதவீதம், 35 சதவீதம் என பாய்ச்சலில் முன்னேறிச் செல்வதாக கணக்குக் காட்டியது அரசாங்கம்.

ஆனால் அது 2010 ஆம் ஆண்டு தொடங்கிய அந்தப் பாய்ச்சல் அடுத்த ஆண்டுகளில் இறங்கு முகமாகி 2014 ஆம் ஆண்டோடு நாட்டின் பொருளாதாரமானது களைத்துப் போன மாடுகள் இழுக்கும் வண்டி போல் முன்னோக்கி நகர மறுத்தது மட்டுமல்லாது, பின்னோக்கிப் போவதாகவே நகரத் தொடங்கியது. 2018 இல் மெதுவாக பின்னோக்கி நகரத் தொடங்கிய பொருளாதாரத்தை கொரோனா நோயின் பாதிப்புகள் 2020 மற்றும் 2021 ஆம் ஆண்டுகளில் மேலும் மோசமாக பின்தள்ளிக் கொண்டிருக்கின்றன.

(குறிப்பு: இப்போது அனைத்து பொருளாதார நெருக்கடிகளும் ஒன்று திரண்டு பெரும் அரசியல் நெருக்கடியாக மாறியுள்ளது)

பலமான சுய தளங்களை இலங்கையின் பொருளாதாரம் கொண்டிருந்தால் இவ்வளவு தூரம் மீள முடியா அளவுக்கு ஆழமான பொருளாதார பின்னடைவுகளை அடைந்திருக்க மாட்டாது. இலங்கையின் அண்டை நாடுகளும் மிக அதிக அளவில் கொரோனா நோயின் பாதிப்புக்கு உள்ளானவைதான். ஆனால் அவை ஒரு சில மாதங்களுக்கு உள்ளேயே தமது பொருளாதாரத்தை சுதாகரித்துக் கொண்டன.

2009 ஆம் ஆண்டு முடிவில் 2,000 டொலர்களாக இருந்த தலாநபர் தேசிய வருமானம் 2010 இன் முடிவில் 2,750 டொலராகவும் (டொலர் கணக்கில் ஓராண்டில் 35 சதவீத வளர்ச்சி), 2013 இறுதி வரையான அடுத்த மூன்று ஆண்டுகளின் முடிவில் 3,610 டொலராகவும் (அதாவது மூன்று ஆண்டுகளில் மொத்தமாக 31 சதவீத வளர்ச்சி), அதாவது யுத்தம் முடிந்து 4 ஆண்டுகளில் இலங்கையின் பொருளாதார வளர்ச்சி 70 சதவீதத்துக்கு மேல் வளர்ச்சியடைந்ததாக கணக்கு சொல்லப்பட்டது. இதை வைத்துத் தான் அப்போது ஜனாதிபதியாக இருந்த மஹிந்த ராஜபக்சா அவர்கள் இலங்கையை ஆசியாவின் அதிசயமாக்கி விட்டதாக பெருமிதத்தோடு பிரகடனம் செய்தார். ஆனால் இந்த வளர்ச்சி வீதம் அவருடைய ஆட்சியிலேயே 2014 இல் 5.8 சதவீமாக இறங்கி விட்டது.

2015 இல் மைத்திரி – ரணில் கூட்டாட்சியானது, இந்தா இலங்கையின் பொருளாதாரத்தை யாரும் நினைத்துப் பார்க்க முடியா வேகத்தில் முன்னேற்றிச் செல்லப் போகிறோம் என்று சொல்லியபடி அரசு கட்டில் ஏறினர். அவர்களுக்கு ஆதரவான நாடுகளெல்லாம் அவர்கள் சாதிக்கட்டும் என அள்ளு கொள்ளையாக கடன்களை வழங்கினார்கள். ஆனால் 2015 இன் முடிவில் இலங்கையின் பொருளாதார வளர்ச்சி டொலர் கணக்கில் வெறுமனே அரை சதவீத அதிகரிப்பையும் 2016 இன் முடிவில் 1 சதவீத அதிகரிப்பையுமே காட்டி அதே தேக்க நிலையிலிருந்து அசையாமலேயே நின்றது.

2017 இல் இலங்கையர்களின் தலாநபர் தேசிய வருமானம் 4,000 டொலர்களைத் தாண்டி விட்டதாக பெருமையடித்தார்கள். ஆனால் உண்மையென்ன 2016 ஆம் ஆண்டோடு ஒப்பிடுகையில் 2017 இல் டொலர் கணக்கில் தலாநபர் வருமானம் வெறுமனே 90 டொலர்களால் மட்டுமே அதிகரித்தது. அதாவது 2.2 சதவீதம் மட்டுமே அதிகரித்தது. 2015 ஆம் ஆண்டு ஆரம்பத்தில் மைத்திரி – ரணில் கூட்டாட்சி தொடங்கிய பொழுது 3,821 டொலர்களென இருந்த இலங்கையின் தலாநபர் வருமானம் 2019 இல் எந்தவித முன்னேற்றமும் இல்லாமல் - அதேநிலையிலேயே இருந்தது. 2019 ஜனவரியில் நான்கு ஆண்டுகளை கூட்டாட்சி கடந்தது – அப்போது ஈஸ்டர் நாள் தாக்குதலும் நடைபெறவில்லை

அப்போதும் கூட இலங்கையின் தேசிய வருமானத்தில் எந்த ஏற்றமும் ஏற்படவில்லை.

2019 ஆம் ஆண்டின் ஈஸ்டர் தாக்குதல் இலங்கையின் உல்லாசப் பயணத்துறை மூலமான அந்நிய செலாவணி வருமானத்தை பெரிதும் பாதித்தது. எனினும் இலங்கையின் தலாநபர் வருமானத்தில் குறிப்பிடத்தக்க தாக்கத்தை ஏற்படுத்தவில்லை எனும் வகையான கணக்கையே அரச அறிக்கைகள் காட்டுகின்றன.

2009 ஆம் ஆண்டிலிருந்து 2019 ஆம் ஆண்டு வரையான தலாநபர் வருமானம் அமெரிக்க டொலர் கணக்கில் பின்வருமாறு:

ஆண்டுகள் தலாநபர் தேசிய வருமானம் அமெரிக்க டொலரில்

மஹிந்த ஆட்சியில்:

2009 இல் 2,057 ஆகவும்,
2010 இல் 2,744 ஆகவும்,
2011 இல் 3,129 ஆகவும்,
2012 இல் 3,351 ஆகவும்,
2013 இல் 3,610 ஆகவும்,
2014 இல் 3,821 ஆகவும்,

மைத்திரி – ரணில் ஆட்சியில்:

2015 இல் 3,842 ஆகவும்,
2016 இல் 3,886 ஆகவும்,
2017 இல் 4,077 ஆகவும்,
2018 இல் 4,057 ஆகவும்,
2019 இல் 3,852 ஆகவும்

இலங்கை மத்திய வங்கியின் அறிக்கை காட்டுகின்றது.

அதாவது, மஹிந்த ஆட்சி 2009 இல் 2,057 அமெரிக்க டொலருக்கு சமனாக இருந்த தலாநபர் வருமானத்தை 2014 இல் முடிவடைந்த ஆறு ஆண்டுகளில் 1,764 டொலர்களால் அதிகரித்து 3,821 டொலர்களில் 2015 ஜனவரியில் மைத்திரி – ரணில் கூட்டாட்சியிடம் ஒப்படைத்தது.

கூட்டாட்சியானது அதனது ஐந்தாண்டு கால ஆட்சியில் வெறுமனே 30 டொலர்களை மட்டும் தலாநபர் வருமானத்தில் அதிகரிக்கப்பண்ணி 2019 ஆம் ஆண்டு 3,852 டொலர்கள் எனும் அளவில் கோத்தாபய ராஜபக்சவிடம் ஆட்சியை ஒப்படைத்தது.

ஆனால், இதே காலகட்டத்தில் வெளிநாடுகளிடமிருந்து பெற்ற கடன் சுமைகளோ மலை போல் உயர்ந்தன. 2005 ஆம் ஆண்டு 11.8 பில்லியன் டொலர்களாக இருந்த வெளிநாட்டுக் கடன், மஹிந்த ராஜபக்சவின் முதலாவது ஆட்சிக் கால முடிவாகிய 2010 இல் இரண்டு மடங்குக்கு மேல் அதிகரித்து 21.7 பில்லியன் டொலர்களானது. அது மஹிந்த ராஜபக்சவின் இரண்டாவது ஆட்சிக்கால முடிவாகிய 2014 இறுதியில் மேலும் இரண்டு மடங்காக அதிகரித்து 42.2 பில்லியன் டொலர்களாகியது.

2015 ஆம் ஆண்டு ஜனவரியில் ஆட்சியை அமைத்த மைத்திரி – ரணில் கூட்டாட்சியானது 2019 ஆம் ஆண்டு அவர்களது ஆட்சி முடிவடைந்த ஐந்தாண்டு காலத்தில் இலங்கையின் வெளிநாட்டுக் கடனை 56 பில்லியன் டொலர்களாக உயர்த்தி சாதனை புரிந்தார்கள். 2019 ஆம் ஆண்டில் ஆட்சிக்கு வந்த ராஜபக்சாக்கள் மேலும் கடன்களை வாங்குவதற்காக நாடு நாடாக பெரும் முயற்சிகளை மேற்கொள்கிறார்கள். ஆனால், அவர்களின் வெளிநாட்டு உறவுக் கொள்கையும், கொரோனாத் தொற்றின் பாதிப்பும் ஒருங்கு சேர்ந்து அவர்களுக்கு வெளிநாடுகளிடமிருந்து கடன்கள் கிடைக்கும் வாய்ப்புகளை வெகுவாக குறைத்துள்ளன. ஆனால், ஏற்கனவே வாங்கிய கடன்களை திருப்பிக் கொடுக்க வேண்டிய சுமைகளால் ராஜபக்சாக்கள் திணறிப் போயிருக்கிறார்கள்.

மேற்கூறப்பட்டுள்ள ஒப்பீட்டு விபரங்கள் எதனைக் காட்டுகிறதென்றால் இலங்கையின் பொருளாதாரம் தற்போது எதிர்நோக்கும் நெருக்கடிகளுக்கு அடிப்படையான நோய்கள் ஈஸ்டர் நாள் பயங்கரவாதத் தாக்குதல்கள் மற்றும் கொரோனா நோயின் பாதிப்புக்கள் ஆகியவற்றிற்கு முன்னரே பீடித்து விட்டன என்பதனையே.

எந்தக் கோணம் நோக்கினாலும், இலங்கையின் பொருளாதார அமைப்பில் கோணல்களே தெரிகின்றன

குறைவிருத்தியான உள்ளூர் உற்பத்தி மற்றும் வர்த்தகக் கட்டமைப்புகள்; குறிப்பாகக் கூறினால் உள்ளூர் உற்பத்திகளை நோக்கிய தேசிய பொருளாதார வளர்ச்சி மற்றும் அவையொட்டிய வர்த்தக வளர்ச்சிக்கு மாறாக இலங்கையில் இறக்குமதிகளை மையமாகக் கொண்ட வகையாக வல்லமை கொண்ட நாடுகளோடு கட்டி இணைக்கப்பட்ட தரகு (வர்த்தக) முதலாளித்துவ வளர்ச்சியே ஊக்குவிக்கப்பட்டுள்ளது. உள்ளூர் உற்பத்தி முயற்சிகள் அனைத்தும் தனித்துவமாக நிமிர முடியாத அளவுக்கு இறக்குமதிகளோடு பின்னிப் பிணைக்கப்பட்டவையாகவே உள்ளன.

உழைப்பு வளத்தின் பயன்பாட்டிலும் சரி, அது தொடர்பான கல்வி மற்றும் ஆக்கத் திறன் ஊட்டல்களின் கட்டமைப்பிலும் சரி சுதந்திரம் பெற்று 73 ஆண்டுகள் கடந்தும் இன்னமும் காலனித்துவ கால பாரம்பரியத்திலிருந்து மாற்றம் பெற்ற வகையான முன்னேற்றங்கள் எதுவும் இலங்கையின் அரசியல் சமூக பொருளாதார கட்டமைப்புகளில் ஏற்படுத்தப்படவில்லை.

ஏற்றுமதி வர்த்தகத்தில் தேயிலை, றப்பர், தெங்குப் பொருட்கள், வாசனைத் திரவியங்கள் என ஒரு சில பண்டங்களில் மட்டுமே தங்கியிருக்கிறது என்ற விமர்சனங்கள் இலங்கையின் ஏற்றுமதி பொருளாதாரம் பற்றி 1970கள் வரை பரவலாக இருந்தது. 1977 இல் ஆட்சியமைத்த ஜே.ஆர். ஜெயவர்த்தனா அரசாங்கம் அறிமுகப்படுத்திய திறந்த தாராள பொருளாதாரமானது தயாரித்த ஆடைகள், இரத்தினக் கற்கள் என வேறு வகையான ஒரு சில ஏற்றுமதிப் பொருட்களை அறிமுகப்படுத்தியதற்கு அப்பால் வேறேந்த முன்னேற்றத்தையும் ஏற்படுத்தவில்லை.

ஏற்றுமதி வருமானத்தில் அரைவாசிக்கு மேல் வருமானம் தருவதாகக் கூறப்படும் ஆடை ஏற்றுமதிகள் ஒரு சில மேலைத் தேச நாடுகளின் கருணையிலேயே தங்கியிருப்பது அனைவரும் அறிந்த விடயமே. தேயிலைக்காவது பன்முகமான நாடுகளின் கோரிக்கையுண்டு. ஆனால், ஏற்றுமதிகளைப் பொறுத்தவரையில் அமெரிக்காவும் ஒரு சில ஐரோப்பிய நாடுகளும் கதவை

மூடினால் ஆடைத் தொழில் இங்கு படுத்து நித்திரை கொள்ள வேண்டியதுதான்.

தென்னாசியாவிலேயே சிறந்த பொருளாதாரம் கொண்டதாக சொல்லப்படுகின்ற இலங்கையின் விவசாயத் துறையை நோக்கினாலும் சரி அல்லது ஆக்க உற்பத்தித் துறையை நோக்கினாலும் சரி உற்பத்தித் திறன் விடயத்தில் பாராட்டக்கூடியதாகவோ அல்லது திருப்திப்படக் கூடியதாகவோ இல்லை.

நாடு முழுவதுவும் நரம்புகள் போல் நாலா பக்கமும் ஓடும் நதிகளையும் வளமான நிலங்களையும் சாதகமான காலநிலைகளையும் கொண்ட நாடு இலங்கை. இங்கு கிட்டத்தட்ட 60 சதவீத உழைப்பு சக்தி உணவுப் பண்டங்களின் உற்பத்தியிலும், அவற்றின் வர்த்தகத்திலும், அவற்றோடு தொடர்பான சேவைகளிலும் ஈடுபடுத்தப்படுகின்றது. இவ்வாறான இலங்கையின் விவசாயத்தை, 60 சதவீதத்துக்கு மேல் வானம் பார்த்த விவசாய நிலங்களைக் கொண்ட அண்டை நாடான இந்தியாவோடு ஒப்பிட்டோமானால் இங்கு விவசாயத் துறையில் நெல் உற்பத்தியைத் தவிர ஏனையவற்றில் முன்னேறுவதற்கு இன்னமும் எவ்வளவு தூரம் உள்ளதென்பது தெளிவாகும்.

2019 ஆம் ஆண்டுக்கான FAO* அறிக்கையின்படி இந்தியா மற்றும் இலங்கையின் சராசரி விளைச்சல் திறன் (கிலோ கிராமில்) ஒரு ஹெக்டேயருக்கு (அதாவது இரண்டரை ஏக்கர்களுக்கு)

	இந்தியா	இலங்கை
நெல்	4,057	4,795
மரவள்ளிக் கிழங்கு	30,527	13,650
உருளைக் கிழங்கு	23,097	18,712
தக்காளி	24,337	13,276
கரும்பு	80,104	50,390
கத்தரிக்காய்	17,441	13,654
பச்சை மிளகாய்	8,273	5,626
அன்னாசி	16,452	9,718

இவ்வாறாக இலங்கையின் பொருளாதாரத்தினுடைய ஒவ்வொரு கூறுகளையும் நுணுக்கமாக நோக்கினால் பாராட்டத்தக்கதாக அல்லது எதிர்காலம் பற்றிய நம்பிக்கைகளைத் தரத்தக்கதாக இலங்கைப் பொருளாதாரத்தின் எந்தப் பாகங்கள் உள்ளன எனும் விடயம் சரியான விடைகளற்று கேள்விகளாலேயே நிரம்பியிருக்கிறது.

எண் சாண் உடம்புக்கு தலையே பிரதானம்

அதேபோல ஒரு நாட்டின் தேசிய பொருளாதார முன்னேற்றத்துக்கான முகாமைத்துவ தலைமைப் பொறுப்பு அரசுக்கே உரியதாகும். நாட்டின் தேசிய பொருளாதாரம் சிறப்பாக நிர்வகிக்கப்படுவதற்கு ஆட்சியாளர்கள் அரசாங்கத்தின் நிதி நிர்வாகத்தை சரியாக முகாமைத்துவம் செய்தல் வேண்டும். ஆனால் ஆட்சிபீடம் ஏறி அரசாங்கத்தை அமைப்பவர்கள் அரசின் நிதி நிர்வாகத்தை முகாமைத்துவம் செய்வதில் தொடர்ந்து கோட்டை விடுபவர்களாகவே செயற்பட்டு வந்திருக்கிறார்கள்.

நாட்டின் தேசிய பொருளாதார நிர்வாகமும் அரசாங்கத்தின் நிதி நிர்வாகமும் சரியாக முகாமைத்துவம் செய்யப்பட்டாலே ஒன்றையொன்று உந்தி முன்னேற்றுபவையாக அமையும். ஆனால் முகாமைத்துவம் பிழையானால் ஒன்றுக்கொன்று பாதகமான தாக்கங்களை விளைவிப்பவையாகவே அமையும். அதாவது அரசாங்க நிதி நிர்வாகத்தை சரியாக முகாமைத்துவம் செய்யவில்லையென்றால் ஆட்சியாளர்களால் நாட்டின் தேசிய பொருளாதாரத்தை முன்னேற்றகரமான முறையில் செயற்படுத்த முடியாது என்பதே அர்த்தமாகும்.

எனவே இங்கு இலங்கையின் தேசிய பொருளாதாரத்தின் பல்வேறு கூறுகளையும் பரிசோதிக்கையில் அரசாங்கத்தின் நிதி நிர்வாகம் தொடர்பான பிரதானமான அம்சங்கள் எவ்வாறாக உள்ளன என்பதை தெளிவாக புரிந்து கொள்ளலாம்.

அரச நிதி நிர்வாகம் என்பது அரசாங்கம் அரசுக்கான வருமானங்களை பொது மக்களுக்கு பெரும் சுமைகளை ஏற்படுத்தாமல், போதிய அளவு முழுமையாகத் திரட்டுதல் மற்றும் அரசாங்கத்தின் செலவுகளை முறையாக சிறந்த முறையில்

மேற்கொள்ளுதல் தொடர்பானதாகும். அந்த வகையில், இலங்கை அரசின் நிதி நிர்வாகத்தை ஆட்சியாளர்கள் எந்தளவு தூரம் முறையாக, சரியாக, சிறப்பாக மேற்கொள்கிறார்கள் என கேள்வி எழுப்பி நோக்கினால், ஆட்சியிலிருக்கும் அரசாங்கத்தைச் சார்ந்தவர்களையும் மற்றும் அரசாங்கத்தை வக்காலத்து வாங்கியே ஆக வேண்டும் என்றிருப்பவர்களையும் தவிர ஏனைய ஒவ்வொருவரும் கடுமையான விமர்சனங்களைக் கொண்டவர்களாகவே இருக்கிறார்கள் என்பது மிகத் தெளிவாகவே உள்ளது.

இவ்விடயத்தில் எதிர்க்கட்சிகளைச் சார்ந்தவர்கள் மற்றும் எதிர்க்கட்சிகள் சார்பாக வக்காலத்து வாங்குபவர்களை ஒரு புறம் ஒதுக்கி விட்டுப் பார்த்தாலும், உண்மையில் நடுநிலையானவர்கள் மற்றும் பாரபட்சமற்ற சமூக அக்கறை கொண்டவர்கள் எவரும் இங்கு அரசாங்கத்தின் அரச நிதி நிர்வாகம் தொடர்பில் ஓரளவுக்குக் கூட திருப்தியடைய முடியவில்லை என்பதே உண்மையாகும். இங்கு அரசாங்கம் என்பது இப்போது ஆட்சியிலுள்ள அரசாங்கத்தை மட்டும் குறிக்கவில்லை. கடந்த காலங்களில் ஆட்சிக் கட்டில் இருந்த அனைத்து அரசாங்கங்களையும் உள்ளடக்கியே குறிக்க வேண்டியுள்ளது.

சுயமான வளங்களைக் கொண்டு சுயசார்பு பொருளாதாரத்தைக் கட்டியெழுப்ப முனையாமல் வெளிநாட்டு மூலதனங்களுக்காக நாட்டைத் திறந்து, தாராளமயமாக்கி, கடைசியில் வெளிநாட்டுக் கடன்களில்லாமல் அரசை நிர்வகிக்க முடியாது என்ற நிலைக்குக் கொண்டு வந்த அரசாங்கங்கள் அனைத்தும் இன்றைய அளவுக்கு அரச நிதி நிர்வாகம் சீரழிந்து போனமைக்கு பொறுப்பானவையே.

* FAO – ஐக்கிய நாடுகள் சபையின், உணவுக்கும் விவசாயத்திற்குமான ஸ்தாபனம்.

◉

Awantha
Artigala 23/05/2022

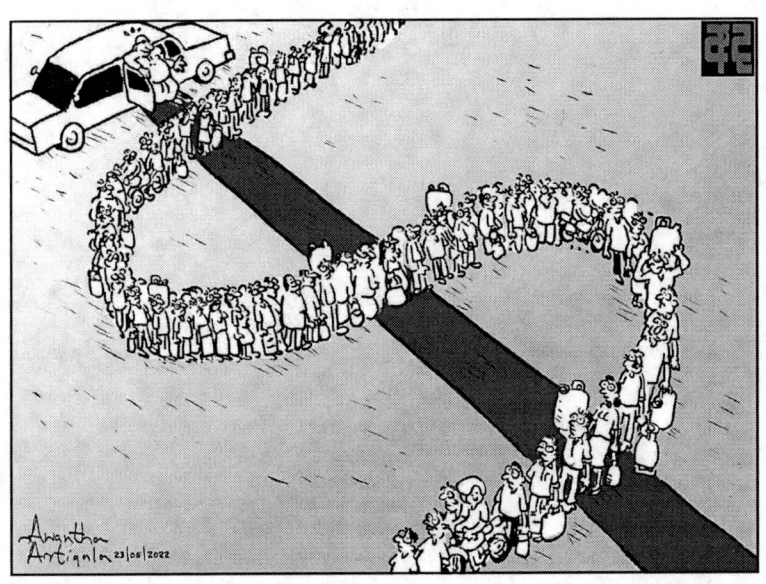

8

வரப்புயர > நீருயர > நெல்லுயர > குடியுயர > கோனுயரும்

மன்னர்களாக அரச ஆசனத்தில் அமர்ந்திருந்தாலும் மக்களை மந்தைகளாக கருதக் கூடாது!

இலங்கையின் ஆட்சியாளர்கள் அரசின் நிதி நிர்வாகத்தை முறையாகவும் முழுமையாகவும் செயலாற்றலுடன் முகாமைத்துவம் செய்வது தேசிய பொருளாதாரத்தை முன்னேற்றகரமான முறையில் முகாமைத்துவம் செய்வதற்கு மிகப் பிரதானமானது எனும் குறிப்பு முன்னைய பகுதியில் கூறப்பட்டது. அவற்றை இங்கு சற்று விரிவாகப் பார்க்கலாம்.

ஓர் ஆட்சி என்பது அதன் அதிகாரக் கட்டில் மகாராஜா, மந்திரிகள் மற்றும் பிரதானிகள் என இருந்து, ஆயுதங்கள் தாங்கிய படைகளையும் சிறைச்சாலைகளையும் வைத்துக் கொண்டு, ராஜாவின் கட்டளைகளே சட்டங்கள் எனக் கொண்டு, நாட்டு மக்கள் மீது அதிகாரம் செலுத்துவது முடியாட்சி. மகாராஜாக்களின் ஆட்சி முறை காலப்போக்கில் நடைபெற்ற கிளர்ச்சிகளாலும் புரட்சிகளாலும் பல நாடுகளில் இல்லாது போயின. ஆயினும் அரச கட்டமைப்புகள் அப்படியேதான் தொடர்கின்றன.

ஆட்சி மன்றத்தை நிரப்பியிருப்பவர்கள் மக்களால் நேரடியாகவோ அல்லது மக்களால் அங்கீகரிக்கப்பட்ட பிரதிநிதிகள் மூலமாகவோ ஏற்றுக் கொள்ளப்பட்ட ஜனாதிபதி, பிரதமர் மற்றும்

அமைச்சர்களைக் கொண்டதே அரசாங்கம் என ஆனது. மன்னராட்சிகளைப் போலவே இவர்களும் தாங்கள் ஆக்கிய சட்டங்களையும், ஆயுதப் படைகளையும், சிறைச்சாலைகளையும் வைத்துத்தான் பரந்துபட்ட மக்கள் மீதும் நாட்டின் வளங்கள் மீதும் தமது அதிகாரங்களை செலுத்துகிறார்கள். ஆனால் இன்று இவ்வாறான ஆட்சி முறையை ஜனநாயகம் என்கிறோம்.

இதேவேளை, இந்த 21 ஆம் நூற்றாண்டிலும் முடியாட்சிகள் இன்னமும் பல நாடுகளில் தொடர்ந்து கொண்டேதான் இருக்கின்றன. முடியாட்சிகளை நீக்கிவிட்டு இராணுவத் தளபதிகளாய் இருந்தவர்கள் அரச ஆட்சி பீடத்தைக் கைப்பற்றி சர்வாதிகாரங்கள் கொண்டு ஆட்சி செய்வதையும் உலகில் பல நாடுகளில் காண்கிறோம். அதற்குச் சமனாகவே மக்களாற் தெரிவு செய்யப்பட்ட ஆட்சியாளர்களை நீக்கி விட்டு இராணுவ ஆட்சியை நிறுவியுள்ள அரசுகளையும் இன்றைய உலகில் பல நாடுகளில் பார்க்கிறோம்.

இதேவேளை, ஆட்சிக் கதிரைகளில் உட்கார்ந்து இருப்பவர்கள் மக்களின் வாக்குகளால் தேர்தல் முறை மூலம் தெரிவு செய்யப்பட்டவர்களாக இருப்பினும் அவர்களின் பின்னணியில் அந்த நாட்டின் ராணுவ கட்டமைப்பு அரசாட்சியை நடத்துவதில் மிகுந்த செல்வாக்கு உடையதாக இருக்கும் ஆட்சி முறையையும் இன்று நாம் காண முடிகின்றது. இதுதான் பாகிஸ்தானில் உள்ளது. இப்போது இலங்கையும் அந்தப் பாதையில் செல்கிறதோ என எண்ணத் தோன்றுகிறது.

மக்கள் மீது அரசுக்கான அதிகாரங்கள் எழுதப்படாத சமூக ஒப்பந்தங்கள் மூலமே!

ஒரு நாட்டின் ஆட்சி அமைப்பு எவ்வாறாக அமைந்துள்ளது — அதன் அதிகார உயர் பீடத்தில் யார் அமர்ந்திருக்கிறார்கள் — அவர்களின் பின்னணியில் யார் செல்வாக்கு உடையவர்களாக இருக்கிறார்கள் என்பவையெல்லாம் ஒரு புறமிருக்க, இங்கு பிரதானமான விடயம் என்னவெனில், அரசானது

- தேசிய பாதுகாப்பு,

- நாட்டின் அனைத்து பாகங்களிலும் நீதியை மற்றும் சட்டம் ஒழுங்குகளை நிலை நாட்டுதல்,
- மக்களின் அடிப்படையான வாழ்வுரிமைகள், சமூக உரிமைகள் மற்றும் தனிமனித உரிமைகள் உட்பட குடியியல் தொடர்பான அனைத்து விடயங்களினதும் பொது நிர்வாகங்கள்,
- தேசிய நிதி முகாமைத்துவம்,
- தேசிய இயற்கை வளங்களின் பராமரிப்பு,
- வெளிநாடுகளுடனான வர்த்தகங்கள் மற்றும் வெளிநாடுகளுடனான அரசியல், ராஜரீக மற்றும் இராணுவ உறவுகள்

என பல்வேறு விடயங்கள் மீதான கடமைகளையும் பொறுப்புக்களையும் கொண்டதாகும். அத்தோடு 20 ஆம் நூற்றாண்டின் அரசியல் பொருளாதார வளர்ச்சிப் போக்கில் பொதுமக்களுக்கும் மற்றும் தேசிய சமூக பொருளாதார நலன்களின் பராமரிப்புக்கும் வளர்ச்சிக்கும் அவசியமான அடிப்படைப் பொருளாதாரத் துறைகளை நிர்வகித்தலும் அரசின் பொறுப்பாகிவிட்டது.

இவ்வாறான பொறுப்புக்களையும் கடமைகளையும் நிர்வகிப்பதற்கான நிதியைப் பெறுவதற்கான அதிகாரமும் அரசுக்கு உரியதாகிறது. பொறுப்புக்களும் கடமைகளும் சுமத்தப்பட்ட ஒரு நிறுவனத்திற்கு அதிகாரங்களும் உரிமைகளும் உடையதாக இருப்பது ஒரு நாணயத்துக்கு இரு பக்கங்கள் போன்றதாகும். இந்த வகையிலேயே அரசுகளுக்கும் அதன் எல்லைகளுக்கு உட்பட்ட பிரஜைகளுக்கும் இடையில் எழுதப்படாத ஒரு சமூக ஒப்பந்தம் வரலாற்று ரீதியில் செயற்பட்டு வருகின்றது. இவ்வகையான பொது விதிகள் மற்றும் பொதுப் போக்குகள் மத்தியில் இலங்கை அரசின் நிதி விவகாரங்கள் பற்றிய எமது நோக்கினை உன்னிப்பாக்குவதே இங்கு நோக்கமாகும்.

இலங்கை அரசின் வரிகள் மூலமான மற்றும் வழிகளிலான வருமானங்கள்

அரச செலவுகளுக்காக அரசாங்கம் திரட்டும் வருமானங்கள் பல்வேறு வரி முறைகள் மூலமாகவும் வரிகளல்லாத மூலங்கள் வழியாகவும் பெறப்படுகின்றன. இலங்கையைப் பொறுத்தவரையில் வரிகளல்லாத வழிகள் மூலமாக திரட்டப்படும் தொகையானது மொத்தத்தில் 10 சதவீதத்தையும் தாண்டாத ஒன்றாகவே உள்ளது. ஆனால் பெரும்பாலான நாடுகளில் அவ்வாறான வருமானம் கணிசமான பங்குடையதாக உள்ளது. உதாரணமாக இலங்கையை விட பொருளாதார தரம் குறைந்ததாக கருதப்படுகிற இந்தியாவில் வரிகளல்லாத வருமானங்கள் அரசின் வருமானத்தில் சுமார் 20 சதவீதமான இடத்தைப் பெறுகின்றன.

அரசின் வரவு செலவுத் திட்டத்தில் காட்டப்படுகின்ற செலவுகள் பிரதானமாக இரண்டு வகையாக வகைப்படுகின்றது. அதில் ஒன்று மீண்டெழும் செலவு (Revenue or Recurrent Expenditure) என்பது மற்றது மூலதனச் செலவு (Capital Expenditure) என்பது. அதேபோல அந்த செலவுகளை மேற்கொள்வதற்கான அரசின் வரவுகளும் பிரதானமாக இரண்டு வகையாக உள்ளன. ஒன்று அரசினால் திரட்டப்படும் வருமானம் (Revenue Receipts), மற்றது கடன்கள் (Borrowings). உண்மையில் அரசாங்கம் கடன்களைப் பெறுவது பொருளாதார அபிவிருத்திகளுக்கான முதலீடுகளை மேற்கொள்வதற்குத் தேவையான மூலதனத் திரட்டலாகவே அமைய வேண்டும். ஏனெனில் கடன்கள் திருப்பிச் செலுத்தப்பட வேண்டியவை. மேலும் அவற்றுக்கான வட்டிகளையும் காலக்கிரமத்தில் செலுத்த வேண்டும்.

மீண்டெழும் செலவுகள் என்பது

1. அரச ஊழியர்களுக்கான சம்பளங்கள் மற்றும் ஓய்வு பெற்ற அரச ஊழியர்களுக்கான கொடுப்பனவுகள்,

2. வறிய மக்களென அடையாளம் காணப்பட்டிருப்போரின் வாழ்வாதாரங்களுக்கு வழங்கும் உதவிகள் மற்றும் மானியங்கள், மேலும் பொருளாதார அபிவிருத்திகளுக்காக

வழங்கும் மான்யங்கள் — உதாரணமாக சமுர்த்திக் கொடுப்பனவுகள், உர மான்யங்கள் போன்றவை,

3. பெற்ற கடன்களுக்கு வழங்கும் வட்டிகள்,

4. அரச நிறுவனங்களின் பராமரிப்பு மற்றும் நடைமுறைச் செலவுகள்

ஆகியவற்றை பிரதானமாக உள்ளடக்கியதாகும்.

அரச நிதியை திறனுடன் முகாமைத்துவம் செய்வதென்பது, அரசாங்கம் இங்கு மேற்பந்தியில் குறிப்பிடப்பட்டுள்ள மீண்டெழும் செலவுகள் மற்றும் அபிவிருத்தி சாரா மூலதனச் செலவுகள் ஆகிய இரண்டையும் அரசாங்கத்தினால் வரிகள் மற்றும் அரசுக்குரிய ஏனைய வருமான மூலங்களினால் திரட்டப்பட்ட வருமானத்துக்கு உட்பட்டதாக இருப்பதை உறுதி செய்வதாக அமைதல் வேண்டும்.

ஆனால், இலங்கை அரசாங்கத்தின் நிதி நிர்வாகமானது மீண்டெழும் செலவுகளுக்கே பெரும் தொகையில் கடன் வாங்கிச் செலவு செய்யும் வகையாக உள்ளமை கவனத்திற்கு உரியதாகும். இது "வரவு எட்டணா செலவு பத்தணா" எனும் நிலையாகும்.

தரமான பொருளாதார நிர்வாகத்துக்கு தகவான வருமானம் வேண்டும்

இலங்கை அரசாங்கம் வரிகளற்ற வகைகளில் திரட்டும் வருமானம் மிகக் குறைந்த அளவாக உள்ளமைக்குக் காரணம் இங்கு அரசின் முதலீடுகள் மற்றும் முகாமைத்துவத்துக்கு உட்பட்ட லாபகரமான பொருளாதாரத் துறைகள் மிக மிகக் குறைவாக உள்ளமையே. இது தாராளமயமான திறந்த பொருளாதாரக் கொள்கையின் விளைவுகளில் பிரதானமான ஒன்று. இந்நிலையில், அரசின் மீண்டெழும் செலவுகளையும் அபிவிருத்தி சாரா மூலதனச் செலவுகளையும் வரிகள் மூலமான வருமானத்தைக் கொண்டே சமாளிக்க வேண்டி உள்ளது. ஆனால் இலங்கை அரசின் வரி வருமானங்கள் அதன் மீண்டெழும்

செலவுகளைச் சரிக்கட்டுவதற்குக் கூட போதாத அளவுக்கு மிகக் குறைவாக உள்ளது.

இலங்கையின் மொத்த அரச வருமானங்கள் 2019 ஆம் ஆண்டு மொத்த தேசிய வருமானத்தில் 12.5 சதவீதம் மட்டுமே. கொரோனாவின் காரணமாக 2020 இல் இது 9.5 சதவீதமாக வீழ்ச்சியடைந்து விட்டது. 1990 ஆம் ஆண்டு அரசாங்கம் திரட்டிய வருமானம் மொத்தத் தேசிய வருமானத்தில் 21 சதவீதமாக இருந்தது என்பது கவனத்துக்குரியது. அதில் வரிகள் மூலமான வருமானம் 19 சதவீதமாகும். ஆனால், சந்திரிகா பண்டாரநாயக்காவின் ஆட்சி ஆரம்பித்த ஆண்டு அரசாங்கம் வரிகள் மூலம் திரட்டிய வருமானம் தேசிய வருமானத்தில் 17.7 சதவீதம். அவரது ஆட்சி முடிவடைந்த 2015 இல் அது 13.7 சதவீதமாக இறங்கியது. இது மஹிந்த ராஜபக்சாவின் ஆட்சி முடிவடைந்த 2014 ஆம் ஆண்டு மேலும் குறைந்து 10.1 சதவீதமானது.

2015 ஆம் ஆண்டு அரசின் ஆட்சிப் பொறுப்பை ஏற்ற மைத்திரி — ரணில் கூட்டாட்சி நடாத்தியவர்கள் தங்களது ஆட்சி சரியான அரச வரிக் கொள்கைகள் மூலமாகவும் திறமையாக வரிகளைத் திரட்டுவதன் மூலமாகவும் அரச வரி வருமானத்தை மொத்த தேசிய வருமானத்தில் 15 சதவீதமாகும் நிலைக்கு முன்னேற்றுவார்கள் எனக் கூறினார்கள். ஆனால் அவர்களது ஆட்சிக் காலம் முடிவடைகிற போது 11.5 சதவீதத்துக்கு மேலாக அதனை உயர்த்தவில்லை.

2019 இறுதியில் ஜனாதிபதியான கோட்டாபய அவர்கள் மாற்று ஏற்பாடுகள் ஏதுமின்றி பெறுமதி கூட்டல் (VAT) வரியை அரைவாசியாக்கியதன் மூலம் மேலும் அரசின் வருமானத்தில் வீழ்ச்சியை ஏற்படுத்தினார். அத்துடன் கொரோனா தொற்றின் பேயாட்டம் இப்போது இலங்கை அரசின் வருமானத்தை அதலபாதாளத்துக்கு கொண்டு போயுள்ளது.

2300 வருடங்களுக்கு முந்திய கௌடில்யரின் *அர்த்த சாஸ்திரம்* உட்பட இந்திய வரலாற்றுக் குறிப்புகள் ஒரு நீதியான அரசன் வர்த்தகர்களிடமிருந்து 20 சதவீத வரியையும், விவசாயிகளிடமிருந்து அவர்களின் உற்பத்தி அளவின் நிலைமைக்கு ஏற்ப 10 சதவீதம் தொடக்கம் 16.5 சதவீதம்

வரை அறவிட வேண்டும் எனக் கூறுகின்றன. அன்றைய கால கட்டத்தில் விவசாய பொருளாதாரமே பிரதானமாக இருந்தமை குறிப்பிடத்தக்கது. வர்த்தகம் மற்றும் விவசாயம் மூலமான வரிகளுடன் நீதியான முறையில் திரட்டப்படக் கூடிய — திரட்டப்பட வேண்டிய வேறு பல வரிகள் பற்றியும் வரலாற்றுக் குறிப்புகள் பதிவு செய்துள்ளன என்பதுவும் இங்கு கவனத்திற்குரியவையாகும்.

வண்டி உருண்டோட சக்கரமும் அச்சாணியும் அவசியம்

அபிவிருத்தியடைந்து வரும் நாடுகள் வறுமை ஒழிப்பு மற்றும் அடிப்படையான அபிவிருத்தித் திட்டங்களை மேற்கொள்வதற்கு அரசின் மொத்த வரிகள் மூலமான வருமானம் குறைந்த பட்சம் மொத்தத் தேசிய உற்பத்தியில் 15 சதவீதமாகவாவது அமைதல் வேண்டும் என்பது பொருளாதார அறிஞர்களின் பொதுக் குறிப்பாகும்.

அபிவிருத்தியடைந்த நாடுகளில் வரிகள் மூலமான வருமானம் 20 சதவீதத்துக்கு அதிகமாகவே உள்ளது. பல அபிவிருத்தி அடைந்த நாடுகளில் அது அவர்களது தேசிய உற்பத்தியில் 30 சதவீதங்களுக்கும் அதிகமாகவே காணப்படுகின்றது.

மேலைத் தேச நாடுகளை ஒரு புறம் விட்டு விடுவோம், வறிய நாடு எனக் கருதப்படுகின்ற அண்மை நாடான இந்தியாவில் மத்திய அரசும் மாநில அரசுகளுமாக மொத்தத்தில் திரட்டும் வருமானம் அதன் மொத்தத் தேசிய வருமானத்தில் 22 சதவீதமாக உள்ளது. அதில் சுமார் 75 சதவீதமானவை வரிகள் மூலமான வருமானங்களாக இருக்கின்றமையை அவதானத்திற் கொள்வது அவசியமாகும்.

ஏற்கனவே குறிப்பிட்டபடி இலங்கை அரச வரி வருமானம் தேசிய வருமானத்தில் 20 சதவீதமளவுக்கு 1990 இல் இருந்தது. பின்னர்தான் அது படிப்படியாகக் குறைந்து 2019 இல் 11.5 சதவீதம் என்ற அளவுக்கு குறைந்து விட்டது. அரச வரி வருமானத்தின் வீழ்ச்சி இவ்வாறான நிலையை அடைந்திருப்பதைக் கொண்டு இந்த ஆட்சியாளர்கள் பரந்து பட்ட பொது மக்களுக்கு நன்மை செய்திருக்கிறார்கள் — பொது மக்கள் மீதான வரிச் சுமைகளை

குறைத்திருக்கிறார்கள் எனக் கூறவோ – கருதவோ கூடாது. உண்மையில் இந்த வீழ்ச்சியால் நன்மையடைந்திருப்பவர்கள் நிச்சயமாக பெரும் உற்பத்தி மற்றும் வர்த்தக நிறுவன முதலாளிகளும் வசதி படைத்த பணக்காரர்களுமே.

1990 ஆம் ஆண்டுக்குப் பின்னர் இலங்கையை ஆண்டவர்கள் ரணசிங்க பிரேமதாசா, சந்திரிகா பண்டார நாயக்கா, மஹிந்த ராஜபக்சா, ரணில் விக்கிரமசிங்கா ஆகியோர். கடைசியாக இப்போது கோத்தபாய, ராஜபக்சா. இவர்கள் அனைவருமே அரச நிதி நிர்வாக முகாமைத்துவ விடயத்தில் மிக மோசமான கோட்பாடுகளையும் நடைமுறைகளையுமே கடைப்பிடித்துள்ளனர். இவர்கள் ஒவ்வொருவரும் ஆட்சி பீடத்தில் ஏறும் போது அரச நிதி தொடர்பில் வாய்ச் சவடால்கள் அடித்ததைத் தவிர முன்னேற்றங்களென எதனையும் சாதிக்கவில்லை.

தனிநபர்களிடமிருந்து திரட்டப்படும் வருமான வரி மற்றும் தொழில் நிறுவனங்கள் லாப வரிகள் உட்பட அரசாங்கம் திரட்டும் நேர்வரிகளின் தொகையானது மொத்தமாக திரட்டப்பட்ட வரிகள் வருமானத்தில் மிகக் குறைவாகவே உள்ளது. இலங்கை மக்களில் 10 சதவீமானவர்கள் நாட்டின் அனைத்து மக்களினதும்; மொத்த வருமானத்தில் 40 சதவீதத்துக்கு உரியவர்களாக உள்ளனர். ஆனால் அரசின் மொத்த வருமானத்தில் 15 சதவீதம் மட்டுமே இவர்களின் பங்கு. எஞ்சிய 85 சதவீதத்தையும் அரசாங்கம் ஜி.எஸ்.டி (GST) என்றும் பெறுமதி கூட்டு (VAT) என்றும் மறைமுக வரிகள் மூலமாக பரந்துபட்ட பொது மக்களிடமிருந்தே திரட்டுகிறது. எண்ணிக்கைக் கணக்குப்படி, இலங்கையில் வருமானம் பெறும் 80 லட்சம் பேரில் 4 லட்சம் பேர் மட்டுமே வருமான வரி செலுத்துகின்றனர். அதிலும் ஒன்றரை இலட்சம் பேரிடமிருந்து அறவிடப்படும் வரிகளே அரசின் மொத்த வருமானவரிகள் என்னும் வகையிலான தொகையில் 90 சதவீதமாக உள்ளன.

உண்மையில் அரசாங்கம் தனது வரிக் கொள்கைகளை மாற்றியமைத்து வருமான வரிகள், சொத்து வரிகள், தொழில் இலாப வரிகள், மூலதன பெறுமதி அதிகரிப்பு வரிகள் ஆகியவற்றின் மூலம் திரட்டும் மொத்த வருமானமானது அரசின்

மொத்த வரி வருமானத்தில் 40 சதவீதம் தொடக்கம் 50 சதவீதமாக அமைவதற்கான அணுகுமுறைகளையும் நடைமுறைகளையும் மேற்கொள்ள வேண்டும்.

இவ்விடயம் தொடர்பில் இலங்கை அரசாங்கம் பொருளாதார வல்லமைமிக்க நாடுகளிடமிருந்துதான் கற்றுக் கொள்ள வேண்டுமென்றில்லை. பக்கத்து நாடான இந்தியாவின் அனுபவத்தை இவ்விடயத்தில் பெற்றுக் கொண்டாலே போதுமானது. மாறாக, பெரும் முதலாளிகளும் பணக்காரர்களும் இதற்கு ஒத்துக் கொள்ளமாட்டார்களெனக் கருதி அரசாங்கம் தொடர்ந்தும் தற்போதைய நிலையிலேயே அரசின் நேர் வரிகள் மூலமான வருமானக் கொள்கையை தொடருமாக இருந்தால் இப்போது ஆட்சியில் இருப்போரை மட்டுமல்ல மொத்த அரச அமைப்பையுமே பரந்துபட்ட மக்கள் பகைக்க நேரிடும்.

⊙

empty !

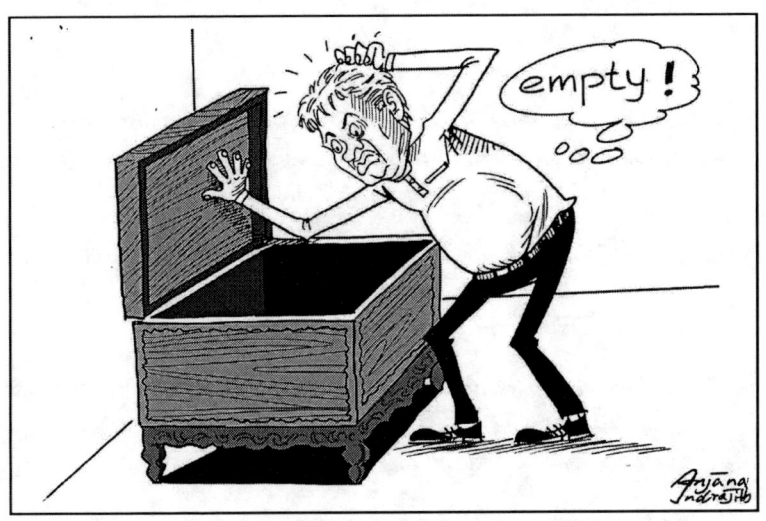

9

வரவு - செலவுகளின் சரியான சமன்பாட்டில் பயணிக்கும் பொருளாதாரமே சரியாது - முன்னேறும்

- இலங்கை அரசின் பொறுப்புக்களையும் கடமைகளையும் நிறைவேற்றுவதற்கு அவசியமான வருமானத்தை திரட்டுவது பதவியில் இருக்கும் அரசாங்கத்தின் கடமை.

- அதனை நீதியான வரி வகைகள் வழியாக, மற்றும் வரிகளற்ற ஏனைய நியாயமான முறைகள் மூலமாக திரட்டுதலும் அரசாங்கத்தின் பொறுப்பான கடமையாகும்.

- இவற்றை முறையாகவும் சரியாகவும் கடந்த காலங்களில் அதிகாரத்தில் இருந்த அத்தனை அரசாங்கங்களும் இப்போது பதவியிலுள்ள அரசாங்கமும் செய்யவில்லை.

- அதன் விளைவாக, இலங்கையின் தேசிய பொருளாதார சக்திக்கு உரிய அளவில் எந்தளவு விகிதாசாரத்தை அரச வருமானமாக அரசாங்கம் திரட்டியிருக்க வேண்டுமோ அதைவிட மிக மிகக் குறைவாகவே அரச வருமானம் இருக்கின்றது.

இந்த விடயங்களை கடந்த தொடரில் அடையாளம் கண்டிருந்தோம்.

அதே வேளை, அரசாங்கம் திரட்டுகின்ற வருமானத்துக்குள்ளேயே அதனது பொறுப்பாக உள்ள கடமைகளை நிறைவேற்றுவதற்கான செலவுகளை முகாமைத்துவம் செய்கிறதா என்றால், இங்கு

இல்லை என்பதே பதிலாக உள்ளது. இதற்குக் காரணம் தவிர்க்க முடியாத செலவுகளே என ஒவ்வொரு அரசாங்கமும் காரணம் கூறி வந்துள்ளது. பதவியிலிருக்கும் வேளைகளில் ஒவ்வொரு அரசாங்கமும் அரசாங்கத்தின் நிதி நெருக்கடி நிலைமைக்கு முன்னைய அரசாங்கத்தைக் குற்றம் சாட்டுவதுவும் வழமையாகி விட்டது.

வரவுக்கு மேலே செலவுகள் செய்தால் கடைசியில் துந்தனா துந்தனாதான்!

ஒவ்வொரு அரசாங்கமும் பதவியிலிருக்கும் வேளையில் தங்களது ஆட்சிக் காலத்தில் வரவு – செலவுத் திட்டத்தில் ஏற்படும் பற்றாக்குறையை அதாவது துண்டு விழும் தொகையை எந்தளவுக்குக் குறைக்க முடியுமோ அந்தளவுக்குக் குறைத்து துண்டு விழும் தொகையை மொத்தத் தேசிய வருமானத்தில் 3 சதவீதத்துக்குள் அல்லது அதிக பட்சம் 4 சதவீதத்துக்குள் கட்டுப்படுத்தி விடும் திட்டத்தைக் கொண்டிருப்பதாக சொல்வார்கள். ஆனால் நடைமுறையில் துண்டு விழும் தொகையை அந்த அளவுக்குள் கட்டுப்படுத்துவதில்லை – அவ்வாறு கட்டுப்படுத்த அவர்களால் முடிவதில்லை.

2014 ஆம் ஆண்டு முடிவுற்ற மஹிந்த ராஜபக்சாவின் ஆட்சி மொத்தத் தேசிய வருமானத்தில் 5.7 சதவீதமாக துண்டு விழும் தொகையை காட்டியது. இது மைத்திரி – ரணில் கூட்டாட்சி நடந்த முதலாவது ஆண்டில் அதாவது 2015 இல் 7.6 சதவீதமாகியது. அவர்களது ஆட்சி முடிவடைந்த 2019 ஆம் ஆண்டில் 9.6 சதவீதமானது. இப்போது பதவியில் இருக்கும் கோட்டாபயவின் ஆட்சியின் 2020 ஆம் ஆண்டுக்கான வரவு செலவுத் திட்டத்தில் இந்த துண்டு விழும் தொகை 13 சதவீதமாகி விட்டது.

இந்தக் கட்டுரையை வாசிப்பவர்கள், அரசாங்கங்களின் வரவு செலவுத் திட்டங்களில் ஏற்படும் துண்டு விழும் தொகையின் சதவீதங்களை, அரசாங்கம் வரிகள் மற்றும் வரிகளல்லாத வழிகள் மூலம் திரட்டும் வருமானத்தோடு ஒப்பிட்டுப் பார்ப்பதன் மூலமே வரவு செலவுத் திட்டத்தில் துண்டு விழும் தொகையின் பிரமாண்டத்தை சரியாக புரிந்து கொள்ள முடியும்.

அதாவது இலங்கை அரசின் அவ்வாறான வருமானம் 2019 ஆம் ஆண்டு மொத்தத் தேசிய உற்பத்தியில் 12.5 சதவீதமாகவும் 2020 ஆம் ஆண்டு 10.5 சதவீதமாகவும் உள்ளது. இதனை வேறொரு வகையில் கூறினால் 2019 இல் அரசாங்கத்தின் 100 ரூபா வருமானத்துக்கு அதன் செலவு 161 ரூபாவாக இருந்தது. இதுவே 2020 இல் கோட்டாபயவின் ஆட்சியில் 100 ரூபா வருமானத்துக்கு 230 ரூபா செலவென ஆகிவிட்டது. அரசாங்கத்தின் 2021 ஆம் ஆண்டிற்கான வரவு செலவுத் திட்டத்தில் துண்டு விழும் தொகை முன்னெப்போதையும் விட மேலும் மோசமானதாகும் என்பதை இப்போதே காண முடிகின்றது. 2021 ஆம் ஆண்டின் ஏப்ரல் வரையான முதல் நான்கு மாதங்களுக்குமான அரச வருமானம் வெறுமனே 48,000 கோடிகளாக இருக்க செலவோ 1,00,000 கோடிகளைத் தாண்டி விட்டது. அதாவது வருமானத்தோடு ஒப்பிடுகையில் அரசாங்கத்தின் செலவு 200 சதவீதத்துக்கு மேலாக போய் விட்டது.

அந்த நான்கு மாதங்களில் இலங்கையில் கொரோனா தொற்று முடிவுக்கு வருவது போல தோற்றமளித்தது. ஆனால் கடந்த ஏப்ரலுக்குப் பின்னர்தான் கொரோனாவின் மூன்றாவது அலையின் கோரத் தாண்டவம் தொடங்கியது. அது இன்னமும் ஓய்ந்தபாடில்லை. எனவே 2021 ஆம் ஆண்டின் இரண்டாவது நான்கு மாதங்களின் அரச வருமானம் முன்னைய ஆண்டுகளின் இதே காலகட்ட அரச வருமானத்தோடு ஒப்பிடுகையில் மிக மிகக் குறைவாக அமையும் நிலைமையே உள்ளது.

2021 ஆம் ஆண்டுக்கான வரவு செலவுத் திட்ட அறிக்கையை பிரதமர் பாராளுமன்றத்தில் சமர்ப்பித்த போது இந்த ஆண்டுக்கான துண்டு விழும் தொகை மொத்தத் தேசிய வருமானத்தில் 9.5 சதவீதமாக அமையும் என ஒரு கணக்கை அறிவித்தார். அப்படிச் சொல்கையில் அரசாங்கத்தின் எதிர்பார்க்கை என்னவாக இருந்ததென்றால் 2021 ஆம் ஆண்டுக்கான அரசின் வருமானம் 2,00,000 கோடிகளாக இருக்கும் என பிரதமர் கணித்தார். ஆனால் உண்மையில் 2021 ஆம் ஆண்டுக்கான அரச வருமானம் 1,50,000 கோடியையாவது எட்டுமா என்பது இன்றைய நிலையில் சந்தேகமே. எனவே துண்டு விழும் தொகை 13 சதவீதமாக 2020 ஆம் ஆண்டில் அமைந்த அதே நிலைமைக்கு 2021 இன்

வரவு–செலவுத் திட்டத்திலும் துண்டு விழும் தொகை உயர்ந்து செல்வது தவிர்க்க முடியாததாகும்.

குறிப்பு: கடந்த ஆண்டு செப்டம்பரில் எழுதப்பட்ட மேலே பந்திகளில் எதிர்வு கூறப்பட்டுள்ள விடயங்களை 2022 ஏப்ரலில் வெளியிடப்பட்டுள்ள இலங்கையின் மத்திய வங்கி அறிக்கை உறுதிப்படுத்தியுள்ளதை வாசகர்கள் கவனத்திற் கொள்ளவும்.

விரலுக்கு ஏற்ற வீக்கம் வேண்டும்
இல்லையெனில் வீடென்ன! நாடும் தாங்காது!

அரசாங்கத்தின் வருமானம் குறைவாக இருப்பதனையும், அத்துடன் வருடா வருடம் வரவு செலவுத் திட்டத்தில் துண்டு விழும் தொகையின் போக்குகளையும் இதுவரை அவதானித்தோம். வருடா வருடம் மீண்டெழும் செலவீனங்கள் இங்கு அரசாங்கத்தின் கட்டுப்படுத்தும் மற்றும் நெறிப்படுத்தும் ஆற்றல்களை மீறிய வகையில் தவிர்க்க முடியா நிலைமையில் இருப்பதாகக் கூறப்படுவது பற்றி சற்று உன்னிப்பாக அவதானித்தல் அவசியமாகும். இந்த விடயத்தில் கடந்த காலங்களில் அரசாங்கங்கள் எந்தளவு தூரம் பொறுப்பாகவும் சரியாகவும் நடந்து கொண்டுள்ளன. வருமான சக்தியை மிகப் பெருமளவுக்கு மீறிய வகையில் இந்த தவிர்க்க முடியாத செலவீன வகைகள் எவ்வாறு, எவற்றின் விளைவாக அமைந்துள்ளன என்பதை இங்கு தெளிவாக அறிந்து கொள்வது மிகப் பிரதானமானதாகும்.

மீண்டெழும் செலவுகள் தொடர்பாக உள்ள விடயங்களை இங்கு நாம் உன்னிப்பாகக் கவனிப்பதற்கு 2020 ஆம் ஆண்டு மற்றும் 2021 ஆம் ஆண்டினை எடுத்துக் கொள்ள வேண்டாம். இந்த ஆண்டுகளில் அரச பொருளாதார நிலைமைகள் மிக மிக மோசமானவையாக உள்ளன என்பது மட்டுமல்ல பதவியில் இருக்கும் அரசாங்கத்தின் நிதி முகாமைத்துவமும் மிகக் கடுமையான விமர்சனங்களுக்கு உரியதாகும்.

இன்றைய அரசின் மோசமான நிதி நிலைமைக்கு கொரோனாதான் ஒரே காரணம் என்று கெட்டித்தனமாக இலகுவாக கூறி

முடித்து விடுவார்கள். எனவே இலங்கையை ஆளுபவர்களின் பொருளாதார நிபுணத்துவத்தை பரிசோதிப்பதற்கு 2019 ஆம் ஆண்டையும் அதற்கு முன்னைய ஆண்டுகளையும் எடுத்துக் கொள்வோம். அது கொரோனா தொற்றுக்கு முந்திய ஆண்டுகள். ஆனபடியால் கொரோனா அல்லாத காரணிகள் எவ்வாறு இலங்கை அரசின் நிதி நிர்வாக முகாமைத்துவத்தில் தாக்கத்தை விளைவிக்கின்றன என்பதை அடையாளம் காண்பதற்கு ஏதுவாக இருக்கும்.

2019 ஆம் ஆண்டில் அரசின் உரிமையாக திரட்டப்பட்ட வருமானம் மொத்தமாக 1,90,000 கோடி ரூபாக்கள். ஆனால் அரசாங்கம் தான் கடந்த காலங்களில் வாங்கிய கடன்களுக்கு கட்டிய வட்டித் தொகை மட்டும் 90,000 கோடி ரூபாக்கள். அதேவேளை அரச ஊழியர்களுக்கு சம்பளமாகவும் முன்னாள் ஊழியர்களுக்கு பென்சனாகவும் செலுத்திய தொகை இன்னுமொரு 90,000 கோடி ரூபா. ஆக மொத்தத்தில் இங்கேயே 1,80,000 கோடி ரூபாவின் கதை முடிந்தது.

இதைவிட சமுர்த்தி மற்றும் உர மான்யங்கள் மற்றும் சமூக பொருளாதார உதவித் திட்டங்களென வழமையாக கொடுக்கப்படுபவைக்கு மொத்தத்தில் சுமார் 20,000 கோடி ரூபா. மேலும் அரச செயலகங்கள் மற்றும் அரசின் வழமையான செயற்பாடுகளுக்கான பராமரிப்புச் செலவுகளாக சுமார் 10,000 கோடி ரூபா. ஆக இங்கேயே மொத்தத்தில் 2,10,000 கோடி ரூபாவாக மீண்டெழும் செலவுகளுக்கான தொகை ஆகிவிட்டது. அதாவது திரட்டப்படும் அரச வருமானத்தை விட 20,000 கோடி அதிகமாக மீண்டெழும் செலவுகளுக்கென செலுத்தப்பட்டுள்ளது.

இதைவிட அபிவிருத்தித் திட்டங்களுக்கும் மற்றும் அரச நிறுவனங்களுக்குமான மூலதனச் செலவுகள் மேலதிகமாக மேற்கொள்ளப்பட வேண்டியவைகள். 2019 இல் மேற்கொள்ளப்பட்ட மூலதனச் செலவுகளின் தொகை சுமார் 62,000 கோடி ரூபாக்கள். மீண்டெழும் செலவுகளில் ஒரு கணிசமான பகுதி மற்றும் முழு மூலதனச் செலவுகளை சரிக்கட்டுவதற்கும் மேலும் முன்னர் வாங்கிய கடன்களில் கால தவணை முடிந்து விட்டதால் திருப்பிச் செலுத்த வேண்டிய கடன் பகுதிகளை திருப்பிச் செலுத்துவதற்கும், அரசாங்கம் முழுக்க

முழுக்க கடன்களை வாங்கிக் குவிக்கும் நடைமுறைகளே கடைப்பிடிக்கப்பட்டன.

2019 இல் அதாவது மைத்திரி – ரணில் ஆட்சியின் இறுதியாண்டில் மட்டும் அரசாங்கம் வாங்கிய கடன் தொகை 1,01,600 கோடி ரூபாக்கள். மேலே குறிப்பிட்ட செலவுகள் தவிர்க்கப்பட முடியாதவை என்பதோடு 2020லும் 2021லும் அரசினால் திரட்டப்பட்ட வருமானம் சுமார் 30 சதவீதத்தினால் வீழ்ச்சியடைந்திருப்பதையும் கொண்டு அரசின் நிதி நிலைமை எவ்வாறு மோசமாகியிருக்கிறது என்பதை புரிந்து கொள்ள முடிகிறது.

கோத்தாபயவின் அரசாங்கம் பெறுமதி கூட்டல் (VAT)யை அரைவாசியாக்கியதன் மூலம் அதன் வருமானத்தில் சுமார் 25,000 கோடி ரூபாக்கள் வருமான வீழ்ச்சியை ஏற்படுத்தியதென்பது ஏற்கனவே முன்னைய பகுதியில் குறிப்பிடப்பட்டுள்ளதை இங்கு நினைவிற் கொள்வது பொருத்தமானதாகும். இந்த அரசாங்கத்தின் காலத்தில் கடன் தொகை மேலும் பெருமளவு அதிகரித்துள்ளது. 2020 ஆம் ஆண்டில் அரசின் மொத்தச் செலவு 3,22,000 கோடி ரூபா. ஆனால் அதன் வருமானம் 1,44,000 கோடி ரூபா மட்டுமே.

எனவே இங்கு பெறப்பட்டுள்ள கடன் தொகை 1,78,000 கோடி ரூபா. இதனால் 2020 ஆம் ஆண்டு இறுதியில் இலங்கை அரசு செலுத்த வேண்டிய மொத்தக் கடன் தொகையானது இலங்கை ரூபாயில் 15,00,000 (15 லட்சம்) கோடியாகி விட்டது. இதனால் 2020 இல் அரசாங்கம் பெற்ற கடன்களுக்காக கட்டிய வட்டியின் தொகை மட்டும் ரூபா 1,00,000 கோடியைத் தாண்டி விட்டது அதாவது 1,44,000 கோடி ரூபாவை வருமானமாக திரட்டிய அரசாங்கம் கட்டிய வட்டித் தொகை மட்டும் 1,00,000 கோடியையும் தாண்டியதாக இருப்பது அரசாங்கத்தின் நிதி நிர்வாகத்தின் பரிதாபகரமான நிலையைக் காட்டுகிறது.

குறுகிய அரசியற் குறிக்கோள்களை அடைய அள்ளிக் குவிக்கப்பட்டுள்ள அரச வேலைவாய்ப்புக்கள்

அரசின் மீண்டெழும் செலவுகளில் அரசாங்கத்தினால் பெற்ற கடன்களுக்கு செலுத்தப்படும் வட்டித் தொகைக்கு அடுத்ததாக இங்கு முக்கியத்துவம் பெறுவது அரச ஊழியர்களுக்கான சம்பளமும் மற்றும் முன்னாள் அரச ஊழியர்களுக்கு செலுத்தும் பென்சனும். இந்தத் தொகை 2019 இல் 92,000 கோடி ரூபாவாகும். இது 2020 இல் 1,00,000 கோடி ரூபாவைத் தாண்டிய தொகையாகி விட்டது.

நாட்டில் வேலைவாய்ப்பற்று நிற்கும் இளையோர்களின் எதிர்ப்புகளையும் கிளர்ச்சி நடவடிக்கைகளையும் சமாளிக்கும் நோக்குடனும் தமது அரசியற் தளங்களை இளையோர்கள் மத்தியில் விரிவுபடுத்துவதற்கும் அரச வேலைவாய்ப்புகளை அள்ளி வழங்குவது ஓர் அரசியற் கலையாக இலங்கையின் ஆட்சியாளர்களிடம் தொடர்ச்சியாக இருந்து வந்திருக்கின்றது.

இலங்கையின் கல்வி முறை, படித்த இளையோர்களுக்கான வேலைவாய்ப்புக்களை உருவாக்குதல் மேலும் வேலைவாய்ப்பு உருவாக்கத்தின் முக்கியத்துவத்தைக் கருத்திற் கொண்டு தொழில் பயிற்சி முறைகளை விரிவுபடுத்துவதோடு இளையோர்கள் தனியார் துறைகளிலும் மற்றும் சுய தொழில்கள் ரீதியாக வேலைவாய்ப்புகளை தமக்குத் தாமே ஆக்கிக் கொள்வதற்கும் அவசியமான அனைத்து ஏற்பாடுகளையும் மேற்கொள்ளுதல் அவசியமானதாகும். இந்த விடயங்களில் அரசாங்கத்தின் பொறுப்புகள் மற்றும் செயற்பாடுகள் போன்ற விடயங்கள் தொடர்பாக தனியாக – விரிவாக உரையாடுதல் மிகவும் அவசியமாகும் அவற்றை மற்றொரு சந்தர்ப்பத்தில் பார்க்கலாம்.

இங்கு பிரதானமாக அரச வருமான நிலைக்கும் அரச ஊழியர்களின் எண்ணிக்கைக்கும் இடையேயுள்ள நிதி ரீதியான பொருத்தம் மற்றும் பொருத்தமின்மைகள் தொடர்பான விடயங்களை அவதானிக்கலாம்.

அரசாங்கம் என்றால் படித்த இளையோர்களுக்கு அதுவும் மூன்று நான்கு ஆண்டுகள் பல்கலைக்கழகங்களில் படித்து பட்டம் பெற்றவர்களுக்கு வேலைவாய்ப்பை வழங்க வேண்டியது

கட்டாயமான பொறுப்பான – கடமைதானே என்று அந்தப் படித்த இளையோர்கள் மற்றும் அவர்களின் பெற்றோரிடையே மட்டுமல்ல சமூகத்தின் பல்வேறு மட்டங்களிலும் அவ்வாறான அபிப்பிராயமே பரவலாக காணப்படுகிறது.

அரச ஊழியர்கள் என ஆக்கப்பட்டு விட்டால் அவர்களுக்கு நாட்டின் பொருளாதார தராதர நிலைக்கேற்ப சம்பளங்கள் வழங்கப்பட வேண்டுமே – அதற்கு அரசிடம் எந்தளவுக்கு நிதி வளம் உள்ளது என்பது பற்றிய ஆய்வு யாராலும் – ஏன் – ஆட்சி அதிகாரத்தைக் கைப்பற்றும் முயற்சியில் இருக்கும் அரசியல்வாதிகளிடம் கூட இருப்பதாகத் தெரியவில்லை. இளையோர்களின் வேலைவாய்ப்புப் பிரச்சினை பற்றி உரத்துப் பேசி கண்ணை மூடிக் கொண்டு வாக்குறுதிகளை வழங்கி அதிகாரத்தைக் கைப்பற்றி விட்டால் பிறகு சமாளித்துக் கொள்ளலாம் என்பதே அரசியல்வாதிகளின் தந்திரமாக உள்ளது.

இலங்கையின் அரச நிறுவனங்களில் உள்ள ஊழியர்களின் தொகை பற்றிய ஒரு தெளிவான பொருளாதார உரையாடலை இலங்கையில் காண்பது மிகவும் அரிதாகவே உள்ளது. உண்மையில் இலங்கையின் அரச நிறுவனங்களில் உள்ள ஊழியர்களின் எண்ணிக்கையானது இலங்கை அரசின் நிதி நிலைமைக்கு பொருத்தமற்றதாக உள்ளது எனக் கூறினால் பலர் இது என்ன ஒரு விசமத்தனமான கருத்தாக உள்ளதெனக் கருதக் கூடும். எனவே இங்குள்ள உண்மை நிலவரம் பற்றிய ஒரு தெளிவான பொருளாதாரக் கண்ணோட்டம் அவசியமாக உள்ளது.

இங்கு அரச நிறுவனங்களிலுள்ள ஊழியர்களின் எண்ணிக்கை சுமார் பன்னிரெண்டரை லட்சம் பேர். அதாவது இலங்கையில் பொருளாதார ரீதியாக ஈடுபட்டுள்ளவர்களின் மொத்த எண்ணிக்கை கிட்டத்தட்ட 85 லட்சம். இவ்வகையில் அரசாங்கத்தின் பல்வேறு வகைகளிலும் பல்வேறு மட்டங்களிலும் உள்ள ஊழியர்களின் எண்ணிக்கை சுமார் 15 சதவீதமாகும்.

இதைவிட சட்ட ரீதியில் சுயாதீனமான ஆனால் அரசு சார்ந்தவைகளாக உள்ள நிறுவனங்களில் ஊழியர்களாக உள்ளோரின் எண்ணிக்கை மேலும் இரண்டரை லட்சம் பேர். இவர்கள் அரசின் ரயில் மற்றும் பேரூந்து போக்குவரத்து அமைப்புகள், அரசு சார் தொழிற்சாலைகள் மற்றும் பல்வேறு

வகையான சேவை நிறுவனங்களில் ஊழியர்களாக இருப்போர். இவர்களை ஒரு புறம் ஒதுக்கி விட்டுப் பார்த்தாலும் அரசின் நேரடி ஊழியர்களாக இருப்போரின் எண்ணிக்கையை ஏனைய நாடுகளுடன் ஒப்பிடுகையில் இலங்கையின் பொருளாதார குறிப்பாக அரசின் நிதி நிலைமைக்கு மிகவும் அதிகமான வீதாசாரமாகும்.

அண்மை நாடான இந்தியாவில் மொத்த உழைப்பாளர்களில் சுமார் 4 சதவீதத்தினர் மட்டுமே இந்திய மத்திய மற்றும் மாநில அரச ஊழியர்களின் மொத்தத் தொகையாக உள்ளது. தென்னாசியாவில் உள்ள அடுத்த பெரிய நாடான வங்காள தேசத்தில் இந்த எண்ணிக்கை 6 சதவீதமாகவே உள்ளது. பாக்கிஸ்தானில் இது இன்னமும் மிகக் குறைவாக 2 சதவீதமாக மட்டுமே உள்ளது என சர்வதேச அறிக்கைகள் தெரிவிக்கின்றன.

இலங்கையின் அரசு கொண்டுள்ள ஊழியர்களின் எண்ணிக்கையைப் பார்த்தால் தொழில் ரீதியாக அபிவிருத்தியடைந்த பணக்கார நாடுகளுக்கு சமமானதாக உள்ளது. ஆனால், இலங்கையின் அரச வருமானம் உலகின் பணக்கார நாடு எதற்கும் கொஞ்சமும் கிட்ட நிற்க முடியாததென்பது பொது அறிவு. இது இலங்கையின் பொருளாதாரக் கட்டமைப்பிலுள்ள ஒரு பிரதானமான முரண் நிலையாகும்.

பொருளாதார விருத்தியடைந்த பணக்கார நாடுகள் திரட்டும் அரச வரிகள் வருமானம் அவற்றின் தேசிய வருமானத்தில் 25 சதவீதத்துக்கும் அதிகமாக உள்ளன. அவை தமது நாட்டின் உழைப்பாளர்களில் 15 சதவீதமானோரை அரச ஊழியர்களாகக் கொண்டிருப்பதில் ஒரு நியாயம் உண்டெனலாம். தனது நாட்டின் மொத்தத் தேசிய வருமானத்தில் 22 சதவீதத்தை அரச வருமானமாகக் கொண்டுள்ள இந்தியா தன்னுடைய உழைப்பாளர்களில் 4 சதவீதத்தினரை மட்டுமே கொண்டிருக்க, தனது தேசிய வருமானத்தில் 12 சதவீதத்தை மட்டுமே வருமானமாக கொண்டுள்ள இலங்கை அரசு தனது ஊழியர்களாக 15 சதவீத உழைப்பாளர்களைப் கொண்டிருப்பதை எந்த வகையில் பொருளாதார ரீதியாக நியாயப்படுத்துவதென்பது இங்கு மிகப் பெரும் கேள்வியாகும்.

சிட்டுக்குருவியின் தலையில் ஏற்றப்பட்டிருக்கும் பாறாங்கல்லு

இலங்கையில் உள்ள ஆயுதப்படைகள் மற்றும் பொலிஸ் பிரிவுகளில் உள்ள ஆளணியின் எண்ணிக்கை சுமார் 3.5 (மூன்றரை) லட்சம் பேர். அரசுக்கும் புலிகளுக்கும் இடையிலான உள்நாட்டு யுத்தம் முடிவடைந்து 12 ஆண்டுகள் நிறைவுற்றும் இலங்கையின் ஆயுதப் படையினரின் எண்ணிக்கையில் குறிப்பிடத்தக்க அளவு மாற்றம் எதுவும் ஏற்படவில்லை.

உலக வல்லரசுகளில் ஒன்றாகவும் இலங்கையை விட 60 மடங்கு அதிக சனத்தொகையையும் கொண்ட இந்தியாவின் அனைத்து வகைப்பட்ட ஆயுதப் படைகளிலும், இந்தியா முழுவதிலுமுள்ள அனைத்து வகை பொலிஸ் பிரிவுகளிலுமுள்ள ஆளணிகளின் மொத்த எண்ணிக்கை 30 லட்சத்துக்கும் உட்பட்டதே. அதேவேளை சீனாவின் ஆயுதப் படைகளிலுள்ள மொத்த ஆளணியின் எண்ணிக்கை 27 லட்சமாக (27,00,000) மட்டுமே உள்ளது. அதாவது 60 மடங்கு அதிகமான சனத்தொகை கொண்ட இந்தியாவில் உள்ள ஆயுதம் தாங்கிய அரச ஊழியர்களின் மொத்த எண்ணிக்கை வெறுமனே 9 மடங்காக மட்டுமே உள்ளது. எண்ணிக்கை ரீதியில் ஆயுதப் படையினரை மட்டும் எடுத்துக் கொண்டால் இலங்கையை விட இந்தியாவில் 6 மடங்கினர் மட்டுமே உள்ளனர். சீனாவில் 11 மடங்கினர் மட்டுமே உள்ளனர். இந்த நிலைமையை இலங்கையின் அரசியல் பொருளாதார ஆய்வாளர்கள் மிகவும் கவனத்திற் கொள்ள வேண்டும்.

1983 ஆம் ஆண்டுக்கு முதல் இலங்கையின் ஆயுதப் படையில் வெறுமனே 25,000 பேரளவில் மட்டுமே இருந்தனர். 1989 இல் கூட சுமார் 60,000 பேர் மட்டுமே இருந்தனர். உண்மையில் இப்போதுள்ள ஆயுதப் படையினரின் அளவைப் பெறுத்தவரையில் இது இலங்கையின் பொருளாதார நிலைக்குப் பெரும் சுமையாக இருக்கும் வெள்ளை யானைகளே. இந்த ஆயுதப் படையினரை வைத்து இந்த அரசாங்கம் காட்டும் அநாவசியமான படங்களால் நாட்டின் நலன்களுக்கு எந்தவித மேலதிக பயனும் ஏற்படப் போவதில்லை. ஆனால் அரச ஊழியர்களுக்கான மொத்த சம்பளத்தில் சுமார் முப்பது சதவீதமான பங்கை இவர்கள் விழுங்கிக் கொள்கிறார்கள் என்பதை அவதானத்திற் கொள்வது அவசியமாகும்.

⊙

Pensioners
Public servants
You people are a real weight!
Tax Evaders
16/06/22

10
அரச நிர்வாக துறைகளில் அளவுக்கு மீறி ஆட்கள் ஆண்டு தோறும் ஏறுகிறதே! இறங்குவதாக இல்லை!

இலங்கையின் அரச சேவைகளில் உள்ளவர்களின் தொகை மற்றும் அதன் விளைவாக அரசு ஏற்றுள்ள செலவுச் சுமை தொடர்பான விடயங்கள் பற்றிய பொருளாதார ஆய்வில் அரசின் ஆயுதப்படைகள் மற்றும் பொலிஸ் அமைப்புக்களிலுள்ள ஆளணிகளின் நிலைமையை அவதானித்தோம். இந்தப் பகுதியில் அதன் தொடர்ச்சியாக இலங்கையின் கல்வி மற்றும் பொது நிர்வாக அமைப்பிலுள்ள நிலைமைகள் பற்றி நோக்கலாம்.

இலங்கை அரசின் கல்வி நிறுவனங்களிலுள்ள ஆசிரியர் தொகை 2017 ஆம் ஆண்டின் கணக்குப்படி 2,41,000 (இரண்டு லட்சத்து நாற்பத்தோராயிரம் பேர்). இன்றைய கணக்கில் 2,50,000 பேரை தாண்டியிருக்கும் என்பதில் சந்தேகமில்லை. இவ்வளவு ஆசிரியர்கள் கற்பிக்கும் மாணவர்களின் எண்ணிக்கை 44,60,000 (நாற்பத்தி நான்கு லட்சத்து அறுபதினாயிரம்). அதாவது, இலங்கை தேசிய ரீதியில் சராசரியாக கிட்டத்தட்ட 18 மாணவர்களுக்கு ஓர் ஆசிரியர் என உள்ளது.

இவ்விடயத்தில் தமிழர்களைப் பெரும்பான்மையாகக் கொண்ட மாவட்டங்களில் பார்த்தால், யாழ்ப்பாண மாவட்டத்தில் ஓர் ஆசிரியருக்கு 15 மாணவர்கள் மட்டுமே எனும் நிலையே காணப்படுகிறது. மேலும் கிளிநொச்சி மற்றும் மன்னார் மாவட்டங்களைப் பார்த்தால் ஓர் ஆசிரியருக்கு 14 மாணவர்கள் மட்டுமே உள்ளனர். ஆனால் இந்த மாவட்டங்களே இலங்கையில்

கல்வியில் மிகவும் பின்தங்கிய மாவட்டங்களாக உள்ளன எனும் புதினமான நிலைமை காணப்படுகிறது. இதேவேளை மட்டக்களப்பு மாவட்டத்தில் இலங்கையின் சராசரியை விடக் கூடுதலாக அதாவது ஓர் ஆசிரியருக்கு 19 மாணவர்கள் உள்ளனர். எனவே வட மாகாணத்தில் உள்ள ஆசிரியர்களின் எண்ணிக்கையை ஒன்று திரட்டிப் பார்த்தாலும் கூட ஓர் ஆசிரியருக்கான சராசரி மாணவர் தொகையானது ஒப்பீட்டு ரீதியில் குறைவாகவே உள்ளமை கவனிக்கத்தக்கது. ஆனால் இந்த மாகாண மாணவர்களின் பொதுத் தராதர பரீட்சைப் பெறுபேறுகள் ஒப்பீட்டு ரீதியில் பின்தங்கிய நிலையிலேயே உள்ளன.

இலங்கையின் கல்வி அமைப்பில் தனியார் கல்வி நிறுவனங்களின் பங்கு இதுவரை மிக மிகக் குறைவானதாகும். இந்தத் தனியார் துறைக் கல்வி நிறுவனங்களில் ஓர் ஆசிரியருக்கு இருபதுக்கு மேற்பட்ட மாணவர்கள் உள்ளனர். இலங்கையின் தலைநகரமும் அதிகூடிய சனத்தொகையைக் கொண்ட மாவட்டமாகவும் கல்வித்தரத்தில் முன்னணி வகிக்கும் மாவட்டமாகவும் உள்ள கொழும்பில் ஓர் ஆசிரியர் சராசரியாக 22 மாணவர்களுக்கு படிப்பறிவை வழங்குகிறார். கொழும்புக்கு அடுத்ததாக சனத்தொகையை அதிகமாகக் கொண்ட கம்பஹாவிலும் அதுவே நிலை.

படிப்பிக்கும் வேலை பெற்றோர் நிறைய உண்டு தேவைக்கான தகைமை உடையோரே போதவில்லை

இலங்கையில் ஆசிரியர்கள் எண்ணிக்கை எந்தளவு அதிகமானது என்பதனை ஏனைய நாடுகளோடு ஒப்பிட்டாலே இதன் உண்மை நிலவரத்தைப் புரிந்து கொள்ள முடியும். இந்தியாவின் பள்ளிக் கூடங்களில் 6 ஆம் வகுப்புக்குக் குறைவான வகுப்புகளில் 33 மாணவர்களுக்கு ஓர் ஆசிரியர். இதுவே முழுத் தென்னாசியாவின் நிலைமை. ஆனால் இந்த விடயத்தில் இலங்கையின் நிலைமை ஓர் ஆசிரியருக்கு 22 மாணவர்கள் என உள்ளது. இலங்கையை விட இரண்டு மடங்கு அல்லது மூன்று மடங்கு அதிகமான தலாநபர் வருமானம் கொண்ட நாடுகளில் 6 ஆம் வகுப்புக்கு குறைந்த நிலையில் கற்கும் பள்ளிக்கூட மாணவர்களுக்கான ஆசிரியர்

விகிதத்தை இலங்கை கொண்டிருக்கின்றது. இலங்கையின் அனைத்து பள்ளிக்கூடங்களிலும் மொத்தமாக உள்ள மாணவர்கள் — ஆசிரியர் விகிதத்தைப் பார்த்தால் ஏறத்தாழ உயர்ந்த பணக்கார நாடுகளான அமெரிக்கா, பிரித்தானியா ஜேர்மனி போன்ற நாடுகளிலே காணப்படுகின்ற நிலைமைக்கு சமமான அளவைக் கொண்டுள்ளது.

இலங்கை கொண்டிருக்கும் அதே அளவு மாணவர்கள் — ஆசிரியர் விகிதத்தை இந்தியாவின் மாநிலங்களில் கல்வி நிலையில் மிகவும் முன்னணியில் இருக்கும் கேரளாவும் கொண்டிருக்கிறது. எனினும் கேரள அரசாங்கம் தனது பள்ளிக்கூடங்களில் ஆசிரியர்களின் எண்ணிக்கை தேவைக்கு அதிகமாக உள்ளது எனக் கருதுகிறது. அதனால் ஆசிரியர் எண்ணிக்கையை சுமார் 20 சதவீதத்தால் குறைப்பதற்கான நடவடிக்கைகளை எடுத்து வருகின்றது. ஆனால் இலங்கையிலோ ஆசிரியர்கள் பற்றாக்குறையாக உள்ளனர் என்ற குரல்களே வலிமையாக உள்ளன. இலங்கையில் 1990க்கு முன்னர் 6 ஆம் வகுப்பு வரை கற்பிக்கும் ஆசிரியர்களுக்கான மாணவர்கள் விகிதமானது 30 பேரளவில் இருந்தமையை இங்கு கவனத்திற் கொள்வது அவசியமாகும் 1990க்கு முந்திய காலகட்டத்தில் இலங்கையில் பள்ளிக்கூடக் கல்வியின் தராதரம் குறைவாக இருக்கவில்லை என்பதையும், அப்போது ஆசிரியர்கள் பற்றாக்குறையென குறிப்பிடத்தக்க அளவுக்கு வலுவான கோரிக்கைகள் எதுவும் சமூக அரசியல் மட்டத்தில் இருக்கவில்லை என்பதையும் இங்கு குறிப்பிடுவது பொருத்தமானதாகும்.

பணக்கார நாடுகளைப் போல எங்களுடைய நாட்டிலும் மாணவர்கள் — ஆசிரியர்கள் விகிதம் இருக்கக் கூடாதா? என யாராவது வினோதமாக கேள்வி எழுப்பினாலோ, அல்லது அவ்வாறு இருப்பது நல்லதுதானே என உணர்ச்சிவசமாக அபிப்பிராயப்பட்டாலோ அதற்கு உரிய பதிலை ஒரு சில வசனங்களில் கூறுவது சிரமமாகும். எனினும் இக்கட்டுரையின் சாராம்சத்திலிருந்து வாசகர்கள் அதற்கான பதிலை புரிந்து கொள்ள முடியும்.

இலங்கை கொண்டிருக்கும் பள்ளிக்கூட மாணவர்கள் — ஆசிரியர் விகிதமானது இலங்கை அரசாங்கத்தின் பொருளாதார நிலைக்கு

எவ்வகையிலும் பொருந்தாத வகையிலேயே வீங்கிப் பெருக்க வைக்கப்பட்டுள்ளது என்றே கூற வேண்டியுள்ளது. உண்மையில் இங்கு பள்ளிக்கூட ஆசிரியர்கள் பற்றாக்குறை என்பது ஆசிரியர் தொகையின் பற்றாக்குறையல்ல. மேலும் வருடா வருடம் பல்லாயிரக்கணக்கில் ஆசிரியர்களைச் சேர்த்துக் கொள்வதன் மூலம் இந்தப் பற்றாக்குறைப் பிரச்சினைக்குத் தீர்வு காண முடியாது.

இங்கு காணப்படும் ஆசிரியர் பற்றாக்குறை என்பது பெருந்தொகையான பள்ளிக்கூடங்களில் தேவையான தகுதியுடைய ஆசிரியர்களின் பற்றாக்குறையாகவே உள்ளது. அதேவேளை பெருந்தொகையான பள்ளிக்கூடங்களில் தேவையற்ற தகுதிகளைக் கொண்ட ஆசிரியர்கள் பெருகிப் போயுள்ளனர். அத்துடன் ஆசிரியர்களின் தகுதிக்கும் பள்ளிக்கூடங்களின் தேவைகளுக்குமிடையேயுள்ள பிரச்சினைகளை – இடைவெளிகளை நீக்கும் வகையில் ஆசிரியர்களைப் பகிர்வு செய்வதில் நிர்வாக ரீதியில் பெரும் குறைபாடுகள் உள்ளன என்பது அடிக்கடி பலரால் சுட்டிக்காட்டப்பட்டுள்ளது.

எனவே இங்கு ஆசிரியர்கள் தொகை எண்ணிக்கை ரீதியில் பெருகிக் கிடக்கின்றமைக்கும் தேவையான தகுதிகளையுடைய ஆசிரியர்கள் பற்றாக்குறையாக இருப்பதற்கும் இடையே ஒரு விசேடமான முரண்பாடு நிலவுகின்றது. இந்த முரண்பாட்டை நீக்குவதற்கு உரிய வகையான அணுகுமுறைகளைக் கடைப்பிடித்து கல்வி நிறுவன நிர்வாக கட்டமைப்பில் திருத்தங்களை மேற்கொள்ள வேண்டும்.

ஆனால் தொடர்ந்து வரும் அரசாங்கங்கள் ஆசிரியர் படையின் எண்ணிக்கையை அதிகரிக்கும் முறையையே கடைப்பிடிக்கின்றன. இது கல்வியில் உரிய முன்னேற்றங்களை சாதிப்பதற்குப் பதிலாக அரசின் நிதி நிர்வாகத்தின் மீது கணிசமான சுமையை தொடர்ந்து ஏற்றுவதாகவே மட்டுமே அமைகின்றது.

அறிவு பூர்வமான அபிப்பிராயங்களுக்கு இடமின்றி தேவைக்கு மீறிய ஆளணிகள் அரச நிர்வாகத்தில்

இலங்கை மத்திய அரசாங்கத்தின் நேரடிக் கட்டுப்பாட்டில் உள்ள மாவட்ட செயலகங்களிலுள்ள அதிகாரிகள் மற்றும் ஊழியர்கள், பிரதேச செயலகங்களிலுள்ள அதிகாரிகள் மற்றும் ஊழியர்கள், கிராம சேவகர்கள், அபிவிருத்தி உத்தியோகத்தர்கள் மற்றும் புள்ளிவிபர திணைக்களத்தின் உத்தியோகத்தர்கள் மற்றும் ஊழியர்கள், தேர்தற் செயலகங்களைச் சேர்ந்தோர், காணி மற்றும் காணி அபிவிருத்தி இலாக்காவைச் சேர்ந்தோர், விவசாயம், மீன்பிடி, வனத்துறை, நீர்வளத்துறை, மின்சார விநியோகம், தொலைத் தொடர்புத் துறை, தபால் சேவைகள் என மேலும் பல வகையான அரச அமைப்புக்களில் அதிகாரிகளாகவும் பணியாளர்களாகவும் பல லட்சம் பேர் உள்ளனர்.

25 மாவட்டச் செயலகங்கள் மற்றும் 330 பிரதேச செயலகங்கள் உள்ளன. இவை ஒவ்வொன்றிலும் நிறைந்திருக்கும் அதிகாரிகள் மற்றும் ஊழியர்களை விட, 14,000 பேர் கிராம சேவகர்களாக உள்ளனர். 50,000 பேர் பல்வேறு வகையான புள்ளிவிபரங்கள் திரட்டல் கடமையிலும் மற்றும் அபிவிருத்தி உத்தியோகத்தர்கள் என்னும் பெயரிலும் உள்ளனர். இவற்றை விட தனித்தனியாக விவசாய அபிவிருத்தி, மீன்பிடி அபிவிருத்தி, கைத்தொழில் அபிவிருத்தி, என எத்தனை அபிவிருத்தி விடயங்கள் உள்ளனவோ, அவற்றின் ஒவ்வொரு அபிவிருத்தி தொடர்பாகவும் பல வகையான அலுவலகங்கள் செயற்படுகின்றன.

24 மாநகர சபைகள், 41 நகர சபைகள், 276 பிரதேச சபைகள் ஆகியனவும் பெருந்தொகையான ஊழியர்களைக் கொண்டிருக்கின்றன. 2018 ஆம் ஆண்டின் கணக்குப்படி இந்த மாநகர சபைகளில் மொத்தமாக சுமார் 20,000 நிரந்தர ஊழியர்கள் உள்ளனர். 41 நகர சபைகளில் மொத்தமாக 6,500 நிரந்தர ஊழியர் உள்ளனர். 276 பிரதேச சபைகளிலும் மொத்தமாக சுமார் 22,500 நிரந்தர ஊழியர்கள் உள்ளனர். ஆக மொத்தத்தில் உள்ளூராட்சி அமைப்புகள் மட்டும் சுமார் 50,000 ஊழியர்களை நிரந்தரமானவர்களாகக் கொண்டிருக்கின்றன. இதைவிட தற்காலிகமான ஊழியர்களாக வேலைக்கு அவ்வப்போது அமர்த்தப்படுவோர் என ஒரு பெரும் தொகையினர்.

இலங்கையில் மத்திய அரசின் கட்டமைப்பில் 51 அமைச்சுகளும், 905 நிறுவனங்களும் 18,270 அலுவலகங்களும் உள்ளன. இதில் உள்ள இராணுவத்தினர், பொலிசார், ஆசிரியர்கள், சுகாதாரத் துறையைச் சேர்ந்தோர், வெளிநாட்டமைச்சைச் சேர்ந்தோர், நீதித்துறையைச் சேர்ந்தோர் ஆகிய வகையினரை நீக்கி விட்டுப் பார்த்தாலும் சுமார் மூன்றரை லட்சம் பேர் நிரந்தர ஊழியர்களாக உள்ளனர். அதேபோல் 9 மாகாண சபை ஆட்சிகளுக்கும் உட்பட்ட ஆசிரியர்கள் மற்றும் சுகாதாரத்துறையினரை நீக்கி விட்டுப்பார்த்தால் மாகாண சபைகளின் அமைப்புகளில் சுமார் ஒரு லட்சம் பேர் நிரந்தர ஊழியர்களாக உள்ளனர். எனவே இலங்கையின் உழைப்பு சக்தியில் எவ்வளவு சதவீதம் எந்த வகையான நேரடி உற்பத்தியையும் மேற்கொள்ளாமல் அரசாங்க அலுவலகங்களை நிறைத்திருக்கிறது என்பதை இந்த எண் கணக்கு சித்திரத்தில் இருந்து எவரும் தெளிவாகக் கண்டு கொள்ளலாம்.

இலங்கையின் நிர்வாகக் கட்டமைப்பில் குறிப்பிடத்தக்க வகையில் சீர்திருத்தம் ஏற்படுத்தப்பட வேண்டுமென பல்வேறு கட்டங்களில் அனுபவம் மிக்க நிர்வாக நிபுணர்கள் தெரிவித்திருத்திருக்கிறார்கள். 1980களின் இறுதிப் பகுதியில் ஏற்படுத்தப்பட்ட நிர்வாக சீர்திருத்த கமிட்டியானது ஐக்கிய நாடுகள் அபிவருத்தி திட்ட (யு.என்.டி.பி. - UNDP)யின் ஆதரவுடன் ஆய்வை மேற்கொண்டது. அந்த கமிட்டியின் அறிக்கையானது அரசாங்கம் குறைந்த பட்சம் 20 சதவீதத்தால் அரச ஊழியர்களின் எண்ணிக்கையைக் குறைக்க வேண்டுமென சிபார்சு செய்தது. அவ்வாறான சிபார்சுகளை அடிப்படையாகக் கொண்டு 1990களின் நடுப்பகுதியில் கருத்துத் தெரிவித்த உலக வங்கியானது இலங்கையின் அரச ஊழியர்களின் எண்ணிக்கையானது ஆசிய நாடுகளின் சராசரி நிலைமையோடு ஒப்பிடும் பொழுது மூன்று மடங்காக உள்ளதென தெரிவித்தது. ஆனால் அடுத்தடுத்து வந்த அரசாங்கங்கள் அரச நிர்வாகம் தொடர்பில் சீர்திருத்தங்களை மேற்கொள்வது பற்றிய பகுத்தறிவு பூர்வமான கருத்துக்கள் — சிபார்சுகள் எதனையும் கணக்கிலெடுக்காது ஆண்டு தோறும் அரச ஊழியர்களின் எண்ணிக்கையை அரசின் நிதி ஆற்றலுக்கு மித மிஞ்சிய வகையில் அதிகரித்தே வந்துள்ளன.

பானையில் இருந்தால் தானே அகப்பையில் வரும்

சம்பள உயர்வு கேட்டு ஆசிரியர்கள் போராடுகிறார்கள். பல ஆண்டுகளாக தமது சம்பளம் விலைவாசிகளின் ஏற்றங்களுக்கு ஏற்ப உயர்த்தப்படவில்லை என்பது அவர்களின் பிரதானமான குற்றச்சாட்டாக உள்ளது. இங்கு ஆசிரியர்கள் சராசரியாகப் பெறும் சம்பளம் 70,000 ரூபா எனக் கணக்கிடப்பட்டாலும் பெரும்பாலான அசிரியர்கள் 50,000 ரூபாவுக்கும் குறைவான சம்பளத்தையே பெறுகின்றனர். இதேவேளை இராணுவத்தில் உள்ளவர்களின் சராசரிச் சம்பளம் 90,000 ரூபாவுக்கு மேலாக உள்ளது. ஆயுதப்படைகளில் கடை நிலையில் உள்ள உறுப்பினர் சுமார் 50,000 ரூபாவை சம்பளமாக பெறுவதிலிருந்து ஆரம்பித்து உயர் நிலை இராணுவ அதிகாரி 1,60,000 ரூபா வரை சம்பளம் பெறுகின்ற அளவுக்கு இராணுவத்தில் சம்பள நிலைமை உள்ளது. ஆனால் ஏனைய அரச அலுவலகங்களில் அதிகாரிகளாக அல்லாத ஊழியர்களில் மிகப் பெரும்பாலானவர்களின் மாதாந்த சம்பளம் 50,000 ரூபாவுக்கும் குறைவாகவே உள்ளது.

இலங்கையோடு ஒப்பிடுகையில் அரைவாசி அளவான தலாநபர் வருமானம் கொண்ட இந்தியாவில் அரச பள்ளிக்கூடங்களின் ஆசிரியர்களுக்கான சம்பளத்தின் தேசிய சராசரி அளவானது இந்திய ரூபாயில் 46,000 ஆகும். அதனை இலங்கை ரூபாயில் கணக்குப் பார்த்தால் சுமார் 1,15,000 ரூபாக்கள். இராணுவத்தினரின் சம்பளத்தையும் இலங்கையோடு ஒப்பிட்டால் ஓர் இந்திய இராணுவ உறுப்பினருக்கான சராசரி சம்பளம் அதிகமாகவே உள்ளது. அதுவும் இராணுவ அமைப்பில் அதிகாரிகள் மட்டத்தில் இருப்பவர்களின் சம்பளத்தை ஒப்பிட்டால் இந்திய இராணுவ அதிகாரிகளுக்கான சம்பளம் இலங்கையின் இராணுவ அதிகாரிகளை விடவும் மிக அதிகமாகவே உள்ளது.

இந்தியாவை விட இரண்டு மடங்கு அதிகமான தலாநபர் வருமானத்தைக் கொண்ட இலங்கையில் அரசானது தனது ஊழியர்களுக்கான சம்பளத்தையும் அதற்கு ஒப்ப வழங்குவதே நியாயமானது. ஆனால் அதற்கான பொருளாதார சக்தியை இலங்கையின் திறைசேரி கிஞ்சிற்றும் கொண்டிருக்கவில்லை என்பதே உண்மையாகும். அரச வருமானத்தை இப்போதிருக்கும் நிலையிருந்து இரண்டு மடங்காக அதிகரித்து அதற்கு சமாந்திரமாக அரச ஊழியர்களின் தொகையை அரைவாசியாகக் குறைத்தாலே

இலங்கையின் தலாநபர் வருமான தராதரத்துக்கு உரிய வகையில் அரச ஊழியர்களுக்கான நியாயமான சம்பளத்தை வழங்க முடியும். அவ்வாறான ஒரு நிலையை நடைமுறையாக்க முடியுமா? என்றால், சாத்தியமாக்க முடியாத ஒன்றை கற்பனை செய்வது போலவே உள்ளது.

இலங்கையின் அரச ஊழியர்களின் இந்த பரிதாபகரமான சம்பள நிலையானது. தனியார் துறை ஊழியர்களுக்கான சம்பளம் மற்றும் கூலி விடயத்திலும் பாதகமான நிலைகளையே பராமரிக்கும். அரசு தனது ஊழியர்களுக்கான சம்பளத்தை ஒரு நியாயமற்ற மட்டத்தில் வைத்துக் கொண்டு தனியார் துறையில் சம்பளத்தை – கூலியை அதைவிட அதிகமாக வழங்கும்படி கோருவதற்கு எந்தவித தார்மீக உரிமையையோ சட்ட ரீதியான அதிகாரத்தையோ கொள்ள முடியாது. இலங்கை அரசு தான் பிரதிநிதித்துவப்படுத்தும் மக்களின் வாழ்க்கைத் தரத்தைக் கீழ் நிலையில் வைத்திருக்கும் சூனியத்தைத் தானே கொண்டிருக்கின்றது என்பதே இங்கு யதார்த்தமாகும்.

சர்வதேச தராதர அளவில் ஒரு மத்தியதர வருமான நிலை கொண்ட ஒரு நாடாக இலங்கை காலடி எடுத்து வைத்துள்ளதாக ஆளுபவர்கள் பிரகடனப்படுத்திக் கொள்கின்ற போதிலும் இலங்கை மக்களின் வாழ்க்கைத்தரம் உண்மையில் ஒரு வறிய நாட்டின் நிலையிலேயே உள்ளது என்பதை இக்கட்டுரைத் தொடரின் ஆரம்பப் பகுதிகளில் குறிப்பிட்டதை இங்கு வாசகர்கள் நினைவிற் கொள்ளலாம். அதன் சாராம்சமான அர்த்தத்தையே இக்கட்டுரைப் பகுதி மேலும் வலியுறுத்தி உரைக்கின்றது.

⦿

SLFP
TNA
UNP
NPP
SJB
CAPITALIST SYSTEM
SLPP

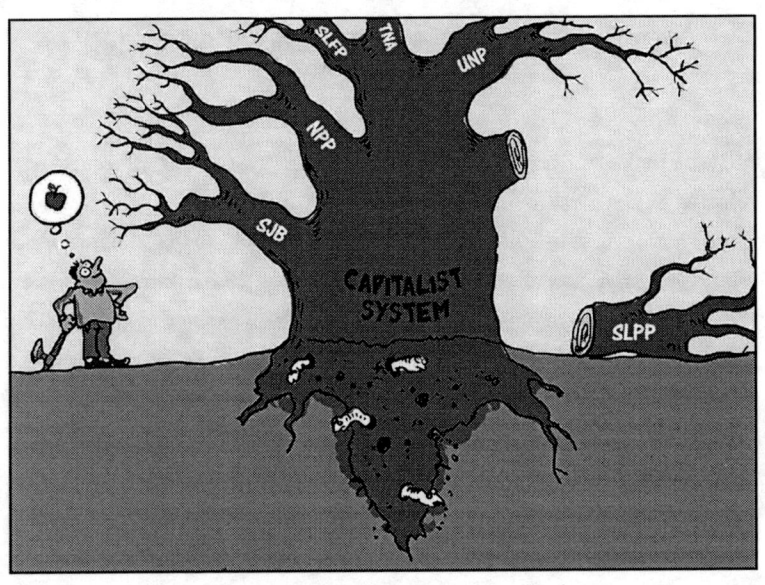

11
நாட்டைத் திறந்தது இறக்குமதிகளுக்கே வாய்த்தது, ஏற்றுமதிகளுக்கான தகுதிகளில் முன்னேறவில்லை!

இலங்கை தற்போது எதிர்நோக்கும் அந்நியச் செலாவணி நெருக்கடி, நாட்டில் பொருட்களின் விலையேற்றம் மற்றும் அடிப்படையான பொருட்களுக்கு ஏற்பட்டுள்ள தட்டுப்பாடுகள் போன்றவற்றிற்கு, வெளிநாடுகளுடனான இலங்கையின் ஏற்றுமதி – இறக்குமதி மற்றும் பொருளாதார உறவுகளின் பண்புகளே பிரதான காரணமென பொதுவாக கூற முடியும். உலகில் எந்த நாடும் ஏனைய நாடுகளுடன் பொருளாதார உறவுகளின்றி மூடப்பட்ட பொருளாதாரமாக இருக்க முடியாது. அவ்வாறு எக்காலத்தும் இருந்ததில்லை. ஆனால் வெளிநாடுகளுடனான பொருளாதார கொடுக்கல் வாங்கல்கள் அமைந்துள்ள வகையானது அந்த நாட்டின் தேசிய பொருளாதாரத்தின் நிலைமைகளை நிர்ணயிப்பதில் பிரதானமான பாத்திரத்தை வகிக்கின்றது என்ற வகையில் அது பற்றிய விரிவான பரிசீலனை அவசியமாகின்றது.

உலகின் மிகப் பல நாடுகளோடு ஒப்பிட்டால் இலங்கையின் ஏற்றுமதி இறக்குமதி வர்த்தகமானது அதன் மொத்த தேசிய உற்பத்தியில் மிக அதிகமான வீதாசாரத்தைக் கொண்டிருக்கிறது என கூற முடியாது. மிகப் பல நாடுகளின் ஏற்றுமதி வர்த்தகம் 30 சதவீதம் தொடக்கம் 50 சதவீதமென இருக்கும் நிலையில் இலங்கையின் ஏற்றுமதி வர்த்தகம் 15 சதவீத அளவிலேயே உள்ளது.

அதேபோல மிகப் பல நாடுகளின் இறக்குமதி வர்த்தகம் அவற்றின் தேசிய வருமானத்தோடு ஒப்பிடுகையில் 50 சதவீதம் அல்லது 60 சதவீதம் என இருக்க இலங்கையின் இறக்குமதி வர்த்தகம் 25 சதவீதம் என்ற அளவிலேயே உள்ளது. எனவே இலங்கையின் பொருளாதாரம் கொண்டிருக்கும் எற்றுமதி – இறக்குமதி வர்த்தகத்தின் அளவை மட்டும் வைத்துக் கொண்டு அதன் சிக்கல்களை ஆராய முடியாது.

ஒரு நாடு அதன் தேசிய வருமானத்தோடு ஒப்பிடுகின்ற பொழுது அதன் ஏற்றுமதி – இறக்குமதி வர்த்தகத்தின் அளவு கொண்டிருக்கும் வீதாசாரத்தின் முக்கியத்துவத்தை விட அந்த நாட்டின் ஏற்றுமதி – இறக்குமதி வர்த்தகத்தின் உள்ளடக்கங்களினுடைய பண்புகள் எவ்வாறாக உள்நாட்டுப் பொருளாதாரத்தோடு தொடர்புபட்டுள்ளன என்பதை வைத்தே அந்த நாட்டின் ஏற்றுமதி – இறக்குமதி வர்த்தகம் தேசிய பொருளாதாரத்தில் ஏற்படுத்தும் சாதக பாதகங்களை மதிப்பிட முடியும்.

அதேவேளை நாட்டின் தேசிய பொருளாதாரத்தில் உற்பத்தித் துறைகளின் கட்டமைப்புகள் கால தேச வர்த்தமானங்களுக்கேற்ப எந்தளவு தூரம் முன்னேற்றங்களை ஏற்படுத்திக் கொள்கிறது என்பதுவும் அந்த நாட்டின் ஏற்றுமதி – இறக்குமதிப் பொருளாதாரத்தின் சாதக பாதகங்களை நிர்ணயிக்கின்றன. அந்த வகையிலேயே இலங்கையின் ஏற்றுமதி – இறக்குமதி வர்த்தகம் தொடர்பில் ஏற்பட்டிருக்கும் பிரச்சினைகள் – சிக்கல்கள் மற்றும் நெருக்கடிகளை நோக்குதல் வேண்டும்.

இலங்கையின் ஏற்றுமதி – இறக்குமதி வர்த்தகத்தின் தன்மைகளையும் இன்று ஏற்பட்டுள்ள மிக மோசமான அந்நியச் செலாவணி நெருக்கடியையம் ஒரு சுருக்கமான வரலாற்றுக் கண்ணோட்டத்தின் பின்னணியில் அணுகுவதே சரியானதாக இருக்கும்.

இன்றைய நெருக்கடிகளுக்கான அடித்தளங்கள் இன்று நேற்று இடப்பட்டவையல்ல. பிரித்தானிய காலனித்துவ ஆட்சியாளர்கள் இலங்கையின் பொது நலன்களைப் புறக்கணித்து விட்டு தமது நலன்களுக்கு ஏற்ற வகையாக இலங்கையின் மொத்த பொருளாதார கட்டமைப்பையும் ஆக்கினர். அவர்களிடமிருந்து இலங்கை

ஆளும் கூட்டத்தினர் அதிகாரத்தை எடுத்துக் கொண்ட போதிலும், சுதந்திர இலங்கையின் பொருளாதாரத்தை இலங்கையினுடைய நலன்களின் கோணத்திலிருந்து கட்டியெழுப்புவதற்கு மாறாக ஏற்கனவே நிலவிய பொருளாதாரக் கோணல்களை மேலும் சிக்கல்களுக்கு உள்ளாக்கும் வகையாகவே தொடர்ந்தார்கள்.

பேச்சு பல்லக்கில் ஏற்றுவது போல இருந்தாலும் நடைமுறைகள் பாதாளத்தில் தள்ளி விடுபவையாகவே அமைந்தன. மக்கள் நலன்புரி அரசு என்று சொல்லிக் கொண்டு நாட்டின் பொருளாதாரத்தை நாசமாக்கும் கொள்கைகளையே நடைமுறைப்படுத்தி வந்துள்ளார்கள்.

டட்லி நல்லவர் ஜே.ஆர். தான் கூடாதவர்; சந்திரிகா திறமையானவர் பிரேமதாசா கெட்டவர்; ரணில் சரியானவர் மஹிந்ததான் சரியில்லை; மஹிந்த பரவாயில்லை கோத்தபாயாதான் மோசமானவர்; என அவ்வப்போது நிலைமைக்கேற்ப வெளிப்படுத்தப்படும் வாக்கியங்களெல்லாம் எந்த அறிவார்ந்தோர் சபையிலும் கணக்கில் எடுக்கப்பட முடியாத கருத்துக்களே. இவர்களெல்லோருமே ஒரே குட்டையில் ஊறிய மட்டைகள் என்பதே இலங்கையின் வரலாறு. இது அரசியலில் மட்டுமல்ல பொருளாதார விவகாரத்திலும் அதுவே என்பதை வாசகர்கள் தெளிவாகப் புரிந்து கொள்ள வேண்டும்.

தோழர் என்.எம். பெரேரா மற்றும் தோழர் பீட்டர் கெனமன் ஆகியோர் தலைமை தாங்கிய இடதுசாரிகள் ஓரளவுக்காயினும் ஆட்சியமைப்பில் செல்வாக்கு செலுத்துவதற்கு உரிய வகையாக, 1970 ஆம் ஆண்டு சிறிமா பண்டாரநாயக்காவின் தலைமையில் அமைந்த ஐக்கிய முன்னணி ஆட்சிக் காலத்திலேயே இலங்கையின் பொருளாதாரம் அனைத்து நெருக்கடிகளையும் சமாளித்துக் கொண்டு தலைநிமிர முயற்சித்தது.

ஆனால் அந்த ஐக்கிய முன்னணியிலிருந்த பீலிக்ஸ் டயஸ் பண்டாரநாயக்கா போன்ற பிற்போக்கு சக்திகள் அவர்களையும் ஐந்து ஆண்டுகளில் தூக்கி எறிந்து விட்டார்கள். ஆனாலும் அவர்கள் உழுது விதைத்தவைகள் பலாபலன்களை தரும் நிலை ஏற்பட்ட போது ஜே.ஆர். ஜெயவர்த்தனா தனது திறந்த நவ தாராள பொருளாதாரக் கொள்கை மூலம் எல்லாவற்றையும் தலைகீழாக மாற்றி விட்டார். அதன் பின்னர் ஆட்சி பீடத்தை அலங்கரித்த

அனைவருமே ஜே.ஆர். வகுத்த பாதையியேலேயே தடம் பதித்து நடந்து வருகின்றனர். இதில் அவர் முற்போக்கானவர், இவர் பிற்போக்கானவர் என்று சொல்வதற்கு இடமேயில்லை.

பிரித்தானிய காலனித்துவம் விட்டுப் போன பண்பாடே இலங்கையின் பொருளாதாரத்தில் இன்னமும் தொடருகிறது

இலங்கையை தேயிலைக்கும் கோப்பிக்கும் மற்றும் வாசனைத் திரவியங்களுக்குமான களமாக்கி, அவற்றை தமது தேவைக்கும் ஏனைய மேலைத் தேச நாடுகளுக்கு வியாபாரம் செய்வதற்குமாகவே இலங்கையின் பொருளாதாரத்தை பிரித்தானியர்கள் கட்டியமைத்தனர். 1931 ஆம் ஆண்டு இலங்கையில் சர்வசன வாக்குரிமை அறிமுகப்படுத்தப்பட்டு பரந்துபட்ட மக்களின் வாக்குகளைப் பெற்ற பிரதிநிதிகள் ஆட்சிக் கட்டிலில் அமரும் நிலை ஏற்பட்டதைத் தொடர்ந்து உள்ளூர் விவசாயிகள் பற்றிய அக்கறைகள் ஆரம்பித்தன. விவசாய அபிவிருத்தி என பல நடவடிக்கைகள் ஆரம்பிக்கப்பட்டன. ஆனாலும் அவை இலங்கையின் ஏற்றுமதி – இறக்குமதி வர்த்தகத்தின் கட்டமைப்பில் எந்தவித மாற்றத்தையும் ஏற்படுத்தவில்லை. அதற்கான திட்டங்களுடனான செயற்பாடுகள் எதுவும் முனைப்புடன் மேற்கொள்ளப்படவில்லை.

இலங்கை சுதந்திரமடைந்து முதலாவது தசாப்தமான 1950களில் முதற்பகுதியை ஆண்ட ஐக்கிய தேசியக் கட்சி ஏற்கனவே இலங்கையின் வெளிநாட்டுப் பொருளாதார உறவுகள் சென்று கொண்டிருந்த பாதையில் எந்தவித மாற்றத்தையும் மேற்கொள்ளவில்லை. மாற்றத்துக்கான எந்தவித முயற்சியுமின்றி தொடர்ந்தும் அதே பாதையிலேயே இலங்கையின் பொருளாதார அமைப்பை இழுத்துச் சென்றது. 1956 தொடக்கம் 1960 ஆம் ஆண்டு வரை நடந்த சிறிலங்கா சுதந்திரக் கட்சியின் ஆட்சியின் போது சீனா மற்றும் சோவியத் யூனியனுடனான வெளிநாட்டு வர்த்தக உறவுகள் ஆரம்பிக்கப்பட்டன. அதற்கு மேல் அந்த ஆட்சியிலும் இலங்கையின் வெளிநாட்டு வர்த்தக கட்டமைப்பில் எந்தவித மாற்றமும் ஏற்படுத்தப்படவில்லை.

1960 தொடக்கம் 1965 வரையான ஐந்து ஆண்டுகளும் சிறி லங்கா சுதந்திரக் கட்சியே அதிகாரத்தில் இருந்தது. இக்கால

கட்டத்தில் வெளிநாட்டு வர்த்தகம் தொடர்பில் அந்நியச் செலாவணி பற்றாக்குறை ஒரு முக்கிய பிரச்சினையாக ஏற்படத் தொடங்கியது. இதற்கு மாற்று ஏற்பாடாக ஒரு வரையறுக்கப்பட்ட இறக்குமதிக் கட்டுப்பாடுகளை விதித்து ஏற்றுமதியை ஊக்குவிக்க முயற்சிகள் மேற்கொள்ளப்பட்டன. ஆனால் இலங்கையின் உற்பத்திப் பொருளாதாரக் கட்டமைப்பில் எந்த வகையிலும் தீவிரமான முன்னேற்றங்கள் ஏற்படாதமையினால் இலங்கையின் வெளிநாட்டு வர்த்தகப் பொருளாதாரம் தொடர்ந்தும் அதே குருட்டுப் பாதையில் இருந்து விலகாமலே சென்றது.

இரண்டாம் உலக மகா யுத்த காலத்தில் இலங்கை மக்கள் தீட்டப்பட்ட கோதுமை மாவுக்கு பழக்கப்படுத்தப்பட்டார்கள். அதைத் தொடர்ந்து படிப்படியாக அந்த மாவு இலங்கையர்களின் வாழ்வில் தவிர்க்கமுடியாத – கட்டாயமான ஓர் உணவுப் பண்டமாக ஆகி விட்டமை அனைவரும் அறிந்த விடயமே. அதனை மாற்றுவதற்கு 1956 தொடக்கம் 1965 வரை ஆண்ட சிறி லங்கா சுதந்திரக் கட்சியினாலும் முடியவில்லை.

மாறாக தீட்டப்பட்ட கோதுமை மாவின் தன்மை கொண்ட வெள்ளை அரிசியை சீனாவிலிருந்து இறக்குமதி செய்வதை ஆரம்பித்து வைத்தார்கள். விவசாயக் காணி உடைமைகள் மற்றும் உரிமைகள் தொடர்பாக சில சட்டங்களை உருவாக்கினார்கள், அதன் விளைவாக இலங்கையின் விவசாய சமூக உறவுகளில் முற்போக்கான மாற்றங்கள் ஏற்பட்ட போதிலும் அந்த மாற்றங்கள் சீவனோபாய விவசாய உற்பத்திக் கட்டமைப்பு எனும் நிலையிலிருந்து இலங்கையின் விவசாய கட்டமைப்பை முன்னேற்றகரமான கட்டத்துக்கு எடுத்துச் செல்லவில்லை.

1930 களில் இருந்து விவசாய அபிவிருத்தி எனும் அடிப்படையில் பெரும் நீர்ப்பாசனத் திட்டங்கள், மிகப் பரந்த அளவில் அரசின் உதவியுடனான விவசாயக் குடியேற்றத் திட்டங்கள் மேற்கொள்ளப்பட்டன. விவசாயிகள் மற்றும் கிராமிய அபிவிருத்தி கருதி அரசாங்கம் பல வங்கிகளை உருவாக்கியது. பொருளாதார அபிவிருத்திக்கு பரந்த அளவில் கல்வி அறிவு அவசியம் என்ற வகையின் இலவசக் கல்வி அறிமுகப்படுத்தப்பட்டது – பள்ளிக்கூடங்கள் தேசிய மயமாக்கப்பட்டன. பொருளாதார உட்கட்டமைப்பின் விருத்தியைக் கருத்திக் கொண்டு பேரூந்து

போக்குவரத்துக்கள் அரச மயமாக்கப்பட்டன. எவ்வாறான போதிலும் அவை இலங்கையை உணவு விடயத்தில் கூட தன்னிறைவு கண்ட ஒரு நாடாக ஆக்கவில்லை என்பதோடு ஆக்கத் தொழிற் துறைகளிலும் காத்திரமான மாற்றங்கள் எதனையும் ஏற்படுத்தவில்லை.

நெருக்கடிகளின் போதே விழிக்கிறார்கள் உலக நடப்புக்கு ஏற்ற முன்னெடுப்புகள் இல்லை.

1953 ஆம் ஆண்டு அரிசி விலையேற்றத்தால் ஐக்கிய தேசியக்கட்சி பெரும் அரசியல் எதிர்ப்பைச் சம்பாதித்து 1956 இல் ஆட்சியை இழக்க நேரிட்டது. இதனால் 1965 இல் ஆட்சிக்கு வந்த ஐக்கிய தேசியக் கட்சி அரசாங்கம் உணவுப் பண்டங்களின் விலைகள் மற்றும் மக்கள் நலன் சார் மான்ய திட்டங்கள் விடயத்தில் மிகவும் கவனமாக நடந்து கொள்ள வேண்டிய கட்டாயத்துக்கு தன்னைத் தானே ஆட்படுத்த வேண்டியதாயிற்று. இதனால் நுகர்வுப் பொருட்களின் இறக்குமதியில் தாராள போக்கை கடைப்பிடித்தது.

1960களின் முற்பகுதியில் ஆரம்பித்த அந்நியச் செலாவணி பற்றாக்குறைப் பிரச்சினை 1965 இல் ஐக்கிய தேசியக் கட்சியின் ஆட்சியில் ஒரு பொருளாதார நெருக்கடியாகியது. இதற்கு மாற்றாக ஐ.தே.க. ஆட்சி இறக்குமதிக் கட்டுப்பாடுகளை விதிக்கவோ அல்லது இறக்குமதி பிரதியீட்டு பொருளாதாரக் கொள்கையைக் கடைப்பிடிக்கவோ இல்லை. மாறாக பெருமளவில் அந்நிய கடன்களை உதவியாகப் பெற்று ஏற்றுமதி வருமானத்துக்கும் இறக்குமதி செலவுக்கும் இடையிலான இடைவெளியை சமாளிக்கும் பொருளாதாரக் கலாச்சாரத்தை ஆரம்பித்து வைத்தது. எனவே இன்று இலங்கை எதிர்நோக்கும் அந்நியச் செலாவணி நெருக்கடி தலைக்கு மேல் வெள்ளம் போயிருப்பது போல ஆனதற்கு அத்திவாரமிட்டது ஐக்கிய தேசியக் கட்சியின் ஆட்சியே என்பது தெளிவு.

1965க்கும் 1970க்கும் இடைப்பட்ட ஆண்டுகளில் இருந்த ஐ.தே.க. ஆட்சியின் போது இலங்கையில் "அதிக உணவை உற்பத்தி செய்வோம்" என்ற சுலோகத்துடன் நெல் உற்பத்தியின் அதிகரிப்புக்காக ஐக்கிய நாடுகள் சபையின் உணவு மற்றும்

விவசாய அபிவிருத்திக்கான அமைப்பு மற்றும் உலக வங்கி ஆகியவற்றின் திட்டத்தை ஏற்று தீவிர நடவடிக்கைகள் மேற்கொள்ளப்பட்டன. இதுவே "பசுமைப் புரட்சி" எனப் பெயரிடப்பட்டது. டிரக்டர்கள், இரசாயன உரப்பாவனைகள், இரசாயன கிருமி நாசினிகள் போன்றன இலங்கையின் வயல்களை ஆக்கிரமிக்கும் வகையில் அவற்றின் பாவனைகள் பரவலாக்கப்பட்டன.

"இளையோர்கள் விவசாய அபிவிருத்தித் திட்டம்", விவசாய "காணி படை" என நாட்டின் பல்வேறு பாகங்களிலும் இளையோர்களை விவசாயத்தில் ஈடுபடுத்தும் செயற்பாடுகள் தீவிரமாக மேற்கொள்ளப்பட்டன. நகர்ப்புற பள்ளிக்கூடப் பிள்ளைகளை விவசாய நிலங்களுக்கு அழைத்துச் சென்று களைகளை அகற்றும் செயற்பாடுகள் நடந்தன, மாவட்டங்கள் தோறும் அதிகப்படியான விளைச்சல்களை அறுவடை செய்த விவசாயிகளுக்கு "விவசாய மன்னர்கள்" என அரசால் பட்டங்கள் வழங்கப்பட்டன. இவ்வாறாக மக்கள் மத்தியிலும் உணவு உற்பத்தியை அதிகரித்தல் தொடர்பாக ஒரு பெரும் விழிப்புணர்ச்சியை ஏற்படுத்தும் செயற்திட்டங்கள் முன்னெடுக்கப்பட்டன.

நாட்டின் நெல் உற்பத்தியில் ஒரு பாய்ச்சல் அதிகரிப்பை மேற்கொள்வதற்காக முன்னெடுக்கப்பட்ட முயற்சிகள் மூலம் நெல் விளைச்சலில் கணிசமான முன்னேற்றம் ஏற்பட்டது உண்மையே. ஆயினும் தீட்டிய வெள்ளைக் கோதுமை மாவு இறக்குமதியை அது குறைத்துவிடவில்லை; அரிசி இறக்குமதியை முற்றாக நிறுத்தி விடவில்லை. சீனி, பால் அடிப்படையிலான உணவுப் பொருட்கள், பருப்பு வகைகள் என இறக்குமதிகள் தொகை குறையாமல் தொடர்ந்து கொண்டேயிருந்தன. மேலும் "பசுமைப் புரட்சி"யின் காரணமாக ரசாயன உரங்கள் மற்றும் பயிர் செய்கைக்கான ஏனைய ரசாயன உற்பத்திகள் மேலும் விவசாய இயந்திரங்கள் மற்றும் உபகரணங்களின் இறக்குமதிகள் கட்டாயமாகின.

அப்போதைய ஐக்கிய தேசியக் கட்சி ஆக்கத் தொழிற் துறையில் குறிப்பாக றப்பரை அடிப்படையாகக் கொண்ட தொழிற்துறைகள் மற்றும் பால் மா உற்பத்தித் தொழிற்சாலை

போன்றவற்றை ஊக்குவித்தது. அவற்றால் சில முன்னேற்றங்கள் ஏற்பட்ட போதிலும், ஆக்கத் தொழில் துறை உற்பத்திப் பண்டங்களின் இறக்குமதிகளுக்கான செலவிலோ அல்லது இறக்குமதி பொருட்களின் அளவுகளிலோ குறிப்பிடத்தக்க மாற்றங்கள் எதுவும் நிகழவில்லை. அதேபோல ஏற்றுமதியிலும் முன்னேற்றங்கள் ஏற்படும் வகைகளில் உள்நாட்டு உற்பத்திகளில் குறிப்பிடத்தக்க முன்னேற்றங்கள் எதுவும் ஏற்படவில்லை.

என்.எம். பெரேராவின் இறக்குமதி பிரதியீட்டுக் கொள்கை நன்மையை அளித்தது - ஆனால் தொடர விடவில்லை.

1970 ஆம் ஆண்டு திருமதி சிறிமா பண்டாரநாயக்காவின் தலைமையில் இடதுசாரிக் கட்சிகளின் இணைப்புடன் சிறி லங்கா சுதந்திரக் கட்சி ஆட்சி பீடமேறியது. இதுவே ஐக்கிய முன்னணி ஆட்சி என அழைக்கப்பட்டது. பொருளாதார மற்றும் அரசியல் விஞ்ஞானத்தில் சிறப்பான அறிவார்ந்த இடதுசாரி இயக்க தலைவரான என்.எம். பெரேரா நிதி அமைச்சரானார். இடதுசாரிகளின் செல்வாக்கின் அடிப்படையில் ஐக்கிய முன்னணி அரசாங்கம் வகுத்துக் கொண்ட பொருளாதாரக் கொள்கைகள் ஒரு புறமும் அந்நிய செலாவணியின் பற்றாக்குறை நெருக்கடி மறுபுறமுமென ஏற்பட்ட நிலைமைகள் நிதி அமைச்சரை தீர்மானகரமான பொருளாதார முடிவுகளை அமுல்படுத்துவதற்கான சூழ்நிலையை ஏற்படுத்தின.

1. கறுப்புப் பணங்களை வெளிக் கொணரும் நடவடிக்கைகள் உடனடியாகவே மேற்கொள்ளப்பட்டன.

2. பல்வேறு உற்பத்தித் துறைகளையும் ஊக்குவிப்பதற்காக கூட்டுறவுத் துறைகள் வலுப்படுத்தப்பட்டு முக்கியத்துவம் அளிக்கப்பட்டன.

3. இறக்குமதி பிரதியீட்டு பொருளாதாரக் கொள்கை தீவிரமாக கடைப்பிடிக்கப்பட்டது.

4. அதற்கமைவாக பல்வேறு விவசாய உற்பத்திப் பொருட்களையும் அதிகரிப்பதற்குத் தேவையான நடவடிக்கைகள் மேற்கொள்ளப்பட்டன.

5. நாட்டின் பல்வேறு பாகங்களிலும் துணிகள் மற்றும் ஆடை உற்பத்தித் தொழில்கள் கூட்டுறவு அமைப்புகளாக விரிவுபடுத்தப்பட்டன.

6. நாட்டில் பண்டங்களின் விநியோகத்தில் பல்நோக்கு கூட்டுறவுச் சங்கங்களின் பங்களிப்புகள் வலுப்படுத்தப்பட்டு விரிவாக்கம் செய்யப்பட்டன.

7. அந்நியச் செலாவணிச் சமநிலையை நிலைநாட்டும் வகையாக ஏற்றுமதியாளர்கள் ஊக்குவிக்கப்பட்டார்கள். இதனால் ஏற்றுமதிகள் பன்முகப்படுத்தப்படுவதற்கான முன்னேற்பாடுகள் மேற்கொள்ளப்பட்டன.

   இக்கால கட்டத்திற்தான் நாட்டின் முக்கியமானதொரு பொருளாதார வளமான இரத்தினக்கற்கள் ஏற்றுமதி முன்னணிக்கு வந்தது.

8. வரி செலுத்தாதோர் மற்றும் அந்நியச் செலாவணி மோசடிகளில் ஈடுபடுவோர் தொடர்பாக கடுமையான நடவடிக்கைகள் மேற்கொள்ளப்பட்டன.

இவ்வாறாக,

- உள்நாட்டு உற்பத்திகளின் பன்முகங்களை விரிவுபடுத்தவும், விருத்தி செய்யவும்,
- ஒரு சில முதன்மைப் பண்டங்களின் ஏற்றுமதியில் தங்கியிருக்கும் நிலையை மாற்றி ஏற்றுமதிப் பண்டங்களை பன்முகப்படுத்தும் இலக்குடனும்,
- அந்நியச் செலாவணி இருப்புகள் எதிர்மறை நிலையை நோக்கி கரைந்து போகாது இருப்பதற்கும்,
- உள்ளூர் உற்பத்தித் துறைகளை நோக்கி இளையோர்களுக்கான வேலைவாய்ப்புகளை ஏற்பாடு செய்வதற்கும்

வேண்டிய செயற்திட்டங்களை ஐக்கிய முன்னணி அரசாங்கம் மேற்கொண்டது.

அந்த செயற்திட்டங்கள் எதுவும் மேம்போக்காக தீர்மானிக்கப்பட்டு மேற்கொள்ளப்பட்டவை அல்ல. மாறாக, தீர்மானகரமாக வரையறுக்கப்பட்ட ஐந்தாண்டுத் திட்டத்தின்

அடிப்படையிலேயே அவை மேற்கொள்ளப்பட்டவை என்பதை இங்கே குறிப்பிடல் அவசியமாகும்.

1970 ஆம் ஆண்டு ஆட்சியை ஆரம்பித்த ஐக்கிய முன்னணி ஆட்சியானது ஓராண்டுக்குள்ளேயே ஜே.வி.பி.யினால் மேற்கொள்ளப்பட்ட உள்நாட்டு வன்முறைக் கிளர்ச்சியை எதிர்கொள்ள நேரிட்டது. அரசாங்கம் அவசரகால சட்டத்தைப் பயன்படுத்தி ஆட்சி நடத்தும் நிலைக்கு உள்ளானது. 1971 ஆம் ஆண்டு இறுதியில் வங்காள தேசத்தின் விடுதலைக்காக பாகிஸ்தான் படைகளுக்கு எதிராக இந்தியா மேற்கொண்ட நடவடிக்கைகளைத் தொடர்ந்து இந்து சமுத்திர பிராந்தியத்தில் உலக வல்லரசுகளின் செயற்பாடுகள் அதிகரித்தன. அப்போது அணி சேரா நாடுகள் அமைப்பில் பிரதானமானதொரு இடத்தை வகித்த இலங்கையும் உலக நாடுகளுடனான உறவில் சிக்கல்களுக்கு உள்ளாக நேரிட்டது.

1973 இல் மத்திய கிழக்கு நெருக்கடி காரணமாக பெற்றோலிய ஏற்றுமதி நாடுகளின் அமைப்பு எரிபொருட்களை 5 மடங்கு அளவில் விலையுயர்த்தியது. இவ்வாறாக ஒன்றன் பின் ஒன்றாக ஏற்பட்ட நிகழ்வுகள் இலங்கையின் பொருளாதாரத்தில் பெரும் பாதகங்களை விளைவித்தன. ஐக்கிய முன்னணி ஆட்சியின் ஐந்தாண்டுத் திட்டம் எதிர்பார்த்திராத சவால்களை எதிர் நோக்க வேண்டியதாயிற்று.

- பாணுக்குத் தட்டுப்பாடு,
- சீனிக்குத் தட்டுப்பாடு,
- பருப்புக்குத் தட்டுப்பாடு,
- பால் மாவுக்குத் தட்டுப்பாடு

எனும் நிலைமை நாடெங்கும் நிலவியது.

விலைகள் திடீரென இரண்டு மடங்கு மூன்று மடங்கென அதிகரித்தன.

இந்த நெருக்கடிகளால் உணவுப் பண்டங்களை மக்கள் மணித்தியாலக் கணக்கில் கியூவில் நின்று வாங்க வேண்டியேற்பட்டது.

இவை பரந்துபட்ட பொது மக்கள் மத்தியில் ஐக்கிய முன்னணி அரசாங்கத்தின் மீது வெறுப்பை வளர்ப்பவையாகவே அமைந்தன.

- பல்கலைக்கழக அனுமதியில் இனவாரியான தரப்படுத்தல்,
- 1972 ஆம் ஆண்டின் அரசியல் யாப்பு,
- தேயிலைத் தோட்டங்களை அரச மயமாக்கியதைத் தொடர்ந்து மலையகத் தமிழர்கள் விடயத்தில் அரசு நடந்து கொண்ட விதங்கள்,
- தமிழர்களின் அரசியற் கோரிக்கைகள் எதனையும் அரசாங்கம் அரசியல் ரீதியில் அணுகாமல் மிதமிஞ்சிய வகையில் பொலிஸையும் அவசர கால சட்டத்தையும் பயன்படுத்தி அடக்குமுறைகளைக் கட்டவிழ்த்து விட்டமை,
- அரச திட்டத்தின் அடிப்படையிலான சிங்கள குடியேற்றத் திட்டங்கள் தமிழர்களைப் பெரும்பான்மையாகக் கொண்ட மாவட்டங்களில் விரிவுபடுத்தப்பட்டு தீவிரமாக்கப்பட்டமை

என்பவையெல்லாம் ஒட்டு மொத்தத்தில் ஐக்கிய முன்னணி அரசாங்கம் தமிழர்களுக்கு எதிரான ஒன்று என்பதாக அமைந்தது.

இதனால் வடக்கு கிழக்கு மக்களின் ஒத்துழைப்பை அரசாங்கம் பெருமளவு இழந்தது. அதேவேளை,

- ஜே.வி.பி.யின் கிளர்ச்சிக்கு எதிராக அரசு யந்திரங்கள் மேற்கொண்ட அடக்குமுறைகள்,
- பொருட்களின் தட்டுப்பாடுகள் மற்றும் விலையேற்றங்கள்,
- மக்கள் அடிப்படைப் பண்டங்களுக்காக கியூவில் நிற்க வேண்டிய நிலைமை

என்பவை இணைந்து சிங்கள மக்கள் மத்தியிலும் அரசாங்கம் செல்வாக்கிழந்த ஒன்றாக ஆகியது.

இவற்றையெல்லாம் தாண்டி, அதாவது பொருளாதார ரீதியில் சுமார் ஐந்து ஆண்டு கால நெருக்கடிகள் மற்றும் சிரமங்களைத் தாண்டி இலங்கையின் பொருளாதாரத்தில் முன்னேற்றகரமாக மாற்றங்கள் நிகழ ஆரம்பித்தன.

சுதந்திர இலங்கையின் வரலாற்றிலேயே வெளிநாட்டு வர்த்தக நிலுவை 0 (பூஜ்ஜியத்து)க்கு மேலாக இலங்கைக்கு சாதகமாக அமைந்ததென்றால் அது 1977 ஆம் ஆண்டு மட்டும்தான். 1965 தொடக்கம் 1970 வரை ஆண்ட ஐக்கிய தேசியக் கட்சியானது 120 மில்லியன் டொலர்கள் பாதகமான வர்த்தக நிலுவையோடு ஆட்சியை சிறிமா பண்டாரநாயக்கா தலைமையிலான ஐக்கிய முன்னணியிடம் ஒப்படைத்தது. நிதி அமைச்சரான என்.எம். பெரேராவின் நிதிக் கொள்கைகளால் அது 1973 ஆம் ஆண்டில் 30 மில்லியன்களாகக் குறைந்தது.

ஆனால் ஏற்கனவே கூறியபடி 1973 ஆம் ஆண்டின் சர்வதேச எரிபொருள் நெருக்கடி மற்றும் சர்வதேச சந்தைகளில் அனைத்துப் பண்டங்களின் விலைகளிலும் ஏற்பட்ட உயர்வுகள் இலங்கையையும் பாதித்ததன் விளைவாக 1974 மற்றும் 1975 இல் வர்த்தக நிலுவை முறையே 270 மற்றும் 280 மில்லியன் டொலர்கள் பாதகமானதாக அமைந்தது. ஆனாலும் 1976 இல் அது 80 மில்லியன்களுக்குக் குறைக்கப்பட்டது. இலங்கையின் வரலாற்றிலேயே 1977 ஆம் ஆண்டுதான் வர்த்தக நிலுவையானது 150 மில்லியன் டொலர்கள் சாதகமானதாக அமைந்தது என்பதை கவனத்திற் கொள்வது அவசியமாகும்.

1977 இல் ஜே.ஆர். ஜெயவர்த்தனாவின் தலைமையில் ஆட்சியைக் கைப்பற்றிய ஐக்கிய தேசியக் கட்சி அரசாங்கம் அதன் திறந்த பொருளாதாரக் கொள்கை மூலம் இலங்கையின் ஏற்றுமதி — இறக்குமதிப் பண்டங்களின் வர்த்தகத்தை எதிர்நிலையாகக் கொண்டு சென்று வர்த்தக நிலுவையை இலங்கைக்குப் பாதகமான ஒன்றாக மாற்றியது. 1977 ஆம் அண்டு 150 மில்லியன் டொலர்கள் சாதகமாக இருந்த வர்த்தக நிலுவையை ஒரே ஆண்டுக்குள் 130 மில்லியன் டொலர்கள் பாதகமான வர்த்தக நிலுவையை எதிர் நோக்கும் வகையாக வெளிநாட்டு வர்த்தக நிலைமையை மாற்றியமைத்தது. அதன் பின்னர் இலங்கையின் வெளிநாட்டு வர்த்தகத்தில் எக்காலத்தும் பண்டங்களின் ஏற்றுமதி வருமானத்தை விட இறக்குமதிச் செலவு அதிகரித்துச் செல்வதே வழமையென ஆக்கப்பட்டுள்ளது. அதன் உச்ச பாதகமான நிலைமைகளையே இலங்கை தற்போது எதிர் நோக்குகிறது.

1948
LIES
Daily Mirror
LIES
TRUTH
2022
Awantha Artigala 14/05/2022

12

இருக்கும் ஆற்றல்களுக்கும் வளங்களுக்கும் ஏற்பவே தேட்டங்களுக்கான நாட்டங்களில் முயல வேண்டும்!

கடந்த பகுதியில் சுதந்திர இலங்கையின் ஏற்றுமதி — இறக்குமதிப் பொருளாதாரம் தொடர்பான வரலாற்றோட்டத்தை சுருக்கமாக நோக்கினோம். இப்பகுதியில் அதன் உள்ளடக்கங்களையும், அவை இலங்கையின் உள்நாட்டுப் பொருளாதார கட்டமைப்போடு இணைந்துள்ள தன்மைகளையும் நோக்கலாம்.

1970களின் நடுப்பகுதி வரை இலங்கையின் ஏற்றுமதியில் தேயிலை, இறப்பர் மற்றும் தெங்கு உற்பத்திப் பொருட்கள் ஐந்தில் நான்கு பங்கு இடத்தைப் பெற்றிருந்தன. பின்னர் அது படிப்படியாகக் குறைந்து தைத்த ஆடை ஏற்றுமதிகள் பிரதான இடத்தைப் பிடித்து விட்டன. 1950 ஆம் ஆண்டு இலங்கையின் ஏற்றுமதியில் 90 சதவீதத்தை விவசாய உற்பத்திப் பொருட்கள் இடம் பிடித்தன. அது 1977 இல் 80 சதவீதமாகி, 1990 இல் 40 சதவீதமாகி, 2000 ஆம் ஆண்டோடு 20 சதவீதமாகியது. ஏற்றுமதியில் விவசாய உற்பத்திப் பொருட்கள் தொகை ரீதியில் குறைந்தன என்பதல்ல. மாறாக, ஏற்றுமதியில் ஏனைய வகை உற்பத்திகளின் அதிகரிப்பின் காரணமாகவே விவசாய உற்பத்திகளின் பங்கு ஏற்றுமதியில் குறைந்துள்ளது. குறிப்பாக ஆடை ஏற்றுமதி மற்றும் கிராமிய மரபு ரீதியான கைவினைப் பொருட்களின் ஏற்றுமதி படிப்படியாக அதிகரித்தன. இலங்கையின் ஏற்றுமதியின் பெறுமானத்தில் தைத்த ஆடைகளின் ஏற்றுமதி 50 சதவீதத்தை அடைந்துள்ளமை குறிப்பிடத்தக்கது.

இலங்கையினுடைய ஏற்றுமதியின் பரிதாப நிலை

இந்த ஏற்றுமதிகளுக்காக பிரயோகிக்கப்படும் இலங்கையின் வளங்கள் எவ்வளவு தூரம் பொருளாதார ரீதியில் உத்தமமாக பயன்படுத்தப்படுகின்றன என்பதனையும், இதில் ஈடுபடுத்தப்படும் அனைத்து உழைப்பாளர்களும் உரிய அளவுக்கு நன்மை பெறுகிறார்களா என்பதையும் மதிப்பீடு செய்தல் அவசியமாகும். இதனை ஒரு சிறிய கணக்கின் மூலம் அடையாளம் காணலாம்.

இந்த ஏற்றுமதிகளுக்கான உற்பத்திகளை ஆக்குவதற்கு இலங்கையின் மொத்த விவசாய நிலங்களில் சுமார் 20 சதவீத நிலங்கள் அதாவது கிட்டத்தட்ட 2 (இரண்டு) மில்லியன் ஏக்கர் வளமான நிலங்கள் பயன்படுத்தப்படுகின்றன. அதைவிட முக்கியமாக நேரடியாகவும் மறைமுகமாகவும் சுமார் 25 லட்சம் உழைப்பாளர்கள் ஈடுபடுத்தப்படுகிறார்கள். இவ்வளவையும் கொடுத்து பெறுகின்ற ஏற்றுமதி வருமானம் வெறுமனே 12 பில்லியன் (1,200 கோடி) அமெரிக்க டொலர்கள் மட்டுமே.

இந்த 12,000 மில்லியனும் முழுவதுமாக இலங்கையர்களுக்கே உரியதென்பதல்ல. இந்த ஏற்றுமதிக்கான பொருட்களை உற்பத்தி செய்வதற்காக இறக்குமதி செய்யப்படுகின்ற மூலப் பொருட்களுக்காகவும் மற்றும் இடைநிலை உற்பத்திப் பொருட்களுக்காகவும் சுமார் 4,000 மில்லியன் (400 கோடி) அமெரிக்க டொலர்கள் பெறுமானமான அந்நியச் செலாவணி இலங்கையிடமிருந்து வெளியே செல்கிறது.

மேலும், இந்த உற்பத்திகள் மற்றும் அவற்றோடு தொடர்பான வர்த்தக மற்றும் சேவைத் துறை நடவடிக்கைகளில் ஈடுபடும் வெளிநாட்டு நிறுவனங்கள் தமக்குரிய லாபங்களையும், மேலும் அவ்வாறான நடவடிக்கைகளில் ஈடுபடும் வெளிநாட்டவர்கள் தமது சம்பள மற்றும் வருமானங்களையும் தமது நாடுகளுக்கு எடுத்துச் சென்று விடுகின்றனர். ஆக மொத்தத்தில் இந்த ஏற்றுமதியால் இலங்கையர்களுக்கு சொந்தமாவது 8,000 மில்லியன் (800 கோடி) டொலர்களுக்கும் குறைவான பணமே.

2019 இல் இந்த 8,000 மில்லியன் டொலர்களை இலங்கை நிகர வருமானமாக பெறுவதற்கு சுமார் 25 லட்சம் தொழிலாளர்கள்

தமது ஒரு வருட உழைப்பைச் செலுத்தியிருக்கிறார்கள். இதனை சராசரியாகப் பார்த்தால் அதாவது இவ்விடயத்தில் ஒரு இலங்கைத் தொழிலாளியின் ஒரு வருட உழைப்பின் பெறுமதி இலங்கை ரூபாயில் 2019 ஆம் ஆண்டின் அந்நியச் செலாவணி பெறுமானத்தின் படி வெறுமனே சுமார் 6 (ஆறு) இலட்சம் ரூபா மட்டுமே. இதிலிருந்து தொழில் நிறுவனங்களின் லாபம், அவை வட்டியாகச் செலுத்தியவை, அரசு பெற்றுக் கொண்ட வரிகள் மற்றும் மூலதன தேய்மானக் கழிப்புகள் என்பவற்றை நீக்கி விட்டுப்பார்த்தால் ஒரு தொழிலாளிக்கு சராசரியாக கொடுக்கப்பட்டது வருடத்துக்கு 4,50,000 (நான்கரை லட்சம்) ரூபாவுக்கு கிட்டிய தொகையே எனலாம்.

அதாவது, மாதாந்த கணக்கில் சராசரியாக வெறுமனே ஏறத்தாழ 37,500 (முப்பத்து ஏழாயிரத்து ஐந்நூறு) ரூபா என்பது கணக்கு. அதிலும் முகாமைத்துவம், நிர்வாகம் மற்றும் கண்காணிப்பு மட்டங்களிலுள்ள ஊழியர்களின் சம்பளங்களையும் சலுகைகளையும் மற்றும் நிர்வாக செலவுகள் உட்பட்ட மேலதிக செலவுகளையும் கழித்து விட்டுப்பார்த்தால் இவ்விடயத்தில் பெரும்பான்மையினராக – உடல் உழைப்பை வழங்கும் தொழிலாளர்களின் சராசரி மாதாந்த வருமானம் 25,000 ரூபாவைக் கூட எட்டுமென உறுதியாகக் கூற முடியாது.

தேயிலை உற்பத்தி செய்யும் பெருந் தோட்டங்களைச் சேர்ந்த தொழிலாளர்கள் மாதாந்தம் 15,000 ரூபாவுக்கு மேல் சம்பளம் பெறுவதற்காக படுகின்ற பாடு அனைவரும் அறிந்ததே. ஆடைத் தொழில் உற்பத்தியில் உள்ள மூன்று லட்சம் பெண் தொழிலாளர்களின் மாதாந்த சம்பளம் ரூபா 20,000 க்கும் 30,000 க்கும் இடைப்பட்டதாகவே ஊசலாடுகிறது.

இவ்வகையில் இலங்கையின் ஏற்றுமதி பொருளாதாரத்தோடு இணைக்கப்பட்டிருக்கும் 25 லட்சம் தொழிலாளர்கள் எந்தளவு தூரம் பரிதாபமான நிலையில் உள்ளனர் என்பதனை சாதாரணமாக எண் கணிதம் தெரிந்த எவரும் இங்கு தரப்பட்டுள்ள தரவுகளிலிருந்து புரிந்து கொள்ளலாம்.

இலங்கையினுடைய இறக்குமதிகளின் கோலங்கள்

இலங்கையின் சுமார் 18 (பதினெட்டு) லட்சம் ஏக்கர் நிலங்கள் நெல் உற்பத்தியில் ஈடுபடுத்தப்படுகின்றன. பணப்பயிர்கள் எனப்படுகின்ற உப உணவு உற்பத்திகள் மற்றும் ஏனைய தானிய வகைகளின் உற்பத்திகளுக்காக சுமார் 5 (ஐந்து) லட்சம் ஏக்கர்களும், பழ வகைகளுக்காக சுமார் 2.5 (இரண்டரை) லட்சம் ஏக்கர்களும், தென்னைத் தோட்டங்களுக்காக சுமார் 11 (பதினொரு) லட்சம் ஏக்கர்களும் ஈடுபடுத்தப்பட்டுள்ளன.

மேலும் கணிசமான அளவு நிலங்கள் கால்நடைகளின் மேய்ச்சலுக்காக பயன்படுகின்றன. இவ்வாறாக இலங்கை மக்களின் உணவுப் பொருட்களின் உற்பத்திகளுக்காக கிட்டத்தட்ட 40 லட்சத்துக்கு மேற்பட்ட ஏக்கர் நிலங்கள் நேரடியாக ஈடுபடுத்தப்படுகின்றன.

மேலும், விவசாயத்துக்கு பயன்படும் வகையாக உள்ள பெரியதும் சிறியதுமாக மொத்தத்தில் 4,00,000 (நான்கு லட்சம்) ஏக்கர் நில அளவுக்கு பரந்த நீர்த் தேக்கங்களையும் இலங்கை கொண்டுள்ளது. மேலும் இலங்கையின் மத்தியிலுள்ள மலைகளிலிருந்து அனைத்து திசைகளிலும் நாடி நரம்புகள் போல நதிகள் இலங்கையைச் சூழவுள்ள கடற்பரப்புகளை நோக்கி ஓடிக் கொண்டேயிருக்கின்றன.

இலங்கையின் மக்களுக்கான உணவு உற்பத்திகளுக்காக விவசாயத் துறையில் நேரடியாக ஈடுபடும் உழைப்பாளர்களின் எண்ணிக்கை 18 லட்சம் பேருக்கு குறையாததாகும். இதில் ஏற்றுமதிக்கான விவசாய உற்பத்திகளில் ஈடுபடும் தொழிலாளர்கள் உள்ளடங்கவில்லை என்பது குறிப்பிடப்பட வேண்டிய ஒன்றாகும்.

இவ்வளவு வளங்கள் ஈடுபடுத்தப்பட்டும், இவ்வளவு பேர் உழைப்பைக் கொடுத்தும் இலங்கை தனது மொத்த உணவுப் பொருட்களின் தேவையில் சுமார் மூன்றில் ஒரு பகுதியை இறக்குமதி செய்தே சமாளிக்கிறது என்பதுதான் இங்கு விசனத்துக்கு உரிய விடயமாகும்.

கிட்டத்தட்ட 20 லட்சம் டன்கள் அரிசியை உற்பத்தி செய்யும் இலங்கை 13 லட்சம் டன்களுக்கு மேலாக கோதுமையை

இறக்குமதி செய்கிறது. இதைவிட 350 மில்லியன் டொலர்கள் பெறுமதியான பால் உணவுப் பொருட்களையும், 275 மில்லியன் டொலர்கள் பெறுமதியான சீனி, இதைவிட பருப்பு மற்றும் கடலை வகைகள், கிழங்கு, வெங்காயம், பழ வகைகள் என பெருந் தொகையில் இறக்குமதி செய்கிறது.

ஐந்து லட்சம் சதுர கிலோ மீற்றர் பொருளாதார வலயமாக சமுத்திரத்தைக் கொண்ட இலங்கையானது பெருந்தொகையில் கருவாட்டு வகைகளையும், டின் மீன்களையும் இறக்குமதி செய்வது ஆச்சரியத்துக்குரியது.

இலங்கையானது 2019 ஆம் ஆண்டு பொருட்களை இறக்குமதி செய்வதற்காக செலவு செய்த தொகை அமெரிக்க டொலர் பெறுமானத்தில் 20,000 (இருபதாயிரம்) மில்லியன்கள். இதில் உணவுப் பண்டங்களின் இறக்குமதிக்காக 2,500 (இரண்டாயிரத்து ஐந்நூறு) மில்லியன்களும், வாகனங்களுக்காக 1,500 மில்லியன்களும். மருந்து வகைகளுக்காக 600 மில்லியன்களும், விவசாய உர இறக்குமதிக்காக 250 மில்லியன்களும், எரி பொருட்களுக்காக 4,000 மில்லியன்களும், கட்டிடப் பொருட்களுக்காக 1,000 மில்லியன்களும் செலவிடப்பட்டன.

6,000 மில்லியன் டொலர்கள் பெறுமதியான ஆடைகளை ஏற்றுமதி செய்வது தொடர்பாக பெருமை கொள்ளும் இலங்கை, சுமார் 2,500 மில்லியன் டொலர்களை ஆடைகள், துணி வகைகள், நூல் வகைகள் மற்றும் ஆடைகள் உற்பத்தித் தொழில்களோடு தொடர்புடைய வெவ்வேறு வகைப்பட்ட பொருட்களின் இறக்குமதிகளுக்காகச் செலவு செய்கிறது என்பதனையும் கவனத்திற் கொள்வது அவசியமாகும்.

உற்பத்திகளுக்கான இடைநிலைப் பண்டங்களின் இறக்குமதியானது மொத்த இறக்குமதியில் 35 சதவீத இடத்தைப் பிடிக்கிறது. இவை பெரும்பாலும் ஆடை உற்பத்திகளோடு தொடர்பான ஆக்கத் தொழில் பண்டங்களாகவும், மற்றும் உள்ளூர் நுகர்வுத் தேவைகளுக்கான பல்வேறு உற்பத்திகளோடு தொடர்பான பொருட்களாகவுமே அமைகின்றன.

வெளிநாடுகளுக்கான ஏற்றுமதியில் வெறுமனே ஐந்து சதவீத இடத்தையே மூலதனப் பொருட்கள் பெறுகின்றன. மேலும்

ஏற்றுமதி செய்யப்படும் நுகர்வுப் பொருட்கள் மொத்த ஏற்றுமதியில் 75 சதவீத பெறுமானத்தைக் கொண்டவையென கூறப்பட்டாலும் மொத்த ஏற்றுமதியில் ஆடை ஏற்றுமதிகள் சுமார் 50 சதவீதத்தையும் விவசாயப் பண்டங்களின் ஏற்றுமதிகள் சுமார் 20 சதவீதத்தையும் கொண்டுள்ளன என்பதை ஏற்கனவே கண்டுள்ளோம்.

எனவே இலங்கையானது ஆடைகள் உற்பத்தி தவிர்ந்த வேறு வகையான ஆக்கத் தொழில் உற்பத்தி வகைகளை ஏற்றுமதி செய்வதென்பது மிகமிகக் குறைவாகவே உள்ளமை வெளிப்படை. அதற்கான ஆற்றலை இலங்கையின் பொருளாதாரக் கட்டமைப்பு கொண்டிருக்கவில்லை என்பதோடு அதனைக் கட்டியெழுப்புவதில் இலங்கையின் ஆட்சியாளர்கள் பெரிதும் அக்கறை காட்டவில்லை என்பதை இலங்கையின் இறக்குமதிகள் பற்றி இங்கு தரப்பட்டுள்ள சித்திரம் தெளிவாகவே காட்டுகிறது.

வெளிநாடுகளுடனான சேவைத் துறையிலும் இலங்கையின் நிலை அந்தரமே!

இலங்கையைப் பொறுத்த வரையில் சேவைத் துறையினூடாக அந்நியச் செலாவணி வருமானத்தைப் பெற்றுத் தருகின்ற பிரதான துறைகளாக இருப்பது உல்லாசத் துறையும் வெளிநாடுகளுக்கான போக்குவரத்துத் துறைகளுமே. சேவைத் துறைகளின் ஊடான அந்நியச் செலாவணி வருமானம் 2019 ஆம் ஆண்டு கிட்டத்தட்ட 8,000 மில்லியன்கள்.

இதில் 4,500 மில்லியன் டொலர்கள் உல்லாசத் துறையின் மூலமாகவும் 2,500 மில்லியன் டொலர்கள் சர்வதேச போக்குவரத்துக்களினூடாகவும் பெறப்பட்டது. எனவே இங்கும் வெளிநாட்டு செலாவணி வருமானத்தை உழைக்கும் சேவைத் துறைகளாக மேற்கூறப்பட்ட இரண்டு துறைகளுமே உள்ளன. இங்கும் பன்முகம் கொண்டதாக இலங்கையின் ஏற்றுமதிக்குரிய சேவைத்துறைகள் வளர்த்தெடுக்கப்படவில்லை என்பதே உண்மையாகும்.

இதேவேளை மேற்குறிப்பிட்ட இரண்டு சேவைத் துறைகளின் வழியாக வெளிநாடுகளுக்குச் செல்லும் அந்நியச் செலாவணி

கிட்டத்தட்ட 3,500 மில்லியன் டொலர்களாகும். அதாவது இலங்கையினுடைய சர்வதேச பொருளாதார உறவில் சேவைத் துறையின் மூலமாக 2019 இல் கிடைத்த தேறிய அந்நியச் செலாவணி வருமானம் சுமார் 4,000 மில்லியன் டொலர்களே.

வெளிநாட்டு வர்த்தகத்தில் பொருட்களின் ஏற்றுமதி மற்றும் இறக்குமதி, மேலும் அதில் சேவைத் துறைகளின் மூலமாக கிடைக்கும் அந்நியச் செலாவணி வருமானம் மற்றும் அந்நியச் செலாவணி செலவு ஆகியவற்றை உள்ளடக்கி மேற்கொள்ளப்படும் கணக்கின் நிலுவையே சென்மதி நிலுவை என அழைக்கப்படுகிறது.

இங்கு வரவை விட செலவு அதிகமாக இருக்கின்ற போது அந்த இடைவெளி அளவே சென்மதி நிலுவை பற்றாக்குறை எனப்படுகிறது. 2019 ஆம் ஆண்டில் ஏற்றுமதி செய்யப்பட்ட பொருட்கள் மற்றும் சேவைகளால் கிடைத்த வருமானம் கிட்டத்தட்ட 19,500 மில்லியன் டொலர்கள். அதேவேளை இறக்குமதி செய்யப்பட்ட பொருட்கள் மற்றும் சேவைகளின் வழியாக செலவு செய்யப்பட்ட தொகை 24,500 மில்லியன் டொலர்கள். இங்கு சென்மதி நிலுவை பற்றாக்குறையாக இருந்த தொகை 5,000 மில்லியன் டொலர்கள். இந்த பற்றாக்குறையை சமாளிப்பதற்கு உதவியாக இருந்தது மத்திய கிழக்கு மற்றும் வெளிநாடுகளில் வேலை செய்யும் இலங்கையர்கள் இலங்கைக்கு அனுப்பும் அந்நியச் செலாவணியே.

எனவே இலங்கையின் ஏற்றுமதி வருமானத்துக்கும் இறக்குமதி செலவுக்கும் இடையே ஏற்படும் பற்றாக்குறையை ஈடு கட்டுவது ஆண்டுக் கணக்கில் அல்லது பல மாதங்கள் கணக்கில் தமது குடும்பங்களை முற்றாகப் பிரிந்து 10 மணித்தியாலம் 12 மணித்தியாலங்கள் கொடும் வெப்பமான காலநிலை கொண்ட மத்திய கிழக்கு நாடுகளில் கடுமையாக உழைத்து, அதில் மிக எச்சரிக்கையுடன் சேமித்து இலங்கைக்கு அந்நியச் செலாவணியாக அனுப்பும் சுமார் 15 லட்சம் உழைப்பாளர்களே என்பது குறிப்பிடத்தக்கது. இந்த உழைப்பில் பெண்களின் பங்கு கணிசமானது. ஆனால் அவர்கள் பற்றிய பரிதாபமான கதைகள் இங்கு ஆயிரக் கணக்கில் உண்டு என்பதையும் இவ்விடத்தில் மனதில் இருத்திக் கொள்வது அவசியமாகும்.

சர்வதேச வர்த்தகத்தில் இலங்கையின் பலவீனங்கள்

1. ஏற்கனவே குறிப்பிட்டபடி ஒரு சில பண்டங்களின் ஏற்றுமதியில் தங்கியிருப்பது — 1980களுக்கு முன்னர் பெருந்தோட்ட உற்பத்திகளான தேயிலை, றப்பர் மற்றும் தெங்குப் பொருட்களில் தங்கியிருந்தது. இப்போது தைத்த ஆடைகள் 50 சதவீதத்தையும், தேயிலை மற்றும் ஏனைய பெருந்தோட்டப் பயிர்களும் வாசனைத் திரவியங்களும் மொத்தத்தில் 15 சதவீதமும் கொண்டுள்ளன. ஒரு பண்டத்தின் ஏற்றுமதி தொடர்பில் சர்வதேச சந்தை வாய்ப்பில் பாதகமான ஒரு நிலைமை ஏற்பட்டால் ஏனைய பொருட்களின் ஏற்றுமதியினூடாக அதில் ஏற்படும் நட்டத்தை அல்லது வீழ்ச்சியை ஈடு கட்டலாம் என்ற வாய்ப்பை இலங்கையின் ஏற்றுமதிப் பொருளாதார கட்டமைப்பு கொண்டிருக்கவில்லை.

2. அதேபோலவே சேவைத் துறை ஏற்றுமதியிலும் உல்லாசத் துறையின் வருமானத்திலேயே பெரும்பாலும் தங்கியிருக்கின்றது. முன்னர் உள்நாட்டு யுத்தத்தால் பாதிக்கப்பட்ட உல்லாசத் துறை பின்னர் சற்று தலை தூக்கியதாயினும் 2019 ஆம் ஆண்டு ஈஸ்டர் ஞாயிறன்று மேற்கொள்ளப்பட்ட பயங்கரவாதத் தாக்குதலோடு அது பெரிதும் பாதிப்புக்கு உள்ளானது. அதற்குப் பிறகு கொரோனாவின் தாக்கம் மேலும் நிலைமையை சிதைத்தது.

   ஏற்றுமதியாகும் பொருட்களின் வருமானத்துக்கும் இறக்குமதியாகும் பொருட்களுக்கான செலவுகளுக்கு மிடையிலான வர்த்தக இடைவெளியை சமாளிப்பதில் உல்லாசத் துறையின் வருமானமே முக்கிய பங்காற்றியது. ஆனால் இப்போது உல்லாசத் துறை படுத்து விட்டதால் அதனூடான அந்நியச் செலாவணி வரவு நின்று விட்டது. மீண்டும் இலங்கையின் உல்லாசத் துறை முன்னைய அளவுக்கு தலையை நிமிர்த்துவதற்கு எவ்வளவு காலம் எடுக்கும் என சொல்ல முடியாத நிலைமையே இப்போது உள்ளது.

3. மொத்த ஏற்றுமதி மற்றும் இறக்குமதி ஆகியவற்றிற்கு இடையிலான சென்மதி நிலுவை பற்றாக்குறையை நிரப்புவதில் மத்திய கிழக்கு மற்றும் தென்கொரியா,

மலேசியா மற்றும் சிங்கப்பூர் போன்ற சில நாடுகளுக்கும் சென்று வேலை செய்து அனுப்புவோரின் அந்நியச் செலாவணியும் தற்போது வீழ்ச்சி அடைந்துள்ளது. மேலும் மத்திய கிழக்கு மற்றும் ஏனைய நாடுகளில் கிடைக்கும் வேலைவாய்ப்பு என்னும் வகையில் செல்வோருக்கான வாய்ப்புகளிலும் ஒரு தேக்க நிலை அல்லது வீழ்ச்சி நிலை ஏற்படுவதற்கான நிலைமைகளே அதிகமாக உள்ளது. கொரோனாவுக்கு பிந்திய உலக பொருளாதார உறவுகளில் ஏற்பட்டுள்ள மாற்றங்களும் சர்வதேச அரசியல் இராணுவ நிலைமைகளும் மத்திய கிழக்கில் இலங்கையர்களுக்கான வேலைவாய்ப்புகள் குறைவதற்கான போக்குகளையே காட்டுகின்றன.

எனவே எதிர்காலத்தில் சென்மதி நிலுவை பற்றாக்குறை இதுவரை காணப்படும் போக்கிலேயே செல்லுமாக இருந்தால் அந்தப் பற்றாக்குறையை ஈடுகட்டுவதற்கு இலங்கை அரசாங்கம் ஆண்டு தோறும் சர்வதேச நாணய நிதியம் போன்ற உலக அமைப்புகளிடமும் பொருளாதார வல்லமை கொண்ட சில நாடுகளிடமும் கடனுக்காக தொடர்ந்து கையேந்தி நிற்க வேண்டிய நிலைமைகளையே அதிகரிக்கும். இதனால் இலங்கையின் இறக்குமதிகள் மட்டுமல்ல உள்நாட்டுத் தேவைகளுக்கான உற்பத்திகளும் பெரிய அளவில் பாதிப்புக்கு உள்ளாகும்.

4. இலங்கை தற்போது ஏற்றுமதி செய்யும் பண்டங்கள் தொகை ரீதியில் அதிகரிப்பதற்கான வாய்ப்பு எதுவும் கிடையாது. அதேபோல அவற்றிற்கான சர்வதேச சந்தை விலைகள் அதிகரிப்பதற்கான வாய்ப்புகளும் இல்லை. மாறாக அவை குறைவதற்கான வாய்ப்புகளையே கொண்டிருக்கின்றன. அதேபோல, இலங்கை தற்போது இறக்குமதி செய்யும் பொருட்களும் தவிர்க்கப்பட முடியாதவையாகவே உள்ளன. அந்த இறக்குமதிகளுக்கான பிரதியீடுகளை இலங்கைக்கு உள்ளேயே மேற்கொள்வதைப் பொறுத்தே இலங்கையின் இறக்குமதிச் சுமை குறைவதென்பது நிர்ணயிக்கப்படும்.

ஆனால், இன்றைய உலக முதலாளித்துவ சந்தைப் பொருளாதாரக் கட்டமைப்பும் அத்துடன் இலங்கையின்

ஆட்சியாளர்களால் வளர்த்து விடப்பட்டுள்ள பொருளாதாரக் கலாச்சாரமும் இலங்கையில் இறக்குமதிப் பிரதியீட்டுக் கொள்கையை அனுமதிக்குமா என்பது பெரும் கேள்வியாகும். இலங்கை இவ்விடயத்தில் ஆப்பிழுத்த குரங்கின் நிலையிலேயே உள்ளது. இன்னொரு வகையில் கூறுவதானால் புலி வாலைப் பிடித்தவன் நிலைக்கு இலங்கையின் ஏற்றுமதி – இறக்குமதிப் பொருளாதாரம் ஆக்கப்பட்டுள்ளது.

5. 1960 களில் மற்றும் 1970 களில் இலங்கையானது அணி சேரா நாடுகளின் அமைப்பில் ஒரு பிரதானமான சக்தியாக விளங்கியது. ஆனால், அதனை அடிப்படையாகக் கொண்டு மூன்றாம் உலக நாடுகளுக்கிடையிலான பன்முகப்பட்ட ஒரு நீண்ட கால அடிப்படையிலான பொருளாதார உறவுகளை இலங்கை வளர்த்துக் கொள்ளவில்லை. மாறாக, பகை முகாம்களுக்கிடையில் எதனை நோக்கியும் தனியாக அணி சேராதிருத்தல் என்ற அரசியல் ராஜதந்திர வகைமுறையையே கடைப்பிடித்தது. பகை முகாம்களாக இருந்த இரு பகுதியினரோடும் ஏறத்தாழ சமமான பொருளாதார உறவுகளைக் கொண்டிருக்கும் நடைமுறையைக் கடைப்பிடித்தது.

ஆனால், ஜே.ஆர். ஜெயவர்த்தனா இலங்கையின் பொருளாதாரத்தை நிரந்தரமாக மேற்கு நாடுகளுடனான தரகுப் பொருளாதார உறவைக் கொண்டிருக்கும் ஒரு நாடு எனும் நிலைக்குத் தள்ளி விட்டார். 1994 ஆம் ஆண்டிலிருந்து இற்றைவரையான கடந்த 27 ஆண்டுகளில் 21 ஆண்டுகள் ஐக்கிய தேசியக் கட்சி அல்லாத ஆட்சியே நடந்திருக்கின்றது. ஆனாலும், சந்திரிகா பண்டாரநாயக்காவோ அல்லது ராஜபக்சாக்களோ இலங்கையின் சர்வதேச ஏற்றுமதி வர்த்தக அமைப்பில் குறிப்பிடத்தக்க வகையில் எந்தவித மாற்றத்தையும் ஏற்படுத்தவில்லை.

இறக்குமதி வர்த்தகத்தில் மட்டும் ஆக்கத் தொழில் வளர்ச்சியடைந்த மேலைத் தேச மற்றும் யப்பான் நாடுகளில் அதிக அளவில் தங்கியிருந்த நிலையில் இருந்து திசை திரும்பி இந்தியா மற்றும் சீனா ஆகியவற்றில் இருந்து மிக

அதிக அளவில் இறக்குமதி செய்தல் என்னும் நிலைக்கு மாற்றியுள்ளன.

இலங்கையின் ஏற்றுமதிகளில் 25 சதவீதம் அமெரிக்காவிற்கே செல்கின்றன. மற்றொரு 25 சதவீத ஏற்றுமதிகள் மேற்கு ஐரோப்பிய நாடுகளுடன் உள்ளன. இந்த ஏற்றுமதிகளிலேயே இலங்கையில் தைத்த ஆடைகளின் ஏற்றுமதி பெரும் பங்கை வகிக்கின்றது. இலங்கையின் ஏற்றுமதி வருமானம் எந்தளவு தூரம் மேற்கத்தைய நாடுகளில் தங்கியுள்ளது என்பதை இங்கு காண முடியும்.

இலங்கை அரசு சீனாவை நோக்கி தனது அரசியல் மற்றும் இராணுவ, ராஜதந்திர உறவுகளை ஓர் எல்லைக்கு மேல் நகர்த்துகிற பொழுது அது எந்த அளவுக்கு இலங்கையின் ஏற்றுமதிப் பொருளாதாரத்தை பாதிக்கும் என்பதை இந்த சதவீதங்கள் காட்சிப்படுத்துகின்றன. இலங்கையின் இறக்குமதி சீனாவிலிருந்து 5,000 மில்லியன் டொலர்கள் பெறுமதியானவைகளாக இருக்க, சீனாவுக்கு ஏற்றுமதி செய்யும் பொருட்களின் பெறுமானம் 1,000 மில்லியன் டொலர்கள் என்னும் அளவிலேயே உள்ளது. இதே அளவான, ஏறத்தாழ இதே வடிவிலான ஏற்றுமதி – இறக்குமதி உறவையே இலங்கையானது இந்தியாவோடும் கொண்டுள்ளது.

சீனாவும் இந்தியாவும் இலங்கைக்கு ஏற்றுமதி செய்யும் பொருட்களின் மொத்த பெறுமானம் இலங்கையின் இறக்குமதிகளின் மொத்த பெறுமானத்தில் கிட்டத்தட்ட 50 (ஐம்பது) சதவீதமாகும். அதேவேளை சீனாவுக்கும் இந்தியாவுக்கும் மொத்தமாக இலங்கை ஏற்றுமதி செய்யும் பொருட்களின் பெறுமானம் இலங்கையின் மொத்த ஏற்றுமதியில் 15 சதவீதத்துக்கும் குறைவாகவே உள்ளது. சீனாவோ அல்லது இந்தியாவோ இலங்கையிலிருந்து இறக்குமதி செய்வதற்கான பொருட்களின் வகைகளை இலங்கை உற்பத்தி செய்யவில்லை என்பதையே இங்குள்ள நிலைமைகள் காட்டுகின்றன. அதற்கான பொருளாதார ஆற்றலை இலங்கை விருத்தி செய்து கொள்ளவில்லை என்பதை இங்கு புரிந்து கொள்ளலாம்.

இவ்வாறாக, இலங்கையின் ஏற்றுமதி — இறக்குமதிப் பொருளாதாரம் கொண்டுள்ள பலவீனங்களை நீண்ட பட்டியலிடலாம். இலங்கையானது தன்னுடைய உள்நாட்டு உற்பத்திப் பலங்களை உரியபடி பெருக்கி அதனூடாக ஏற்றுமதி — இறக்குமதி விடயத்தில் தனக்கென ஒரு தற்சார்பு சமநிலையை ஏற்படுத்திக் கொள்வதற்கான வல்லமையை வளர்த்துக் கொள்ளுமா? அதற்கான அரசியற் பலத்தைக் கொண்டிருக்கின்றதா? அதற்கான சூழ்நிலைமைகளை பெற்றுக் கொள்ளுமா? அதற்கான பொருத்தமான சரியான அரசியல் சமூக பொருளாதார அணுகுமுறைகளையும் நடைமுறைகளையும் கடைப்பிடிக்குமா? போன்ற கேள்விகளெல்லாம் இலங்கையின் எதிர்கால சர்வதேச வர்த்தகம் குறித்து தொக்கி நிற்கின்றன.

◉

morning
WORLD BANK FUNDS
MILK POWDER
MEDICINE
ELECTRICITY
FERTILISER
KEROSENE
DIESEL
GAS
PETROL

13
கடன் மற்றும் அந்நியச் செலாவணி வழியாக இலங்கைக்கு ஏற்பட்ட கெட்ட காலம்!

இலங்கையின் ஏற்றுமதி மற்றும் இறக்குமதி தொடர்பான நிலைமைகளை முந்தைய 11 மற்றும் 12 ஆவது பகுதிகளில் அவதானித்தோம். இந்தப் பகுதியில் இலங்கை எதிர்நோக்கும் அந்நியச் செலாவணி நெருக்கடி மற்றும் இலங்கையினுடைய நாணயத்தின் பெறுமதி வீழ்ச்சி தொடர்பான விடயங்களைக் காணலாம்.

இவை ஏற்றுமதி மற்றும் இறக்குமதிப் பொருளாதாரத்தோடு தொடர்பான விடயங்களேயாயினும் இவை தனித்துவமானவை. நாட்டின் உற்பத்திகளின் வளர்ச்சி, உள்நாட்டு மற்றும் சர்வதேச சந்தைகளில் பொருட்களினுடைய விலையேற்றம் அல்லது விலை வீழ்ச்சி, அரசாங்க வருமானம் மற்றும் செலவுகள் போன்ற பல்வேறு விடயங்களுடனும் தொடர்புபட்டவையாகும்.

கொரோனாவைத் தொடர்ந்து, இலங்கையினுடைய ரூபாவின் உத்தியோகபூர்வமான பெறுமதி அந்நியச் செலாவணி மாற்று விகிதத்தில் அதாவது ஓர் அமெரிக்க டொலருக்கான மாற்று விகிதத்தில் 200 ரூபாவுக்கு சற்று மேலே உயர்ந்ததாகவும் அல்லது சற்று கீழே இறக்கப்பட்டதாகவும் ஓர் ஊசலாட்டத்தில் வைக்கப்பட்டிருந்தது. ஆனால் வெளிச் சந்தைகளில் இலங்கையின் ரூபாவைக் கொடுத்து ஓர் அமெரிக்க டொலரை வாங்குவது மிகவும் சிரமமான ஒன்றாக ஆக்கப்பட்டது. அதற்கு அந்நியச் செலாவணி பரிவர்த்தனை தொடர்பாக

அரசாங்கம் விதித்த பல்வேறு நெறிப்படுத்தல்கள் மற்றும் நிதி நிறுவனங்களிடம் அந்நியச் செலாவணிகளின் இருப்பு மிகவும் குறைந்து போனமை போன்றவையே காரணங்கள். அரசாங்கம் விதித்த பெறுமதியின்படி வங்கிகளில் அந்நியச் செலாவணியை பெற முடியாது போனதால் வெளிச்சந்தைகளில் ஓர் அமெரிக்க டொலரைப் பெறுவதற்கு 300 ரூபா வரை செலுத்த வேண்டியேற்பட்டது. (குறிப்பு: அது இப்போது 360 தாண்டி விட்டது)

இதேவேளை, மத்திய கிழக்கு மற்றும் மேலைத் தேச நாடுகளிலிருந்து நாட்டிற்கு பணம் அனுப்பியவர்கள் அந்நியச் செலாவணியின் பெறுமதியில் குழப்பங்கள் ஏற்பட்டதால் அவற்றை வங்கிகளினூடாக அனுப்பாமல் தனியாரின் “உண்டியல்” வழிகளின் ஊடாக அனுப்பினர். இதனால் அந்த வகைகளில் இலங்கையின் வங்கிகளுக்கு வரும் அந்நியச் செலாவணியும் வெகுவாக குறைந்து போனது.

கோவிட் 19 உச்சமாக இருந்த போது, அந்நியச் செலாவணி தொடர்பாக அரசாங்கம் விதித்த கடுமையான கட்டுப்பாடுகளின் உடனடித் தாக்கமாக அந்நியச் செலாவணிகள் இலங்கையில் கள்ளச் சந்தைகளில் விற்கப்படும் பண்டங்கள் போன்றாகியது. அவ்வேளையில் ஓர் அமெரிக்க டொலருக்கான விலை 300 ரூபா வரைக்கும் ஏறி விட்டது.

ஏற்றுமதி வருமானத்தை விட இறக்குமதிச் செலவு எப்போதும் இலங்கையில் மிகவும் அதிகமாக இருப்பதையும், வரிகள் மூலமாக கிடைக்கும் வருமானத்தை விட அரசாங்கம் மேற்கொள்ளும் செலவுகள் எப்போதும் மிக அதிக அளவில் இருப்பதையும், இந்த இடைவெளிகள் நிரப்பப்படும் விடயத்தை கடந்த காலங்களில் மாறி மாறி வந்த அரசாங்கங்கள் எவ்வாறு கையாண்டு வந்துள்ளன – எவற்றில் தங்கி அவ்வாறு செயற்பட்டு வந்துள்ளன என்பதையும் ஏற்கனவே முன்னைய பகுதிகளில் பார்த்திருக்கிறோம்.

- 2019 ஆம் ஆண்டின் ஈஸ்டர் பயங்கரவாத தாக்குதலோடு உல்லாசத்துறை படுத்ததால் அத்துறையினால் வந்து கொண்டிருந்த அந்நியச் செலாவணி வரவு நின்று போனது.

- கோவிட் 19 பரவியவுடன் மத்திய கிழக்கு மற்றும் வெளிநாடுகளுக்குச் சென்று உழைத்து இலங்கையர்கள் ஊருக்கு அனுப்பிக் கொண்டிருந்த அந்நியச் செலாவணியும் குறைந்து போனது.
- கோவிட் கட்டுப்பாடுகளால் உற்பத்திகள் வீழ்ச்சியடைந்தன.
- இதனால் ஏற்றுமதி வருமானம் வீழ்ந்தது.
- சில பொருட்களின் இறக்குமதிகளைத் தடை செய்து பல பொருட்களின் இறக்குமதிகளைக் கட்டுப்படுத்திய போதும் ஏற்றுமதி வருமானத்துக்கும் இறக்குமதிச் செலவுக்குமிடையே நிலவிய இடைவெளியில் குறிப்பிடத்தக்க மாற்றமெதுவும் நிகழவில்லை.
- மேலும் ஏற்கனவே வெளிநாடுகளிடமிருந்து வாங்கிக் குவிக்கப்பட்ட கடன்களுக்காக செலுத்த வேண்டிய வட்டியையும் அத்துடன் கடன்களைத் திருப்பிச் செலுத்த வேண்டிய காலத்தை எட்டிய முன்னைய கடன்களையும் திருப்பிச் செலுத்த வேண்டிய கட்டாயங்களும்...

என ஒட்டு மொத்தமாக சேர்ந்து கையிருப்பில் உள்ள அந்நிய செலாவணிகள் கரைவதற்கே வழி வகுத்தன. இதனால் அந்நிய செலாவணி கையிருப்பானது கரணம் தப்பினால் மரணம் என்பது போல் எப்போதும் அரும்பொட்டு நிலையில் நிற்கும் நிலைக்கு உள்ளாகியுள்ளது.

ஏற்கனவே நோய் நிலையிலிருந்த பணப் பெறுமதி உள்நாட்டு விலைவாசி ஏற்றத்தாலும் உக்கிரமானது

- 1977 ஆம் ஆண்டு "ஐக்கிய முன்னணி" அரசாங்கம் ஓர் அமெரிக்க டொலருக்கு 7 ரூபா 50 சதமாக ஜே.ஆரின் "தர்ம ராஜ்யத்திடம்" ஒப்படைத்தது.
- ஜே.ஆர். ஆட்சிக்கு வந்து அறிவித்த முதலாவது வரவு செலவுத் திட்டத்திலேயே இலங்கை ரூபாவில் அமெரிக்க டொலரின் பெறுமதியை இரண்டு மடங்காக்கினார்.
- ஐக்கிய தேசியக் கட்சி ஆட்சி 1995 இல் அமெரிக்க டொலரின் பெறுமதியை 52 ரூபாவாக்கி சந்திரிக்காவிடம் ஒப்படைத்தது.

- சந்திரிக்காவோ அதனை 100 ரூபாவாக்கி மஹிந்தவிடம் ஆட்சியைக் கொடுத்தார்.
- அவர் அதனை 140 ரூபாவாக்கி ரணிலிடம் 2015 ஆம் ஆண்டு ஜனவரியில் கொடுத்தார்.
- ரணிலோ அதனை ஐந்தே ஆண்டுகளில் 40 ரூபா கூட்டி 180 ரூபாவாக 2019 இறுதியில் கோத்தாவிடம் கொடுக்க.
- கோத்தாவோ கோவிட் வந்து இரண்டு வருசமானாலும் நான் அதனை 200 ரூபாவுக்கு மேலே போகவிடமாட்டேன் என்றார். ஆனால் நிலைமையோ அவரது அதிகாரங்களையும் மீறிச் சென்று விட்டது.

அந்நியச் செலாவணி கையிருப்பு ஆபத்தான எல்லைக்கு போனதால் இறக்குமதிக்கு போடப்பட்ட தடைகளும் கட்டுப்பாடுகளும் தட்டுப்பாடுகளை ஏற்படுத்தின. அதன் விளைவாக இறக்குமதி செய்யப்படும் அத்தியாவசியமான பொருட்களின் விலைகள் உள்நாட்டில் அதிகரித்தன. கோவிட் 19 இன் பரவலால் மட்டுமல்ல, அந்நியச் செலாவணிகளின் இருப்பு மிகக் குறைந்ததனால் மேற்கொள்ளப்பட்ட இறக்குமதிக் கட்டுப்பாடுகளால் உள்நாட்டு உற்பத்திகளிலும் வீழ்ச்சிகள் ஏற்பட்டன. இறக்குமதி செய்யப்படும் மூலப் பொருட்கள் மற்றும் இடைநிலைப் பொருட்களின் அளவு குறைகிற போது உற்பத்தி செய்யப்படும் உள்நாட்டு உற்பத்திகளின் அளவு வீழ்ச்சியடைவது தவிர்க்க முடியாததே.

ஒரு புறம் அந்நிய செலாவணி இருப்பு பற்றாக்குறையால் பணத்தின் பெறுமதி குறைய, இன்னொரு பக்கம் உள்நாட்டு உற்பத்திகளின் வீழ்ச்சியால் ஏற்படும் பொருட் தட்டுப்பாடுகளும் விலையுயர்வுக்குக் காரணமாகி, அவையும் பணப் பெறுமதியின் நிலையை மேலதிகமாக வீழ்ச்சிக்கு இட்டுச் சென்று விட்டன. மரத்தால் விழுந்தவனை மாடேறி மிதித்த கதையே இங்கு.

உலக அளவில் கோவிட் காரணமாக சர்வதேச சந்தைகளில் அத்தியாவசிய உணவுப் பொருட்களின் விலைகள் அதிகரித்துள்ளன. கோவிட் 19 இன் ஆரம்ப மாதங்களில் பெற்றோலிய விலைகள் வீழ்ச்சியடைந்த போதிலும் பின்னர் அவை ஏற்றமாகவே உள்ளன. பெற்றோலியப் பண்டங்களின் இறக்குமதி அளவை அரசாங்கம் குறைக்கவில்லை. அதனால்

அதற்கு முன்னைய ஆண்டுகளை விட கூடுதலாக இப்போது அந்நிய செலாவணி செலவிடப்படுகின்றது.

இறக்குமதி செய்யப்படும் உணவுப் பண்டங்களின் இறக்குமதியை தடை செய்ததால் மற்றும் கட்டுப்பாடுகள் விதித்ததால் — நாட்டில் அத்தியாவசியப் பொருட்களுக்கு தட்டுப்பாடுகளும் விலையேற்றங்களும் ஏற்பட்டதால் அரசாங்கம் மக்களின் வெறுப்பை ஏற்கனவே சம்பாதித்து விட்டது. ஆனாலும் அரசாங்கத்தினால் அதனது இறக்குமதிக் கட்டுப்பாட்டுக் கொள்கையை மாற்ற முடியாது திண்டாடுகிறது.

வட்டிக் கடனும் வளர் நெருப்பும் வெம்பிணியும்
கட்டழித்தல் வேண்டும் - களைந்துறை - விட்டதுண்டோ
சும்மா விடுமோ - தொடர்ந்து முழுதழிக்கும்
அம்மா தடுத்தல் அரிது

இந்தப் பாடல் நான் பள்ளிக் கூடத்தில் ஆறாம் வகுப்பிலோ அல்லது ஏழாம் வகுப்பிலோ படித்ததாக என் நினைவு. இப்போதைக்கு இலங்கையின் பொருளாதாரம் இருக்கும் நிலையைப் படம் பிடிப்பதற்கும் எச்சரிப்பதற்கும் பொருத்தமான பாடலாகத் தெரிவதனால் இங்கு பதிவு செய்கிறேன்.

பொருளாதார வல்லமை கொண்ட நாடுகளில் இலங்கை கடன் வாங்காத நாடு என்று அல்லது சர்வதேச நிறுவனம் ஏதாவது இருக்கிறதா என கிண்டல் பண்ணுகிற அளவுக்கு இலங்கை அரசாங்கம் வெளிநாடுகளிடமும் சர்வதேச நிறுவனங்களிடமும் கடன்கள் வாங்கியிருக்கிறது. கடைசியாக வறிய நாடான வங்காளதேசத்திடமும் கையேந்தி விட்டது என்பது இலங்கை அரசினுடைய நிதி நிலைமையின் பரிதாபத்தைக் காட்டுவதாகவே பலரும் கருதுகிறார்கள்.

- கொடுத்த முதலையும் வட்டியையும் கேட்டு இலங்கையின் வாசலில் "காசைத் தா, இல்லையென்றால் காணியைத் தா" என்ற மாதிரி நிற்கும் நாடுகளின் பிரச்சினையைத் தீர்ப்பதற்கு அரசாங்கம் மேலும் மேலும் தொடர்ந்து கூடுதலான கடன்களை வாங்கியே ஆக வேண்டிய கட்டாய நிலைக்கு ஆளாகி உள்ளது.

- இறக்குமதிக்கும் ஏற்றுமதிக்கும் இடையில் உள்ள பற்றாக்குறையை நீக்க கடன் வாங்க வேண்டியுள்ளது.

- அரசாங்கத்தின் வரவு செலவுத் திட்டத்தில் துண்டு விழும் தொகையை சரிக்கட்டுவதற்கு அந்நிய நாடுகளிடம் ஏற்கனவே அரசாங்கம் வாங்கிய கடன்களும் தலைக்கு மேல் வெள்ளம் போல் ஏறியிருக்கின்றது.

ஏற்கனவே,

1. அம்பாந்தோட்டைத் துறைமுகத்தோடு சேர்ந்த 15,000 ஏக்கர் நிலமும், கொழும்புக் கரையில் கடலை நிரப்பிய நிலத்தில் பாதியையும் சீனா வாங்கி விட்டது.
2. திருகோணமலையில் பல இடங்கள் இந்தியாவுக்கு,
3. கரவலப்பிட்டிய மின் உற்பத்தி நிலையம் அமெரிக்காவுக்கு,
4. கொழும்புத் துறைமுக தெற்கு முனையம் சீனாவிடம் உள்ளது,
5. மேற்கு முனையம் இந்தியாவிடம் உள்ளது,
6. கிழக்கு முனையம் எதிர்காலத்தில் யப்பானிடம் போனாலும் ஆச்சரியப்படுவதற்கில்லை.
7. கொழும்பு தொடக்கம் திருகோணமலை வரை இலங்கையைப் பிளந்து நீளமான ஒரு நிலத் தொடரை எழுதித் தரச் சொல்லி அமெரிக்கா ஒரு திட்டத்தை வைத்துக் கொண்டு டொலரையும் ஆட்டிக் காட்டிக் கொண்டு நிற்கிறது,
8. காலி முகத் திடலையொட்டி இராணுவத் தலைமையகம் அமைந்திருந்த இடம் ஏற்கனவே சீனா மற்றும் இந்தியன் கம்பெனிகளிடம் போய்விட்டது.
9. கொழும்புத் துறைமுகத்தை அடுத்து கடற்கரையில் நீளமாக இலங்கைக் கடற்படையின் தலைமையகம் அமைந்துள்ள இடம் விரைவில் அமெரிக்காவின் கைக்கு போய்விடும் போலுள்ளது.

இலங்கையை "நல்லவன்னு/நல்ல நாடென்று" சொல்லும் வரை ஆட்சி அதிகாரத்தில் இருப்பவர்கள் நாட்டின் பகுதிகளில் எவ்வளவைத்தான் அந்நியர்களுக்கு எழுதிக் கொடுக்கப் போகிறார்களோ யாரறிவார்!!!

பணத்தை அச்சடிக்க இறைமை உள்ளது - ஆனால் எல்லை மீறி அச்சடித்தால் இறைமை பறி போகும்

உள்நாட்டு நிதி நிறுவனங்களிடம் வாங்கும் கடனும் வருடா வருடம் அதிகரித்த வண்ணமேயுள்ளது. அரசாங்கம் நாட்டில் அனைத்து அபிவிருத்தி நடவடிக்கைகளையும் நிறுத்தினாலும் கூட, கடன் வாங்காமல் அரசாங்கத்தின் வருமானத்தைக் கொண்டு அரசாங்கத்தின் செலவுகளை சமாளிக்க முடியாது என்கின்ற நிலையிலேயே அரசாங்கம் உள்ளது.

அரசாங்கம் தான் எதிர்நோக்கும் நிதி நெருக்கடிகளை சமாளிக்க வளைத்து வளைத்து என்ன நடவடிக்கை எடுத்தாலும் அது மேலும் மேலும் அரசாங்கத்துக்கு நெருக்கடிகளை அதிகரிப்பதாகவே உள்ளது.

- 2020 ஆம் ஆண்டில் மட்டும் இலங்கை அரசாங்கத்தினால் அச்சடிக்கப்பட்ட பணத் தொகை 65,000 கோடி ரூபா.

ஏன் இப்படிச் செய்கிறீர்கள் என்று பல பொருளியல் நிபுணர்கள் கேட்க, அதிகாரத்தில் ஆங்காங்கே இருக்கும் பொருளாதார அதிகாரிகள் இறைமை கொண்ட அரசின் அதிகாரத்தில் இருக்கும் அரசாங்கத்துக்கு, பணத்தை எவ்வளவாயினும் அச்சடிப்பதற்கு உரிமையுண்டு — என்றார்கள்.

- 2021 ஆம் ஆண்டு இது வரை சுமார் 30,000 கோடி ரூபாக்கள் அச்சடித்தாகி விட்டது.
- 2020 ஆம் ஆண்டு அரசாங்கத்தின் மொத்த வருமானம் 1,37,500 கோடி ரூபாக்கள்.
- மேற்கொண்ட செலவுகளின் தொகை 3,05,000 கோடி ரூபாக்கள்.
- அதன் அதிகரித்த செலவுகளுக்காக அச்சடித்த பணம் 65,000 கோடி ரூபாக்கள்.
- அதைவிட மேலதிகமாக உள்நாட்டிலிருந்தும் வெளிநாடுகளிலிருந்தும் அரசாங்கம் வாங்கிய கடன் தொகை ரூபா 1,00,000 (ஒரு லட்சம்) கோடிகளுக்கும் மேல்.

நாட்டில் அரசாங்கம், திறைசேரி, மத்திய வங்கி மற்றும் வணிக வங்கிகள் உள்ளன. அரசாங்கத்தின் அதிகாரத்துக்கு உரிய

நிதியை நிர்வகிப்பதே திறைசேரியின் கடமை. அரசாங்கத்தின் சட்டங்களின்படி, திட்டங்களையும் தீர்மானங்களையும் நிறைவேற்றுவதற்கான பணக் கொடுக்கல் வாங்கல்கள் திறைசேரியினாலேயே மேற்கொள்ளப்படும்.

மத்திய வங்கிக்கே பணத்தை அச்சடிக்கும் அதிகாரம் உண்டு. அரசாங்கம் மத்திய வங்கியிடமிருந்தோ வணிக வங்கிகளிடமிருந்தோ கடன்களைப் பெற்றுக் கொள்வதற்கான உறுதிப் பத்திரங்களை அரசாங்கத்தின் தீர்மானத்தின்படி திறைசேரியே வழங்கும். மத்திய வங்கியின் இருப்பில் பணம் இல்லாத போது திறைசேரியின் பத்திரங்களுக்கு கடன் கொடுப்பதற்காக மத்திய வங்கி பணத்தை அச்சடிக்கலாம்.

நாட்டிற்குள்ளே பண்டங்களின் பரிவர்த்தனைகள் சுமுகமாக நடப்பதற்கு எவ்வளவு பணம் நாட்டில் புழக்கத்தில் இருக்க வேண்டும் என தீர்மானிப்பது மத்திய வங்கியின் கடமை — அதன்படி நடைமுறைப்படுத்துவது அதன் அதிகாரம். அந்தத் தேவைகளுக்கு மீறி பணம் புழக்கத்தில் இருந்தால் அது பணவீக்கத்தை உண்டு பண்ணும் — அதாவது விலைவாசிகளை அதிகரிக்கும். எனவே அச்சடிப்பதில் மத்திய வங்கி மிகவும் எச்சரிக்கையோடு செயற்பட வேண்டும்.

தொடர்ச்சியான பணவீக்க அதிகரிப்பு நாட்டின் பொருளாதார உறுதி நிலையைப் பாதிக்கும். எனவே இங்கு நாட்டின் பொருளாதார நலனைப் பாதிக்காத வகையிலேயே அரசாங்கத்தின் பணத் தேவை தொடர்பான நிகழ்ச்சி நிரலுக்கு மத்திய வங்கி ஒத்துழைக்க வேண்டும். இங்கு மத்திய வங்கி சுதந்திரமானதொரு நிறுவனம் எனக் கூறப்பட்டாலும் அது மறைமுகமாக அரசாங்கத்தின் கிடுக்குப் பிடியிலேயே இருக்கின்றது.

திறைசேரியின் கடன் உறுதிப்பத்திரங்களில் எவ்வளவுதான் கொடுக்கப்படும் வட்டியை அதிகரித்து திறந்த சந்தையில் விட்டாலும் அதனைப் கொள்வனவு செய்வதற்கான கேள்வி மிகக் குறைவாக உள்ள நிலையில் எஞ்சியவற்றை மத்திய வங்கியே வாங்கிக் கொள்கிறது.

சுதந்திர இலங்கையில் பண்டங்களின் பரிவர்த்தனைச் சுழற்சிக்குத் தேவையான பண அளவை விட எப்போதுமே பணம் கூடுதலான

அளவிலேயே புழக்கத்தில் இருந்து வந்திருக்கின்றது என்பதே பொருளாதார அறிஞர்களின் கணிப்பு. ஆனால் அந்த இடைவெளி கடந்த இரண்டு ஆண்டுகளில் மிக மோசமானதாக உள்ளதை சுட்டிக் காட்டி இலங்கையின் பல பொருளாதார நிபுணர்கள் அரசாங்கத்தையும் மத்திய வங்கியையும் எச்சரித்தார்கள்.

ஆனால் அரசாங்கம் அதனை காதில் போட்டுக் கொள்ளவில்லை. மத்திய வங்கி கையறு நிலையிலே உள்ளதாக கருதப்படுகிறது. மத்திய வங்கி ஆளுநராக இருந்த பேராசிரியர் லஷ்மன் இரண்டு ஆண்டுகள் நிறைவடைவதற்கு உள்ளேயே தம்மை விட்டால் போதுமென மெதுவாக கழட்டிக் கொண்டு வெளிநாடு போய்விட்டாரா அல்லது அன்பாக அவர் கழற்றி விடப்பட்டாரா என்ற கேள்வி அரசியல் பொருளாதார வட்டாரங்களில் தொக்கி நிற்கின்றது.

பாலுக்குக் காவலாக பூனைகள் இருந்தால் காலியான சட்டிகளே கடைசியில் மிஞ்சும்

மாறாக, நாட்டில் ஏற்பட்டிருக்கும் பண வீக்கத்துக்கும் பணம் அச்சடிக்கப்படுவதற்கும் சம்பந்தம் இல்லையென்கிறார் (முன்னாள்) மத்திய வங்கி ஆளுநர் அஜித் நிவாட் கப்ரால். அத்துடன் அவர், மத்திய வங்கி அவசியம் எனக் கருதும் பட்சத்தில் சுழற்சியில் மேலதிகமாக உள்ள பணத்தை மீள உள்வாங்கிக் கொள்ளும் என்கிறார்.

(முன்னாள்) ஆளுநர் கப்ராலின் முதலாவது கருத்து மிக அடிப்படையான பொருளாதாரக் கோட்பாட்டையே மறுப்பதாக உள்ளது. மேலும் அந்தளவு பணத்தை மீளப் பெறுவதற்கு மத்திய வங்கியால் முடியாத பொருளாதார சூழ்நிலையே நாட்டில் நிலவுகிறது என இலங்கையின் ஒரு பொருளாதார பேராசிரியர் தெளிவாக குறிப்பிடுகிறார்.

நாட்டின் சுழற்சியில் உள்ள பண அளவைக் குறைப்பதற்காக மத்திய வங்கி சில கட்டுப்பாட்டு நடவடிக்கைகளை மேற்கொள்ளலாம். ஆனால் அவை சிறிய அளவிலேயே தாக்கம் செலுத்தக் கூடியவை. பெரிய அளவில் பணத் தொகையை மத்திய வங்கி மீள உள்ளெடுக்க வேண்டுமானால் அது வணிக

வங்கிகளுக்கு கடன் கொடுத்த வகையில் தன்னிடமுள்ள உறுதிப்பத்திரங்களைக் கொடுத்து தான் கொடுத்த பணத்தை மீளப் பெற்றுக் கொள்ளலாம். அவை எந்த அளவு மத்திய வங்கியிடம் உள்ளன என்பதைப் பொறுத்தே மீள உள்ளெடுக்கும் தொகையும் அமையும்.

அதற்கு மேலதிகமாயின், மத்திய வங்கி தன்னிடமுள்ள திறைசேரி உறுதிப் பத்திரங்கள் மற்றும் தான் வெளியிடும் கடன் உறுதிப்பத்திரங்கள் போன்றனவற்றை வங்கிகள் உட்பட வணிக ரீதியான நிதி நிறுவனங்களுக்கு விற்பதன் மூலமே மேற்கொள்ள முடியும். அதற்கு அந்த நிறுவனங்களிடம் தமது கடன் கொடுப்பனவு வர்த்தகத்தையும் மீறிய பணத்தொகை திரவ நிலையில் இருக்க வேண்டும்.

மேலும் வணிக ரீதியான நிறுவனங்கள் அவ்வாறு முதலீடு செய்வதன் மூலம் தாம் வழமையாக மேற்கொள்ளும் வர்த்தகத்தை விட அதிக லாபம் கிடைக்கும் என்றாலே அவ்வாறான முதலீட்டை மேற்கொள்வார்கள் என்பது எளிமையானதொரு விடயம். ஆனால் இங்கு திறந்த சந்தையில் அரசாங்கம் திறைசேரிப் பத்திரங்களை சந்தைப்படுத்த முடியாத நிலை நிலவும் போது, மத்திய வங்கி மட்டும் பெரும் தொகையில் நாட்டில் புழக்கத்திலுள்ள பணத்தை மீள எவ்வாறு உள்ளெடுத்து விட முடியும் என்பது ஒரு பெரும் கேள்வியாக முன்னிற்கின்றது.

ஆளுபவர்கள் தாங்களாக திருந்தாவிட்டால் நாடு நாசமான பாதையிலேயே பயணிக்கும்

(முன்னாள்) நிதி அமைச்சர் பஸில் ராஜபக்சாவின் கன்னி நிதி அறிக்கையைப் பார்க்கையில் 2022லும் அரசாங்கத்தின் செலவு அதன் வருமானத்தை விட இரு மடங்குக்கு மேலாக இருக்கப் போகின்றமை தெரிகின்றது. ஏற்கனவே மாறி மாறி ஆண்ட அரசாங்கங்கள் ஒன்றோடொன்று போட்டி போட்டு உள்நாட்டு நிதி நிறுவனங்களிடமிருந்தும் வெளிநாடுகளிலிருந்தும் கடன் வாங்கிக் குவித்திருக்கின்றன.

இந்த அரசாங்கம் முன்னரை விட அதிகமாக உள்நாட்டுக் கடன்களை வாங்கிக் கொண்டிருக்கின்றது, மேலும் வாங்கப்

போகின்றது. ஆனாலும் வணிக வங்கிகளும் மற்றும் தனியார் நிதி நிறுவனங்களும் மேலும் அதிகமாக எவ்வளவுக்கு அரசாங்கத்துக்கு கடன் கொடுக்க தயார் நிலையில் உள்ளன என்பது கேள்வியாகும்.

அரசாங்கம் தான் கடன் வாங்கும் எல்லையை 2,99,000 கோடி ரூபாவிலிருந்து 3,40,000 கோடி ரூபாவுக்கு அதிகரித்தமையானது மத்திய வங்கியிடம் தொடர்ந்து பணத்தை அச்சிடும்படி நெருக்குதல் கொடுப்பதற்கே என்பது தெளிவாகிறது.

திறைசேரி செயலாளர் எஸ்.ஆர். ஆட்டிகல அவர்கள் கடந்த ஜூலையில் மத்திய வங்கி அச்சடித்த 21,300 கோடி ரூபாக்களையும் தாங்கள் திறைசேரி பத்திரங்களைக் கொடுத்து மத்திய வங்கியிடமிருந்து கடனாக வாங்கி, பின்னர் அதனைக் கொண்டு மத்திய வங்கியிடமிருந்து 1,000 மில்லியன் டொலர்களை வாங்கி, அதனை வெளிநாட்டுக் கடன்களைத் திருப்பிச் செலுத்துவதற்காக கொடுத்து விட்டதாகவும், ஆகவே, அந்த அச்சடித்த பணம் நாட்டு மக்கள் மத்தியில் விடப்படவில்லை — அது மத்திய வங்கியிடமே திருப்பிக் கொடுக்கப்பட்டு விட்டது — ஆனபடியால் அந்தப் பணத்தால் பணவீக்கம் ஏற்பட மாட்டாது என்றார். இது கவுண்டமணி — செந்திலின் வாழைப்பழ பகிடி போல இல்லையா!

இவர்கள் இலங்கையின் பொருளாதாரத்தை முகாபேயின் ஆட்சிக்கால சிம்பாப்வேயின் நிலைக்கோ அல்லது சுகார்ட்டோவின் ஆட்சிக் கால இந்தோனேசியாவின் நிலைக்கோ கொண்டு போகாமல் விடமாட்டார்கள் போலிருக்கிறதே! அந்த நிலைக்கு இவர்கள் இலங்கையை கொண்டு போகாமல் விட்டால் இலங்கை மக்கள் புண்ணியம் செய்தவர்கள் ஆவர். குறிப்பிட்ட இரு நாடுகளிலும் ஆட்சிகள் மாற்றப்பட்டு விட்டன. ஆனால் அவை இன்னமும் தமது பொருளாதார புற்று நோயிலிருந்து விடுபட முடியாத நிலையிலேயே உள்ளன.

⊙

TEA PLANTATION

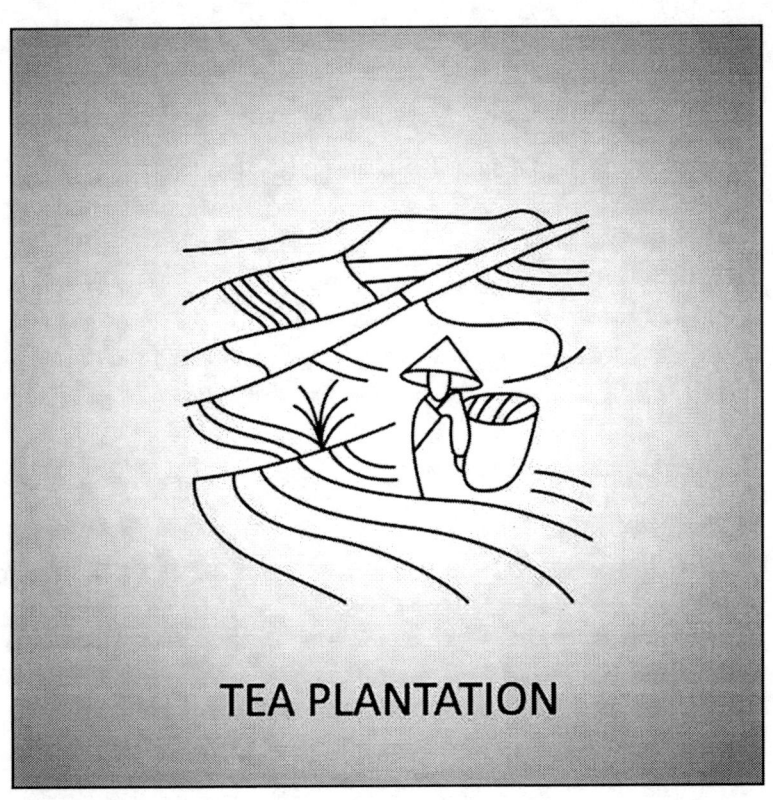

14
இக்கட்டான குணாம்சங்கள் கொண்ட இலங்கையின் தேயிலைத் தோட்டங்கள்

இலங்கையின் பொருளாதாரக் கட்டமைப்பில் அடிப்படையாக உள்ள குறைபாடுகளை தொடர்ச்சியாக அவதானித்துள்ளோம். இந்த அடிப்படைக் குறைபாடுகளுக்கு காரணமாக பல்வேறு வகைப்பட்ட உற்பத்தித் துறைகளிலும் காணப்படுகின்ற குறைவிருத்தி நிலைமைகளை நாம் அடையாளம் கண்டு புரிந்து கொள்வதுவும் அவசியமாகும்.

இக்கட்டுரையின் முன்னைய பல்வேறு பகுதிகளில் ஆங்காங்கே இலங்கையின் பல்வேறு உற்பத்தித் துறைகளிலும் உள்ள குறைவிருத்தி நிலைமைகள் சுட்டிக் காட்டப்பட்டுள்ளன. இருப்பினும் இப்பகுதியில் பிரதானமான பொருளாதாரத் துறைகளில் உள்ள விருத்தியற்ற நிலைமைகள் அல்லது சமகால நிலைமைகளுக்குப் பொருத்தமான அளவுக்கு வளர்ச்சியடையாது இருக்கும் நிலைமைகளை நாம் தொடர்ந்து அவதானிக்கலாம். அனைத்துத் துறைகளிலுமுள்ள அனைத்து உற்பத்திகள் தொடர்பாகவும் நிலவுகின்ற நிலைமைகளை இங்கு விரிவாக ஆராய்வது சாத்தியமற்றது. எனவே இங்கு சில பிரதானமான — அடிப்படையான பண்ட உற்பத்திகளின் நிலைமைகளை நோக்குவதன் மூலம் முழுமையையும் புரிந்து கொள்ள முற்படுவோம்.

அந்த வகையில் முதலாவதாக இங்கே இலங்கையின் தேயிலை உற்பத்தித் துறையை நோக்கலாம்.

- இலங்கையின் உழைப்பாளர்களில் ஐந்து லட்சம் பேருக்கு மேற்பட்டோர் நேரடியாகவும் மேலும் ஐந்து லட்சம் பேர் மறைமுகமாகவும் தமது வாழ்வாதார வருமானத்திற்காக தங்கியிருக்கும் தேயிலை உற்பத்தித் துறையை, இலங்கையின் பொருளாதார நிலைக்கு பொருத்தமற்ற துறை என்று கூறுகின்ற போது பலராலும் அக்கருத்து ஏற்கப்பட முடியாத ஒன்றாகவே தென்படும்.
- தேயிலை ஏற்றுமதி செய்யும் நாடுகளில் இலங்கை இரண்டாவது இடத்தைப் பெறுகின்றது.
- தேயிலை ஏற்றுமதியால் 1000 மில்லியன் டொலர்களுக்கு மேல் இலங்கைக்கு அந்நியச் செலாவணி வருமானம் கிடைக்கிறது:

இப்படியிருக்கையில் எப்படி தேயிலை உற்பத்தித் தொழிலை இலங்கைக்கு பொருத்தமற்றது என்று சொல்லலாம் என பொதுவாக பொருளாதார அறிஞர்கள் கொதிப்படையவே செய்வார்கள். ஏனெனில் இலங்கையின் பொருளாதார ஆய்வுகள் பெரும்பாலும் தேயிலைத் தோட்டத் தொழிலாளர்களின் பரிதாப நிலை பற்றி விரிவாக கூறினாலும், அதன் தேசிய முக்கியத்துவத்தைப் பற்றி பெருமையையே வெளிப்படுத்துகின்றன.

இந்நிலையில், இலங்கையின் தற்போது தேயிலை தோட்டங்களாக உள்ள நிலத்தின் அளவை படிப்படியாக குறைத்து அவற்றை மாற்று விவசாய உப உணவு மற்றும் பணப்பயிர்களை நோக்கி மாற்றுவதற்கான திட்டங்களை மேற்கொள்ளுதல் வேண்டும் எனக் கூறினால் அதனை அர்த்தமுள்ள கருத்து என எத்தனை பேர் ஏற்றுக் கொள்ளத் தயாராக இருப்பார்கள் என்பது கேள்விக் குறியே.

எனவே,

- இலங்கைக்கு ஏன் தேயிலைத் தோட்டங்கள் பொருத்தமற்றவை? தொடர்ந்தும் தேயிலைத் தோட்டங்களுக்காக 5 (ஐந்து) லட்சம் ஏக்கருக்கு மேற்பட்ட நிலங்களை பயன்படுத்தத்தான் வேண்டுமா?
- இவ்வளவு நிலங்களையும் பயன்படுத்தி மேற்கொள்ளப்படும் தேயிலை உற்பத்தியை சந்தைப்படுத்துகையில் உலக

சந்தையில் ஏனைய பண்டங்களின் விலையேற்றத்திற்கு ஏற்ப தேயிலையின் விலையும் உயர்ந்து, அதனால் கிடைக்கும் அந்நியச் செலாவணி வருமானம் உயர்வதற்கு வாய்ப்புகள் ஏதாவது உண்டா?

- தேயிலைத் தோட்டத் தொழிலாளர்கள் மீது நிர்ப்பந்திக்கப்படும் கூலியின் அளவானது எவ்வாறு நாட்டின் சராசரியான கூலி அளவை உயரவிடாமல் வைத்திருப்பதில் பங்களிக்கிறது?
- இலங்கையின் தேயிலை உற்பத்திக்கு பயன்படுத்தப்படும் இந்த அளவு நிலத்தில் கணிசமான பங்கை மாற்றுப் பயிர்களுக்கு மாற்றுவதன் மூலம் கூடுதலான அளவு நன்மைகள் நாட்டின் தேசிய பொருளாதார நலன்களுக்கும் தேயிலைத் துறையிலுள்ள உழைப்பாளர்களுக்கும் கிடைக்குமா இல்லையா?

எனப் பல தொடர்ச்சியான கேள்விகளை எழுப்பி சரியான விடைகளைக் காண வேண்டியுள்ளது.

ஏற்றுமதி தொடர்பில் எவ்வளவு தொகையான நிலங்களும் உழைப்பு சக்தியும் ஈடுபடுத்தப்படுகின்றது; அதனால் எந்த அளவுக்கு இலங்கையர்களுக்கு பொருளாதார நன்மைகள் கிடைக்கின்றன என்பது பற்றிய கணக்கை ஏற்கனவே மேலோட்டமாக பார்த்திருக்கிறோம். இங்கு சற்று உன்னிப்பாக பார்ப்போம்.

- தேயிலைத் தோட்டங்களுக்காக பயன்படுத்தப்படும் 5,00,000 (ஐந்து லட்சம்) ஏக்கர் நிலத்தில் கிட்டத்தட்ட 2,00,000 ஏக்கர் நிலங்கள் தேயிலைக் கம்பனிகளிடம் உள்ளன.
- இந்தக் கம்பனிகளின் கூலித் தொழிலாளர்களாக சுமார் 1.5 (ஒன்றரை) லட்சம் பேர் உள்ளனர்.
- சுமார் 3,00,000 (மூன்று லட்சம்) ஏக்கர் அளவு தேயிலைத் தோட்ட நிலங்கள் சுமார் 4.5 (நான்கரை) லட்சம் சிறு தேயிலைத் தோட்ட உடைமையாளர்களிடம் உள்ளது.

2018-19 ஆம் ஆண்டுகளின் தகவல்களின்படி தேயிலைத் தோட்ட நிலங்கள் சிறு தேயிலைத் தோட்ட உடைமையாளர்களிடம் இருக்கையில் அவர்கள் மேற்கொள்ளும் வருடாந்த மொத்த தேயிலை உற்பத்தியானது நாட்டின் மொத்த தேயிலை

உற்பத்தியில் 70 அல்லது 75 சதவீதமாக இருக்கின்றது – அதாவது கிட்டத்தட்ட 240 மில்லியன் கிலோக்கள்.

நாட்டில் சராசரியாக ஒரு ஏக்கர் தேயிலைத் தோட்டத்திலிருந்து பறிக்கப்படும் தேயிலைக் கொழுந்துகளிலிருந்து தயாரிக்கப்படும் தேயிலையின் வருடாந்த உற்பத்தி 800 கிலோக்கள். ஆனால் 2 (இரண்டு) லட்சம் ஏக்கர் நிலங்களைக் கொண்ட தேயிலைப் பெரும் தோட்ட கம்பனிகள் வெறுமனே மொத்தத்தில் சுமார் 100 மில்லியன் கிலோ தேயிலையையே மட்டுமே உற்பத்தி செய்கின்றன. சராசரியாகப் பார்த்தால் தேயிலைத் தோட்ட கம்பனிகளின் கட்டுப்பாட்டில் உள்ள நிலத்தின் உற்பத்தித் திறன் சராசரியாக வெறுமனே சுமார் 500 கிலோ தேயிலையே.

இந்தக் கம்பனிகளின் கட்டுப்பாட்டில் உள்ள தேயிலைத் தோட்ட நிலங்கள் முழுமையாக தேயிலை உற்பத்திக்காகப் பயன்படுத்தப்படாமல் அவற்றில் கணிசமான அளவு நிலங்கள் பயிரற்ற தரிசு நிலங்களாகவும், ஏனையவை வேறு தேவைகளுக்கு கம்பனிகளால் பயன்படுத்தப்படுபவையாகவும் உள்ளன.

அமைச்சர் நிமால் சிறிபால டீ சில்வா அண்மையில் பகிரங்கப்படுத்தியுள்ள கணக்குப்படி, பெருந் தோட்ட கம்பனிகளிடம் உள்ள சுமார் 95,000 ஏக்கர் தேயிலைத் தோட்ட நிலங்கள் தேயிலை உற்பத்திக்கு பயன்படுத்தப்படாதவையாக உள்ளன. எனவே பெருந் தோட்ட தனியார் கம்பனிகளிடம் உள்ள தேயிலைத் தோட்டங்களில் உண்மையில் எவ்வளவு நிலத்தில் தேயிலை பயிரிடப்பட்டுள்ளது என்பதையும் அதிலிருந்து பெறப்படும் மொத்த தேயிலை உற்பத்தியின் அளவையும் தொகுத்துப் பார்த்தால் அந்த நிலங்களினுடைய தேயிலை விளைதிறனானது சிறு தேயிலைத் தோட்ட நிலங்களுக்குக் குறைந்தவையல்ல என்பது தெளிவாகின்றது.

தேயிலையின் விலை இலங்கையர்களின் கையிலில்லை

பொருளியல் மொழியில் கூறுவதானால் தேயிலையானது ஒரு நெகிழ்ச்சியற்ற அல்லது நெகிழ்ச்சி மிகவும் குறைந்த பண்டமாகும். தேயிலையின் விலை குறைவதால் ஒரு நபர் அதிகமாக கொள்வனவு செய்யப் போவதோ அல்லது விலை

சற்றுக் கூடி விட்டது என்பதற்காக தேயிலையைக் குறைத்து வாங்கப் போவதோ இல்லை. எனவே உள்ளூர் சந்தையில் மட்டுமல்ல சர்வதேச சந்தையிலும் தேயிலையின் விலை தொடர்பாக அதன் விற்பனைத் தொகையில் பெரிய மாற்றம் எதுவும் ஏற்படுவதற்கில்லை.

ஒரு நாட்டின் தேயிலைக்கான ஏலச் சந்தைகள் அந்த நாட்டின் தலை நகரங்களிலோ அல்லது அந்த நாடுகளின் தேயிலைத் தோட்டங்களுக்கு அண்மித்த பெரு நகரங்களிலோ இடம் பெறுவது வழமை. இலங்கையில் கொழும்பிலேதான் தேயிலைக்கான ஏலச் சந்தை இடம் பெறுகின்றது.

கென்யாவில் அதன் தலைநகரான மொம்பாஸாவில் நடைபெறுகிறது. இந்தியாவில் பல இடங்களில், அஸ்ஸாம் மாநில தலைநகரான குவாஹாட்டியிலும், மேற்கு வங்காள தலைநகரான கொல்கத்தாவிலும், கேரளாவில் கொச்சினிலும், தமிழ்நாட்டில் கோயம்புத்தூரிலும் தேயிலை ஏலச் சந்தைகள் இடம் பெறுகின்றன.

தேயிலை ஏலச் சந்தைகள் தேயிலையை உற்பத்தி செய்யும் அந்த நாடுகளில் இடம் பெற்றாலும் அந்தச் சந்தைகளில் தேயிலையின் விலையை நிர்ணயிப்பதில் சர்வதேச ரீதியில் வெவ்வேறு நாடுகளில் உள்ள சந்தைகளின் விலை நிலவரங்களுக்கு ஏற்றவாறே ஒவ்வொரு நாட்டிலும் உள்ள ஏலச் சந்தைகளில் தேயிலை விற்பனையின் போது விலைகள் நிர்ணயிக்கப்படுகின்றன. இந்த ஏல விற்பனையின் போது விலையை நிர்ணயிப்பதில் சர்வதேச ரீதியில் தேயிலை வர்த்தகத்தில் செல்வாக்கு மிக்க சர்வதேச நிறுவனங்கள் ஆதிக்கம் செலுத்துகின்றமையே யதார்த்தமாக உள்ளது.

உலக தேயிலை ஏற்றுமதியில் இந்தியா, இலங்கை மற்றும் கென்யா ஆகிய மூன்று நாடுகளும் மொத்தத்தில் 60 சதவீதத்துக்கும் அதிகமான பங்கைச் செலுத்துகின்றன. ஆனால் தேயிலையின் சர்வதேச விலையை நிர்ணயிப்பதில் தேயிலை உற்பத்தி செய்யும் நாடுகளின் நிறுவனங்கள் கூட்டாகச் சேர்ந்து தமது தேயிலையின் விலைகளை நிர்ணயிக்கும் ஆற்றலற்றவையாக இருப்பதையும் இங்கு குறிப்பிடுவது பொருத்தமானதாகும்.

பெற்றோலிய எண்ணெய் ஏற்றுமதி நாடுகள் தமது கூட்டமைப்பின் மூலம் தமது பெற்றோலிய எண்ணெய் விலைகளை நிர்ணயிப்பது போல தேயிலை உற்பத்தி செய்யும் நாடுகளின் நிறுவனங்கள் கூட்டாக இணைந்து தமது தேயிலைகளின் விலைகளை நிர்ணயிக்க முயற்சிக்க வேண்டுமென தேயிலை தொடர்பாக 2005 ஆம் ஆண்டு டெல்லியில் நடைபெற்ற ஒரு சர்வதேச மாநாட்டில் கண்டியை மையமாகக் கொண்டு செயற்படும் சமூக மேம்பாட்டு நிறுவனத்தின் இயக்குனர் தோழர் பெரியசாமி முத்துலிங்கம் அவர்கள் ஒரு பிரேரணையை முன்வைத்தும் கூட அந்தப் பிரேரணைக்குச் சார்பான பதிலை உரிய நாடுகளின் நிறுவனங்களிடமிருந்து பெற முடியவில்லை என என்னிடம் ஒரு தடவை கூறியதை இங்கு பதிவது பொருத்தமானதாகும்.

30 ஆண்டுகளுக்கு முதல் இலங்கையின் தலாநபர் வருமானம் 500 அமெரிக்க டொலர்களையும் எட்டவில்லை. அப்போது ஒரு கிலோ இலங்கைத் தேயிலையின் ஏலச் சந்தை விலை சராசரியாக சுமார் 1.5 (ஒன்றரை) அமெரிக்க டொலர் பெறுமதியுள்ளதாக இருந்தது. இலங்கையின் தலாநபர் வருமானம் சுமார் எட்டு மடங்கு அதிகரித்து 4,000 டொலர்களை அண்மித்ததாக இருக்கும் வேளையில் தேயிலைக்கு இப்போது கிடைக்கும் விலை 3 (மூன்று) அமெரிக்க டொலர்களை அண்மித்த பெறுமதியுடையதாகவே உள்ளது.

தலாநபர் தேசிய வருமானத்தின் அதிகரிப்புக்கு ஏற்ப உள்நாட்டில் ஏனைய பொருட்களின் விலைகளெல்லாம் அதிகரிக்கின்ற பொழுது தேயிலையின் விலையில் மட்டும் ஏற்றம் மிகவும் சிறியதாகவே உள்ளது. காரணம் தேயிலையின் விலையை இலங்கையின் உள்நாட்டுச் சந்தைக் காரணிகளோ அல்லது இலங்கையர்களோ நிர்ணயிப்பதில்லை. அது அந்நிய வர்த்தக ஆதிக்க சக்திகளாலேயே நிர்ணயிக்கப்படுகிறது.

இலங்கையர்கள் தமக்குத் தேவையான பொருட்களை தொழில்கள் ரீதியாக அபிவிருத்தியடைந்த நாடுகளிடமிருந்து பெறுகையில் அவற்றுக்கான விலைகளை அந்தந்த நாடுகளின் பொருளாதார நிலைக்கேற்ப நிர்ணயிக்கப்பட்டிருக்கும் விலைகளுக்கே வாங்க வேண்டும். ஆனால் அதேவேளை பொருளாதார விருத்தி கொண்ட நாடுகள் இலங்கை போன்ற நாடுகளிடமிருந்து

பொருட்களை வாங்குகின்ற பொழுது அவற்றிற்கு இலங்கையின் பொருளாதார வளர்ச்சி நிலைக்கு ஏற்ற விலைக்கு இலங்கையின் பொருட்களை விற்க முடியாது என்கின்ற பரிதாப நிலையே காணப்படுகின்றது.

தேசிய பொருளாதார நிலையும் தேயிலை உற்பத்தியும் கூலியும்

இலங்கையானது இந்தியா மற்றும் கென்யாவின் விலைகளோடு போட்டியிடுவது பொருத்தமானதா என்ற கேள்வியை எழுப்ப வேண்டியுள்ளது. இந்தியா மற்றும் கென்யா ஆகியவற்றின் தலாநபர் தேசிய வருமானம் கிட்டத்தட்ட ஒரே அளவாகும். அதாவது 2,000 அமெரிக்க டொலர்களை அண்மித்ததாகும். ஆனால் இலங்கையின் தலாநபர் வருமானம் 2018 இன் படி ஏறத்தாழ இரண்டு மடங்காக அதாவது 4,000 அமெரிக்க டொலர்களை அண்மித்ததாகும்.

கென்யாவின் தேயிலைத் தோட்டங்களினுடைய தொழிலாளர்கள் சராசரியாகப் பெறும் கூலியின் அளவு கிட்டத்தட்ட 5 அமெரிக்க டொலருக்குச் சமமானதென சில அறிக்கைகள் கூறுகின்ற போதிலும், பெரும்பாலான கள ஆய்வு அறிக்கைகள் அங்கு தேயிலைக் கொழுந்து பறிக்கும் தொழிலாளர்களின் நாளாந்தக் கூலி 2 (இரண்டு) அமெரிக்க டொலர்களின் பெறுமதிக்கும் குறைவாக இருப்பதாகவே தெரிவிக்கின்றன.

இந்தியாவில் அஸ்ஸாம் மற்றும் மேற்கு வங்காளத்திலுள்ள தேயிலைத் தோட்டங்களில் கொழுந்து பறிக்கும் தொழிலாளர்களுக்கு கடந்த ஆறு மாதங்களுக்கு முன்னர் வரை 167 (இந்திய) ரூபாவே நாட்கூலியாக வழங்கப்பட்டது. இப்போது அது 217 ரூபாவாக அந்தந்த மாநில அரசாங்கங்களினால் (கிட்டத்தட்ட 3 அமெரிக்க டொலர்களுக்கு சமனாக) நிர்ணயிக்கப்பட்டுள்ளது, அதேவேளை கேரளாவில் 375 ரூபாவாகவும் (கிட்டத்தட்ட 5 அமெரிக்க டொலர்களுக்கு சமன்), தமிழ்நாட்டில் 335 ரூபாவாகவும் உள்ளது. இந்தியாவின் தேயிலை உற்பத்தியில் 75 தொடக்கம் 80 சதவீதமான தேயிலையை உற்பத்தி செய்வது அஸ்ஸாம் மற்றும் மேற்கு வங்காளம் ஆகிய இரண்டு மாநிலங்களுமே. மேலும் அவற்றின் தேயிலையே

இந்தியாவின் தேயிலை ஏற்றுமதியில் மிகப் பெரும் இடத்தைப் பெறுகின்றன. எனவே அந்த மாநிலங்களின் கூலி அளவே இங்கு ஒப்பீட்டுக்குப் பொருத்தமானதாகும்.

இலங்கையில் ஐந்து ஆண்டுகளுக்கு மேற்பட்ட நீண்ட போராட்டத்திற்குப் பிறகு தற்போது தேயிலைக் கொழுந்து பறிக்கும் தொழிலாளர்களின் நாட்கூலியாக 1,000 ரூபா (ஐந்து அமெரிக்க டொலர்களுக்கு சமமானது) நிர்ணயிக்கப்பட்டுள்ளது. எனவே இலங்கையினது தேயிலையின் உற்பத்திச் செலவுகளோடு ஒப்பிடுகையில் இந்திய மற்றும் கென்ய நாடுகளின் தேயிலை உற்பத்திச் செலவுகள் குறிப்பிடத்தக்க அளவு குறைவானவையாகும்.

இந்நிலையில் சர்வதேச சந்தையில் இந்திய மற்றும் கென்ய நாடுகளின் தேயிலையோடு விலைகள் தொடர்பில் இலங்கையின் தேயிலை போட்டியிட முடியாது. இதனைச் சுருக்கமாகக் கூறுவதானால், சர்வதேச சந்தைக்கான தேயிலை உற்பத்தியானது மிக வறிய நாடுகளின் – அதாவது மிகக் குறைவான நாட் கூலிக்கு தொழிலாளர்கள் கிடைக்கக் கூடிய நாடுகளுக்கே பொருத்தமானதாகும். எனவே இலங்கை தொடர்ந்தும் தேயிலை உற்பத்தியை ஒரு முக்கியமான பொருளாதாரமாக கொண்டு செல்ல வேண்டுமாயின் தேயிலைத் தோட்டத் தொழிலாளர்களின் வாழ்க்கை நிலையை மிகவும் கீழ் நிலையிலே தொடர்ந்தும் வைத்திருக்க வேண்டும் என்பதே இங்கு நியதியாக உள்ளது.

இதே இடத்தில் மற்றொரு உண்மையையும் பதிவு செய்வது பிரதானமானதாகும். அதாவது, இந்தியாவின் மொத்த தேயிலை உற்பத்தியில் 20 க்கும் 25 க்கும் இடைப்பட்ட சதவீத அளவு தேயிலையையே இந்தியா ஏற்றுமதி செய்கிறது. ஆனால், இலங்கையோ தனது மொத்த தேயிலை உற்பத்தியில் 85 அல்லது 90 சதவீதமான தேயிலையினை ஏற்றுமதியை நம்பியே உற்பத்தி செய்கின்றது. எனவே இந்தியாவை விட இலங்கை பல மடங்கு அதிகமாகவே தனது தேயிலைக்கான சந்தைக்கு அந்நிய நாடுகளை நம்பியிருக்கின்றது.

அவ்வாறு தேயிலையால் கிடைக்கும் வருமானம் இலங்கையின் விவசாய உற்பத்திப் பொருட்களின் ஏற்றுமதியில் மூன்றில் இரண்டு பங்கு இடத்தைப் பிடித்துக் கொள்கின்றது. அந்த

வகையில், இன்றைய இலங்கையின் பொருளாதார கட்டமைப்பில் அதன் தேயிலை உற்பத்தி பிடித்துக் கொண்டிருக்கும் பங்கானது இலங்கையினுடைய பொருளாதார அம்சங்கள் தற்போது சிக்கியுள்ள நிலைமைகளுக்கு எந்த அளவு பிரதான காரணியாக உள்ளது என்பதையும் இங்கு புரிந்து கொள்ளலாம்.

குறிப்பு: 1,000 ரூபா கூலியானது 2022 ஆம் ஆண்டில் ஏற்பட்டுள்ள அசாதாரண நிலைமைகள் காரணமாக அமெரிக்க டொலர் பெறுமதியில் மூன்று டொலருக்கும் சற்றுக் குறைவானதாகும். நாட்டில் அடிப்படைத் தேவைப் பண்டங்களின் விலைகள் இரண்டரை அல்லது மூன்று மடங்கென அதிகரித்திருக்கும் சூழ்நிலையில் இந்த 1,000 ரூபா சம்பளம் என்பது தொடருமாக இருந்தால் அது தொழிலாளர்களின் வாழ்க்கைச் செலவு தொடர்பில் பெரும் நெருக்கடிகளை உருவாக்கும். இலங்கையின் நாணயத்தின் பெறுமதி மீண்டும் உயர்வதற்கான வாய்ப்புக்கள் இல்லை. எனவே நாட்டில் கூலியின் மற்றும் சம்பளத்தின் அளவுகள் கூடியே ஆக வேண்டும். எனவே இங்கு மேற் கொள்ளப்பட்டுள்ள ஆய்வில் இப்போது இலங்கை நாணயத்துக்கு உள்ள அந்நியச் செலாவணி விகிதத்தைத் தவிர்ப்பதே பொருத்தமானதாகும்)

தேயிலைத் தொழிலாளர்களின் கூலி பாதாளத்திலிருக்க ஏனையவர்களின் சம்பளம் தனியாக மலையேறுமா!

தேயிலை மற்றும் றப்பர் தோட்டத் தொழிலாளர்களுக்கு பலமான தொழிற்சங்கங்கள் உள்ளன. இவற்றின் ஏற்றுமதி வருமானத்தின் முக்கியத்துவம் கருதி அரசாங்கமும் இதன் தொழிலாளர்கள் விடயத்தில் அக்கறை காட்ட வேண்டிய கட்டாயத்தில் உள்ளது. ஆனால் இந்த நிலைமைகள் ஏனைய விவசாயத்துறை உற்பத்திகளில் உள்ள தொழிலாளர்களுக்குக் கிடையாது. அப்படியிருந்தும் தேயிலைத் தொழிலாளர்கள் 1,000 ரூபாவை அடிப்படை நாட்கூலியாகக் கேட்டு பல ஆண்டுகளாக போராடினார்கள்.

கடைசியாக, அரசாங்கம் 1,000 ரூபாவை அடிப்படையான நாட்கூலியாக நிர்ணயிக்காமல் மொத்த நாட் கூலியாக வழங்குவதற்கே ஏற்பாடு செய்தது. தேயிலைத் தோட்டக்

கம்பனிகள் இந்தக் கூலியையாவது வாரம் தோறும் 6 நாட்களுக்கு வேலை கொடுத்து வழங்கினாலும் பரவாயில்லை என்று கருதப்பட்டது. ஆனால் நடைமுறையில் வாரத்தில் 5 நாட்கள் கூட அல்ல, மாதத்தில் 13 நாட்கள் — அதிக பட்சம் 15 நாட்கள் மட்டுமே கொழுந்து பறிக்கும் தொழிலாளர்களுக்கு வேலை வழங்கும் திட்டத்தையே தேயிலைத் தோட்டக் கம்பனிகள் செயற்படுத்துகின்றன.

அதிலும் குறிப்பாக 20 கிலோ தேயிலைக் கொழுந்து பறித்தால்தான் அந்தச் சம்பளம் என கம்பனிகள் நிர்வாகம் நிர்ப்பந்திப்பதாகவும், அந்த அளவு தேயிலையை ஒரு நாளில் பறிக்க முடியாமல் இரண்டு நாட்கள் வேலை செய்தாலும் அதே 20 கிலோவுக்கு 1,000 ரூபாவும் அதற்கு மேலதிகமாக பறிக்கப்பட்ட கொழுந்துகளுக்கு கிலோவுக்கு ஒரு தொகையெனவும் கூலி வழங்கப்படுவதாகவும் கூறப்படுகிறது.

இந்த வகையில் இங்கு தேயிலைத் தொழிலாளர்கள் மாதம் முழுமைக்குமாக உழைக்கும் வருமானம் 15,000 (பதினைந்தாயிரம்) ரூபாவைத் தாண்டுவது முடியாத காரியமாகவே உள்ளது. அதேவேளை தோட்ட லயன்களிலுள்ள தொழிலாளர்கள் வெளியிடங்களில் வேலை செய்யப் போவதற்கும் முடியாத கட்டாய சூழ்நிலையில் வைக்கப்பட்டிருக்கிறார்கள். இது கொத்தடிமைத்தனத்தின் மற்றொரு வடிவமாகவே உள்ளது.

இதிலுள்ள இன்னுமொரு பிரதானமான விடயம் என்னவென்றால் இந்த 1,000 ரூபா கூலியில் 100 ரூபாவை அரசாங்கமே தனது வரவு செலவுத் திட்டத்தினூடாக வழங்குகின்றது என்பது கவனத்திற் கொள்ளப்பட வேண்டியதோர் விடயமாகும்.

இந்தச் கூலி எல்லையை மீறாமலே மலையகத்தின் அனைத்துப் பாகங்களிலும் நடைபெறும் அனைத்து பயிர் உற்பத்திகளிலும் ஈடுபடுகின்ற விவசாய கூலித் தொழிலாளர்களின் கூலியும் நிர்ணயிக்கப்படுகின்றதென்பது இங்கு கவனத்திற்கு உரியதோர் விடயமாகும். தனியார் சிறு தேயிலைத் தோட்டங்களில் அவ்வப்போது வேலை வாய்ப்பு கிடைக்கும் கூலித் தொழிலாளர்களும் நாட்கூலியாக 1,000 ரூபாவுக்கும் குறைவாகவே பெறுகின்றனர்.

தேயிலை தோட்ட சிறு நில உடைமையாளர்களில் பெரும்பான்மையானவர்களின் வாழ்க்கை நிலைமையும் வறுமைக் கோட்டு மட்டத்திலேயே உள்ளது.

இவர்கள் தமது நிலங்களில் தாமே பெரும்பாலும் தொழிலாளர்களாகவும் உள்ளனர்.

இவ்வகையானவர்களிற் பெரும்பான்மையானவர்களின் பிரதானமான வருமானம் அவர்களின் தேயிலைப் பயிர்ச் செய்கையிலிருந்தே பெறப்படுகின்றது.

உற்பத்திச் செலவுகளைக் கழித்து விட்டுப்பார்த்தால் இவர்கள் ஒரு ஏக்கர் தேயிலை செய்கையிலிருந்து பெறுகின்ற மாதாந்த சராசரி வருமானம் ரூபா 25,000 ரூபாவைக் கடப்பதென்பது மிகவும் அரிதான ஒன்றாகும். 3,00,000 (மூன்று லட்சம்) ஏக்கர் நிலத்தை சுமார் நான்கரை (4.5) லட்சத்துக்கு மேற்பட்டவர்கள் உடைமையாகக் கொண்டிருந்தால் மிகப் பெரும்பான்மையானவர்கள் அரை ஏக்கருக்கும் குறைவான நிலத்தையே உடைமையாகக் கொண்டிருக்கிறார்கள் என்பதே அர்த்தமாகும்.

- இவர்கள் தமது உடைமையாக தேயிலைத் தோட்டத்தைக் கொண்டிருப்பதனால் சொந்தமாக தமக்கென ஒரு வீட்டைக் கொண்டிருக்க முடிகின்றது.
- மேலும் தமது நிலத்தில் ஒரு பகுதியை தமது சீவனோபாய தேவைகளுக்காக ஏனைய உப உணவுப் பயிர்களை வளர்க்கவும் ஒரு சிறிய அளவில் கால் நடை வளர்ப்புக்களில் ஈடுபடவும் முடிகின்றது.
- குறிப்பிட்ட எண்ணிக்கையில் நீண்டகால பயன்தரு மரங்களைக் கொண்டிருக்கவும் வாய்ப்பாக உள்ளது.

இவ்வாறான நிலைமைகளால் இவர்களின் வாழ்க்கை நிலைமை தேயிலை பெருந் தோட்டக் கம்பனிகளின் கீழ் வேலை செய்யும் தொழிலாளர்களை விட முன்னேற்றகரமானது என்பதில் சந்தேகமில்லை. எனினும் இவர்களின் பொருளாதார வாழ்க்கைத் தரத்தைப் பொறுத்த வரையில், வறுமைக் கோட்டை கணிசமான அளவுக்குத் தாண்டிய ஒரு முன்னேற்றமான நிலையைப் பெற்றுள்ளார்கள் எனக் கூற முடியாது.

இந்த சிறு தேயிலைத் தோட்ட உடைமையாளர்கள் மூலதன வளம் கொண்டவர்களாகவோ அல்லது தம்மிடமுள்ள நிலத்தை உச்ச பயன்பாடுடையதாக ஆக்கும் ஆற்றல் கொண்டவர்களாகவோ இல்லை என்பது மிக முக்கிமானதொரு விடயமாகும். மேலும் இவர்கள் அறுவடை செய்து, தமது பசுந் தேயிலையை தேயிலைத் தொழிற்சாலைக்கு விற்பனை செய்கையில் கிடைக்கின்ற விலையும் ஒரு பிரதானமான பிரச்சினையாக உள்ளது.

இவர்களால் தமது உற்பத்தியை நேரடியாக சந்தைப்படுத்த முடியாதபடியினால் தேயிலை உற்பத்தித் தொழிற்சாலைக் கம்பனிகள் நிர்ணயிக்கும் விலையை ஏற்றுக் கொள்ள வேண்டியவர்களாகவே உள்ளனர். இவ்விடயத்தில் அரசாங்கமும் தேயிலைக் கம்பனிகளின் நிலைப்பாடுகளுடன் ஒத்துப் போவதாகவே உள்ளது. இங்கு அரசாங்கம் வழங்கும் பல்வேறு மான்யங்களும் சமூக நல ஏற்பாடுகளுமே இந்த சிறு தேயிலைத் தோட்டக்காரர்களுக்கான சமூக பொருளாதார பாதுகாப்பை உறுதிப்படுத்துகின்றது.

தேயிலைத் தோட்டங்களின் கூலி அளவானது ஏனையவற்றிலும் கூலிக்கு எல்லைக்கோடு போடுகிறது

மலையகம் தவிர்ந்த விவசாயப் புறங்களில் உள்ள கூலித் தொழிலாளர்களின் வருமானமும் தேயிலைத் தோட்டங்களினுடைய தொழிலாளர்களின் கூலிக்கு அண்மித்ததாகவே உள்ளது.

ஏற்றுமதியோடு தொடர்பாக இருக்கின்ற இலங்கையின் பிரதான தொழிலான ஆடை தயாரிப்பு தொழிற்சாலைகளை எடுத்துக் கொண்டால் அங்கு வேலை செய்யும் பெண் தொழிலாளர்கள் மாதத்தில் 25 நாட்கள் கடுமையாக உழைத்து பெறுகின்ற சம்பளம் ரூபா 20,000 க்கும் 30,000 க்கும் இடைப்பட்டதாகவே உள்ளது. இந்த சம்பளத்தை நாட்கூலியில் பார்த்தால் தேயிலைத் தோட்டத் தொழிலாளர்களின் சராசரி நாட் கூலியை விட சற்று உயர்ந்ததாக உள்ளதே தவிர திருப்தி கொள்ளக் கூடிய அதிகரிப்பை இங்கும் காண முடியவில்லை.

நகரப் புறங்களில் பெரும்பான்மையினராக இருக்கின்ற உதிரித் தொழிலாளர்களின் கூலிகள் பெருந் தோட்டத்தில் உள்ளதை விட அல்லது கிராமப்புற விவசாய கூலித் தொழிலாளர்களுக்குக் கிடைப்பதை விட 40 அல்லது 50 சதவீதம் அதிகமானதாக இருப்பினும் அதே அளவுக்கு நகரப் புற வாழ்க்கையின் செலவுகளும் உயர்ந்ததாகவே உள்ளன.

ஒரு நாட்டின் ஒரு பிரதான பகுதி தொழிலாளர்களின் கூலியின் அளவானது நாட்டின் அனைத்துப் பகுதிகளினதும் பொதுவான கூலியளவை திட்டவட்டமாக நேரடியாக நிர்ணயிக்கின்றது எனக் கூற முடியாவிட்டாலும் ஒன்றோடொன்று தொடர்பைக் கொண்டிருக்கின்றன என்பதை புரிந்து கொள்ள முடியும். அந்த வகையில் தேயிலை பெருந் தோட்டத் துறையில் நிலவும் கூலி அளவானது மிகத் தாழ்ந்த நிலையில் இருக்கையில் நாட்டின் ஏனைய துறைகளில் கூலியின் அளவு பெரியதொரு இடைவெளியைக் கொண்டதாக உயர்ந்திருக்க முடியாது என்பதே உண்மையாகும்.

◉

15

தேயிலையோடு வாழும் மக்களின் வாழ்க்கையில் மறுமலர்ச்சி ஏற்பட தீவிர மாற்றங்கள் வேண்டும்!

கடந்த பகுதியில் இலங்கையானது ஏற்றுமதியை இலக்காகக் கொண்டு தேயிலைத் உற்பத்தியைத் தொடருவது இலங்கையின் தேசிய பொருளாதார வளர்ச்சிக்குப் பொருத்தமற்றது என்பது தொடர்பான பல விடயங்கள் சுட்டிக்காட்டப்பட்டன. மேலும் தேயிலை பெருந் தோட்டங்களில் வேலை செய்யும் தொழிலாளர்களினதும் மற்றும் பெரும்பான்மையான சிறு தேயிலைத் தோட்டக்காரர்களினதும் பரிதாபகரமான பொருளாதார நிலைமைகளும் விபரிக்கப்பட்டன.

தேயிலை நிறைந்த மலையகத்தை மாற்றுப் பண்ட உற்பத்திகளுக்கு மாற்றுதல் பற்றியும் பெருந்தோட்ட கம்பனிகளின் கீழுள்ள நிலங்களை அத் தோட்டங்களில் உள்ள தொழிலாளர்களுக்கு பகிர்தல் பற்றியும் இங்கு நோக்கலாம்.

இலங்கையின் தேயிலைத் தோட்டங்களின் அளவு, அதில் ஈடுபடும் உழைப்பாளர்களின் எண்ணிக்கை, பெறப்படுகின்ற தேயிலையின் விளைச்சல் போன்ற விடயங்கள் கடந்த பகுதியில் ஏற்கனவே தரப்பட்டுள்ளன. இங்கு அவற்றை மேலும் தெளிவாக அதாவது, மலையகத்தின் தேயிலைத் தோட்ட பொருளாதாரம் பற்றிய தரவுகளையும், அவற்றைக் கொண்டு மேற்கொள்ளப்படும் கணக்குகளிலிருந்து பெறப்படும் விடைகளையும் கொண்டு அப்பொருளாதாரம் பற்றிய ஓரளவு துல்லிய சித்திரத்தை காண்பதற்கு முயற்சிக்கலாம்.

அந்த அடிப்படையிலான ஒரு தொகுப்பை இங்கு முதலில் பார்க்கலாம்:

- இலங்கையில் தேயிலைத் தோட்டங்களென மொத்தமாக உள்ள நிலங்கள் ஏறத்தாழ ஐந்து (5) லட்சம் ஏக்கர்கள்.

- இதில் பெருந் தோட்டங்களிடமுள்ள இரண்டு (2) லட்சம் ஏக்கர் நிலங்களில் சுமார் ஒரு (1) லட்சம் ஏக்கர் பரப்பளவான நிலங்கள் தேயிலை பயிர்களைக் கொண்டதல்ல என அரசாங்கம் கணக்கெடுத்துள்ளது.

- அண்மைய கணக்கெடுப்பின்படி தனியார்களிடம் — சிறு தேயிலைத் தோட்ட உடைமைகளாக — மூன்று (3) லட்சத்து இருபத்தி ஏழாயிரம் (3,27,000) ஏக்கர் நிலங்கள் உள்ளன. அதன் உடைமையாளர்களின் எண்ணிக்கை நான்கரை (4.5) லட்சத்தை தாண்டியதாக ஆகிவிட்டது.

- இவர்களிடம் உள்ள நிலங்கள் பூரணமாக தேயிலை மரங்களை — செடிகளை மட்டுமே கொண்டன என்றில்லை. ஒவ்வொரு உடைமையாளரும் அதில் ஒரு பகுதியை வேறு பயிர்களுக்காகவும் மற்றும் தமது ஏனைய தனிப்பட்ட தேவைகளுக்காகவும் பயன்படுத்துகின்றனர் என்பதுவும் இங்கு கணக்கிடப்பட வேண்டிய ஒன்றாகும். அந்தக் கணக்கெடுப்பை அரசாங்கம் திட்டவட்டமாக மேற்கொண்டுள்ளதா என்பதை அறிய முடியவில்லை.

- எனினும் அதற்காக, மொத்தத்தில் 15 தொடக்கம் 20 சதவீத நிலங்களை ஒதுக்கிவிட்டுப் பார்த்தாலும் கூட, சிறு தேயிலைத் தோட்ட உடைமையாளர்கள் மொத்தத்தில் தேயிலை உற்பத்திக்கு ஈடுபடுத்தியுள்ள நிலங்களின் மொத்த பரப்பளவு கிட்டத்தட்ட 2,50,000 (இரண்டு லட்சத்து ஐம்பதாயிரம்) ஏக்கர் எனக் கொள்ளலாம்.

தொழிலாளர்களும் சரி, உடைமையாளர்களும் சரி தேயிலைத் தோட்டங்களை நம்பி வாழ முடியாது

இந்த நிலங்களிலிருந்து 2018-19 ஆம் ஆண்டுகளில் பெற்ற வருடாந்த விளைச்சல் சுமார் 2,400 (இரண்டாயிரத்து நானூறு)

லட்சம் கிலோக்களாகும். அந்த வகையில் இங்கு ஒரு ஏக்கர் தேயிலை பயிர்களிலிருந்து பறிக்கப்பட்ட தேயிலைக் கொழுந்துகளிலிருந்து தயாரிக்கப்பட்ட தேயிலையின் அளவு கிட்டத்தட்ட 1,000 கிலோக்கள் என ஆகின்றது.

சராசரியாக 4 கிலோ கொழுந்துகளிலிருந்து ஒரு கிலோ தேயிலை பெறப்படுவதாக ஆய்வுகள் தெரிவிக்கின்றன. அந்த வகையில் பார்த்தால் ஒரு ஏக்கர் தேயிலைச் செடிகளிலிருந்து பறிக்கப்படும் கொழுந்துகளின் அளவு சுமார் 4,000 கிலோக்களாகும்.

இந்த கொழுந்துகளை தேயிலை உற்பத்தித் தொழிற்சாலைகளுக்கு விற்கையில் தற்போது சராசரியாக ஒரு கிலோவுக்கு 80 ரூபாவே கிடைப்பதாகக் கூறப்படுகிறது. இங்கு தமது நிலத்தில் தேயிலை உற்பத்திச் செயற்பாடுகளை மேற்கொள்கிற பொழுது முழுமையாக குடும்ப உறுப்பினர்களின் உழைப்பில் மட்டும் தங்கியிருக்கவில்லை. வெளியிலிருந்தும் உழைப்பாளர்களை கூலிக்கு அமர்த்துவது வழமையாக உள்ளது.

இந்த வகையில் இந்த தோட்டக்காரர்கள் தேயிலைக் கொழுந்தை உற்பத்தி செய்வதற்கு பல்வேறு வகையிலுமாக மொத்தத்தில் சராசரியாக ஒரு கிலோவுக்கு 30 அல்லது 35 ரூபாக்களை செலவு செய்ய வேண்டியுள்ளது. அதேவேளை தமது சுய உழைப்புக்கான பெறுமதியோ தமது குடும்ப உறுப்பினர்களினுடைய உழைப்பின் பெறுமதியோ உள்ளடங்கவில்லை.

எனவே இவர்கள் ஒரு கிலோவுக்கு உயர்ந்த பட்சம் 50 ரூபாவையே நிகர வருமானமாகப் பெறுகின்றனர் என பார்த்தாலும் ஒரு ஏக்கர் நிலத்திலிருந்து உற்பத்தி செய்யப்படும் 4,000 கிலோ தேயிலைக் கொழுந்தை விற்று கிடைக்கின்ற நிகர வருமானம் இரண்டு லட்சம் (2,00,000) ரூபா மட்டுமே. அதாவது மாதக் கணக்கில் பார்த்தால் சுமார் 16,000 (பதினாறாயிரம்) ரூபாக்கள் மட்டுமே.

அந்த வகையில் இங்குள்ள யதார்த்தம் என்னவென்றால் இரண்டு லட்சத்து ஐம்பதாயிரம் (2,50,000) ஏக்கர் தேயிலைத் தோட்டங்கள் சுமார் நான்கரை (4.5) லட்சம் பேரினது உடைமைகளாக உள்ளன. தனியார் சிறுநில உடைமையாளர்கள் என்ற வரைவிலக்கணத்தின்படி 10 ஏக்கர் வரை உடைமையாகக்

கொண்டிருப்பவர்கள் உள்ளடங்குகின்றனர். எனவே, இங்கு 90 சதவீதமானவர்கள் கொண்டிருக்கும் தேயிலைத் தோட்டம் அரை ஏக்கரை அண்மித்ததாக அல்லது அரை ஏக்கருக்கும் குறைவானதாகவே உள்ளது.

எனவே இவர்கள் தமது தோட்டத்திலிருந்து பெறப்படும் தேயிலையின் மூலமாக கிடைக்கும் வருமானத்தை தமது மொத்த வருமானத்தின் ஒரு பகுதியாக மட்டுமே கொள்ள முடியும். உடைமையாக உள்ள நில அளவு எவ்வளவாக உள்ளது என்பதைப் பொறுத்தே அவர்களது குடும்ப மொத்த வருமானத்தில் கணிசமான பகுதி வருமானமாகவோ அல்லது மிகச் சிறு பகுதியாகவோ – அமைகின்றது.

எனவே, ஒட்டு மொத்தத்தில் பார்த்தால் இங்கு தோட்டக் கம்பனிகளின் கீழ் வேலை செய்யும் தொழிலாளர்கள் மட்டுமல்ல தனியார் தேயிலைத் தோட்ட உடைமையாளர்களிலும் மிகப் பெரும்பான்மையானவர்கள் தேயிலைத் தோட்டங்களை நம்பி தமது பொருளாதார வாழ்வை நகர்த்த முடியாதவர்களாக உள்ளனர் என்பதையே இங்கு காண முடிகின்றது.

இடையில் இங்கே ஒரு குறிப்பு:

இத் தொடரில் தரப்பட்டுள்ள புள்ளிவிபரங்கள் அரசாங்க அறிக்கைகளையும் பல்வேறு கள ஆய்வு அறிக்கைகளையும் அடிப்படையாகக் கொண்டவை. அவ்வாறு கிடைக்கும் புள்ளி விபரங்களிற் பல சில ஆண்டுகளுக்கு முற்பட்ட நிலைமைகளின் தரவுகளாகவே பெரும்பாலும் உள்ளன. இங்கு தேயிலைத் தோட்டங்கள் தொடர்பான ஆய்வுகளின் போதும் அவ்வாறான பிரச்சினையை எதிர்நோக்க வேண்டியுள்ளது.

எனினும், மலையகத்தைச் சேர்ந்த அறிவார்ந்த நண்பர்களுடனான கலந்துரையாடல்கள் மூலம் சில சந்தேகங்களுக்கான விடைகளை பெற்றுக் கொண்டே இக் கட்டுரைப் பகுதி வரையப்பட்டுள்ளது. இவ்வாறாக பெறப்பட்ட தரவுகளைக் கொண்டு மேற்கொள்ளப்பட்ட கணிப்புகளே இத் தொடரின் பல்வேறு இடங்களிலும் தரப்பட்டுள்ளன. இவை தொடர்பில் மிகவும் அண்மைக் கால தரவுகள் கிடைப்பதில் உள்ள சிரமங்களினால் இத் தொடரில்

ஆங்காங்கே தரப்பட்டுள்ள கணிப்புகளுக்கும் உண்மையான நிலவரங்களுக்கும் இடையில் சில இடைவெளிகள் – வேறுபாடுகள் இருக்கக் கூடும்.

இருப்பினும் இக்கட்டுரைத் தொடரில் கூறப்பட்டுள்ள ஒவ்வொரு விடயங்கள் தொடர்பாகவும் தரப்பட்டுள்ள சித்திரங்களும் – அவற்றின் ஊடாக முன்வைக்கப்பட்டுள்ள கருத்துக்களும் யதார்த்த நிலைமைகளிலிருந்து பெரிய அளவில் மாறுபாடானவைகளாக இருக்க மாட்டா என்பதில் உறுதியான நம்பிக்கையுடனேயே இக்கட்டுரைத் தொடர் வரையப்பட்டுள்ளது.

மேலும் காலத் தொடர் காரணமாக ஏற்படும் அதிகரிப்புகள் அல்லது குறைதல்கள் தொடர்பான புள்ளிவிபர வேறுபாடுகள் அடிப்படையான உண்மைகளை பெரும்பாலும் வேறுபடுத்திவிடமாட்டா என்பதோடு எந்த இடத்திலும் இங்கு தரப்பட்டுள்ள காட்சிகளுக்கும் யதார்த்தத்துக்கும் குறிப்பிடத்தக்க அளவில் வேறுபாடு ஏற்பட்டு விடாதிருப்பதற்கான கவனமும் இங்கு முன்னெடுக்கப்பட்டுள்ளது என்பதை தெரிவிப்பது கடமை என்ற நோக்கிலேயே இக்குறிப்பு இங்கே தரப்பட்டுள்ளது.

இக்கட்டுரையின் பிரதான விடயத்தை தொடருவோம்!

பெருந் தேயிலைத் தோட்ட நிலங்களை அரசு அதன் தொழிலாளர்களுக்கு பகிர வேண்டும்

- பெருந் தேயிலைத் தோட்ட நிலங்களை அதன் தொழிலாளர்களுக்கு பகிர வேண்டும்.

- தேயிலைத் தோட்டத் தொழிலாளர்களுக்கு நாட்டில் அத்தியாவசியப் பண்டங்களுக்கான விலைவாசிகளுக்கு ஏற்ப கூலி வழங்கப்பட வேண்டும்.

- வழங்கப்படுகின்ற கூலியின் அளவானது பொதுவாக ஏற்பட்டுள்ள சமூக பொருளாதார வளர்ச்சியின்

காரணமாக அத்தியாவசியமாகி விட்ட தேவைகளுக்குரிய பண்டங்களையும் உள்ளடக்கிய வகையில் தொழிலாளர் குடும்பங்கள் கொள்வனவு செய்யும் ஆற்றலைக் கொண்டிருக்க வேண்டும்.

- காலனித்துவ காலத்து லயன்களெல்லாம் இல்லாது ஒழிக்கப்பட்டு தொழிலாளர்கள் தமது சொந்த வீடுகளில் — போதிய அளவு விசாலம், மின்சாரம், குடிநீர் வசதி போன்ற அடிப்படைகளைக் கொண்டவர்களாக — வசிக்கின்ற நிலைமைகள் ஏற்படுத்தப்பட வேண்டும்.

- அவர்கள் வசிக்கும் வீடுகளுக்கு அவர்களுக்கென சொந்த முகவரிகளைக் கொண்டவர்களாக இருக்க வேண்டும்.

- தொழிலாளர்களின் குடும்ப உறுப்பினர்கள் தரமான வைத்திய வசதிகளையும் தகுதியான கல்வியையும் பெறுகின்ற ஏற்பாடுகள் செய்யப்பட வேண்டும்.

- தோட்டங்களில் வாழும் தொழிலாளர்களுக்கு மாதத்தில் குறைந்த பட்சம் 22 நாட்களுக்கு வேலைவாய்ப்புக்கள் கிடைப்பதற்கான ஏற்பாடுகளை பெருந் தோட்டக் கம்பனிகள் மேற்கொள்ள வேண்டும்.

இவ்வாறானவற்றை ஏற்று நடைமுறைப்படுத்த வேண்டுமென தேயிலை பெருந்தோட்டக் கம்பனிகளை — அரசாங்கமோ, தொழிற்சங்கங்களோ அல்லது தொழிலாளர்களின் நேரடியான போராட்டங்கள் மூலமோ — எந்த வகையில் — வற்புறுத்தினாலும் அவற்றை ஏற்பதற்கு தோட்டக் கம்பனிகள் தயாராக இல்லை என்பதே வெளிப்படை.

ஆனபடியினால் பெருந் தோட்டக் கம்பனிகளிடம் உள்ள நிலங்களை அரசு தனது கையகப்படுத்தி அவற்றை இத் தோட்டங்களில் வேலை செய்யும் ஒன்றரை லட்சம் தொழிலாளர்களுக்கும் பகிர்ந்தளிக்க வேண்டும் என்ற கோரிக்கை இப்போது மலையகத்தில் மேலெழுந்து வருகின்றது.

இலக்கியப் படைப்பாளரும் மலையக சமூக பொருளாதார நிலைமைகள் தொடர்பான ஆய்வாளரும் முன்னாள் பாராளுமன்ற உறுப்பினருமான மல்லியப்புசந்தி திலகராஜ்

போன்ற இளம் தலைமுறையினர் அதற்கான ஆதாரங்களையும் உரிய வாதங்களையும் முன்வைத்து தோட்டக் கம்பனிகளிடம் உள்ள நிலங்கள் அதன் தொழிலாளர்களுக்கு பகிர்ந்தளிக்கப்பட வேண்டுமென்ற கோரிக்கையினை பல்வேறு தளங்களிலும் முன்வைத்து வருகிறார்கள். மிக விரைவில் மலையக தமிழர்கள் மத்தியிலுள்ள அரசியற் கட்சிகளும் மற்றும் தொழிற்சங்கங்களும் இவ்விடயத்தினை முன்னணிக்குக் கொண்டு வருவதற்கான நிலைமைகளும் கனிந்துள்ளன என்பதை இங்கு குறிப்பிடுவது பொருத்தமானதாகும்.

கடந்த காலங்களில் அரசாங்கம் தேயிலைத் தோட்டங்களை சிறு உடைமைகளாக இலங்கையர்களுக்கு பிரித்துக் கொடுத்த போது மலையகத் தமிழ்த் தோட்டத் தொழிலாளர்கள் முற்றாக புறக்கணிக்கப்பட்டார்கள் என்பது கவனத்திற் கொள்ளப்பட வேண்டிய ஒரு விடயமாகும். அரசாங்கம் அவ்வாறான ஒரு நிலைமை ஏற்படாது பார்த்துக் கொள்வது மட்டுமல்லாது முன்னைய தவறுகளுக்கு ஈடு செலுத்தும் செய்யும் வகையில் மலையகத்து தமிழ்த் தோட்டத் தொழிலாளர்கள் மீது அரசாங்கம் அக்கறை செலுத்த வேண்டும்.

இன்று நான்கரை லட்சத்துக்கு மேற்பட்ட சிங்கள சமூகத்தவர்கள் தேயிலைத் தோட்ட உடைமையாளர்களாக மாறுவதற்கு ஏற்பாடுகள் செய்த இலங்கை அரசானது, இலங்கையின் நலன்களுக்காக இரு நூறு ஆண்டுகளாக பல தலைமுறையைத் தியாகம் செய்த மலையக தமிழ்ச் சமூகத்திற்கு நன்றியாக செயற்படுவது அவசியமாகும். மலையக பெரும் தோட்டங்களில் தொழிலாளர்களாக உள்ளவர்களுக்கு அந்த தேயிலைத் தோட்டங்களைப் பகிர்ந்தளித்தால், அவர்களால், இப்போது பெருந்தோட்டக் கம்பனிகள் வழங்கும் பொருளாதார பங்களிப்பை விட மிக அதிகமான அளவுக்கு நாட்டின் தேசிய நலன்களுக்கு நன்மையளிக்க முடியும்.

அந்த நிலங்களில் தொடர்ந்தும் அதே அளவுக்கு தேயிலை பயிர்ச் செய்கையைத் தொடர்வது அவசியமா என்ற கேள்விக்கான விடையைத் தேடுவது ஒரு புறமிருக்க, அதே அளவு நிலங்களை தேயிலைச் செய்கைக்கு தொடர்ந்தும் பயன்படுத்தினாலும் கூட, நேரடியாக தொழிலாளர்கள் தமது உடைமை என்ற உணர்வோடு

உற்பத்திகளை மேற்கொள்கிறபோது அவர்களால், தற்போது பெறப்படும் மொத்த தேயிலை உற்பத்தியை விட அதிகமான தேயிலையை உற்பத்தி செய்யவும், அத்தோடு, இலங்கைக்குத் தேவையான ஏனைய உணவுத் தேவைகள் தொடர்பிலும் பாரிய பங்களிப்பினை வழங்கவும் அவர்களால் முடியும்.

இவ்வாறான சரியான திசையில் சரியான முறைகளில் நல்ல எண்ணங்களோடு திட்டங்களை முன்னெடுப்பதற்கு இலங்கையை ஆளுபவர்கள் தயாராகவும் துணிச்சல் கொண்டவர்களாகவும் இருந்தால் இலங்கை பொருளாதார ரீதியில் உருப்படுவதற்குத் தேவையான ஒரு வழியை நிச்சயமாகத் திறக்க முடியும். செய்வார்களா இலங்கையை ஆளுபவர்கள் என்பது கேள்வியே. நடைமுறைகளினூடாக பதில் தர வேண்டியது அவர்களே!

ஆனால் ஒன்று மட்டும் உண்மை – அதாவது பெரும் தேயிலைத் தோட்டக் கம்பனிகளிடம் இவ்வளவு பெருந் தொகையான நிலங்கள் உடைமையாக இருப்பதுவும், இத் தோட்டங்களின் கூலி நிலைமை இவ்வளவு மோசமாக இருப்பதுவும் ஒட்டு மொத்தத்தில் மலையகத் தோட்டத் தொழிலாளர்களுக்கு மட்டும் பாதகமானதல்ல, அதற்கும் மேலாக இலங்கையின் பொருளாதாரம் முழுமையும் குறைவிருத்தி நிலையில் இருக்கின்றமையும், அந்நிய சக்திகளை நம்பியே இலங்கை மக்களின் சீவியம் உள்ளமையும் தொடருமே தவிர, இலங்கை ஒரு சுயசார்பான, தன்னிறைவான பொருளாதார நிலையை நோக்கி முன்னேறுவதற்கு வழி விடமாட்டாது என்ற அடிப்படை உண்மையைப் புரிந்து கொள்வது அவசியமாகும்.

முன்னேறும் தொழில்நுட்பங்களை ஏற்காத துறைகளால் நாடோ தொழிலாளர்களோ நன்மை பெற முடியாது

இலங்கையின் மொத்தத் தேயிலை உற்பத்தி சுமார் 350 மில்லியன் கிலோ. இதில் இலங்கையர்கள் நுகரும் தேயிலை 50 மில்லியன் கிலோவுக்கும் குறைவான அளவே. இலங்கை மக்களுக்குத் தேவையான அளவு தேயிலையையும், இலங்கையின் பொருளாதார நிலவரங்களுக்கு உரிய வகையில் உலக நாடுகளில் சந்தை வாய்ப்பைப் பெறக் கூடிய வகையான பெறுமதி

கூட்டப்பட்ட, தனித்துவமான தேயிலை உணவுப் பண்டங்களை உற்பத்தி செய்வதையுமே இலங்கை மேற்கொள்ள வேண்டும்.

பசுமையான தேயிலை (Green Tea), மூலிகைத் தேயிலை (Herbal Tea) போன்ற தேயிலை உற்பத்திகளை இலங்கைக்கே உரிய வகையிலும் மிகுந்த சுகாதாரமான முறைகளிலும் ஆக்க உற்பத்திகள் செய்து உலக நாடுகளில் சந்தைப் படுத்துகையில் அவை விவசாயப் பண்டமாக அல்லாமல் கைத்தொழிற் பண்டங்களுக்குரிய விலைகளைப் பெற முடியும். மேலும் தேயிலையிருந்து மருத்துவ தேவைகளுக்கான உற்பத்திகளையும், அழகு சாதன உற்பத்திகளையும் கணிசமான அளவில் இலங்கையால் உற்பத்தி செய்ய முடியும். இப்போது ஏற்றுமதியில் இருக்கும் தேயிலையானது சர்வதேச வர்த்தகத்தில் முதன்மைப் பண்டங்கள் (Primary Commodities) என்ற வகையாகவே உள்ளது. இந்த வகைப் பண்டங்களுக்கு சர்வதேச சந்தையில் கிடைக்கும் விலைகள் அவற்றை ஏற்றுமதி செய்யும் நாடுகளின் வர்த்தக மாற்று விகிதத்தை பாதகமான போக்கில் செலுத்துவனவாகவே உள்ளன.

இந்தியாவின் பெரும்பாலான தேயிலைத் தோட்டங்களில் கைகளால் கொழுந்து பறிப்பதை விட வெட்டும் உபகரணங்களைப் பயன்படுத்தியோ அல்லது இயந்திரத்தால் இயக்குவிக்கப்படும் வெட்டுக் கருவிகளைப் பயன்படுத்தியோ தான் தேயிலை அறுவடை நடைபெறுகின்றது. இந்த வகையில் வெட்டுகையில் ஒரு தொழிலாளியால் மேற்கொள்ளப்படும் சராசரி அறுவடை நூற்றுக்கணக்கான கிலோவாக உள்ளது.

இயந்திரத் தொழில் நுட்பம் முன்னேற்றமடைய கருவிகளைப் பயன்படுத்தி தொழிலாளர்கள் தேயிலை அறுவடையை மேற்கொள்கிறபோது ஒரு தொழிலாளியின் சராசரி அறுவடை அளவு தொடர்ச்சியாக அதிகரிக்கின்றது. யப்பான் மற்றும் அவுஸ்திரேலியா போன்ற தொழில் வளர்ச்சியடைந்த நாடுகளில் தேயிலைச் செய்கையும் அறுவடைகளும் மிக நவீனமான இயந்திரங்களை ஈடுபடுத்தியே மேற்கொள்ளப்படுகிறது.

அவ்வாறான இயந்திரங்களைக் கொண்டு சில மணித்தியாலங்களில் ஆயிரக்கணக்கான கிலோ தேயிலையை அறுவடை செய்து விட முடியும். அதேபோல அந்த நாடுகளில் தேயிலை

தயாரிக்கும் தொழிற்சாலைகளில் கூட்டல், கழித்தல், பிரித்தல், வாட்டல், வறுத்தல், நிறுத்தல், அடைத்தல் போன்றவற்றிற்காக பயன்படுத்தப்படும் இயந்திரங்களும் மிகவும் நவீனமானவை. எவ்வாறாயினும் அந்த நாடுகளின் தேயிலை உற்பத்தியானது அவர்களது நாட்டினரது தேவைக்காகவும் மற்றும் ஏனைய ஆக்கத் தொழில் உற்பத்திகளுக்காகவுமே மேற்கொள்ளப்படுகின்றது.

மொத்த தேயிலை உற்பத்தியில் 85 அல்லது 90 சதவீதத்தை ஏற்றுமதி செய்வதற்கென உற்பத்தி செய்யும் இலங்கையானது அறுவடைகளை அதிகரிக்கக் கூடிய வகையான உபகரணங்களையோ கருவிகளையோ பயன்படுத்த முடியாது எனக் கூறப்படுகிறது. ஏனெனில் அவ்வாறாக அறுவடை செய்து தயாரிக்கப்படும் தேயிலையானது ஏற்றுமதிக்கு உரிய வகையான தராதரத்தைக் கொண்டதாக இருக்கமாட்டாது எனக் கருதப்படுகிறது. இதனாலேயே இங்கே கையினால் கொழுந்துகளைப் பறிக்கும் முறை கைவிடப்படாது கடைப்பிடிக்கப்படுகிறது.

அவ்வாறான நிலையில் ஒரு தொழிலாளியால் — அவர் மிகுந்த ஆற்றலுடையவராக இருந்தாலும் 20 அல்லது 22 கிலோவுக்கு மேல் பறிப்பது மிகமிக அரிதாகும். அதுவும் சாதகமான காலநிலையின் போது மட்டுமே அந்த அளவு சாத்தியமாகும். எனவே இலங்கையின் தேயிலை உற்பத்தியானது அந்த அளவுக்கு உள்ளேயே மொத்த உற்பத்திச் செலவையும் கூலியையும் கணக்கிட வேண்டியுள்ளது.

தேயிலை உற்பத்தியில் 70 சதவீதத்தை தேயிலை உற்பத்தி செய்யும் தொழிலாளர்கள் மற்றும் ஊழியர்களின் கூலி மற்றும் சம்பளங்கள் இடம் பிடித்து விடுவதாக தேயிலை உற்பத்திக் கம்பனிகள் கணக்கிடுகின்றன. கூலி மற்றும் சம்பளங்கள் அந்த அளவு பங்கை இடம் பிடித்தும் தொழிலாளர்களுக்கு வழங்கப்படுகின்ற கூலியின் அளவானது வறுமைக் கோட்டைத் தாண்டுவதற்குக் கூட போதுமானதாக இல்லை.

எனவே, இலங்கையின் தேயிலை உற்பத்தித் துறையானது தொழிலாளர்களுக்கும் நன்மை விளைவிக்கவில்லை, அத்துடன் தேசிய பொருளாதார நலன்களுக்கும் பாதகமான அடித்தளங்களைத் தொடர்ந்து பேணுவதாகவே உள்ளது.

மலையகத்து வளமான நிலங்களை மாற்று உற்பத்திகளுக்கு மாற்ற வேண்டும்

தேயிலை உற்பத்தியை ஓர் எல்லை வரை படிப்படியாகக் குறைத்து மாற்று உற்பத்திகளை நோக்கி மாற்றங்களை ஏற்படுத்த வேண்டுமென்பதே இக்கட்டுரையின் உறுதியான பரிந்துரை. மலையகத்தின் நிலங்கள் பல மாற்று உற்பத்திகளுக்கு மிகவும் வளம் மிகுந்த தளமாக — களமாகக் கூடியவை. அவற்றிற்குச் சாதகமான கால நிலைகளைக் கொண்டவை.

உருளைக் கிழங்கு உட்பட மலைவாழ் தகுதி கொண்ட மரக்கறி வகைகளைப் பயிரிடுவதன் மூலம் தேயிலையை விட மிக அதிகமாகவே பொருளாதார நன்மைகளை அடைய முடியும்.

நுவரெலியாவில் உருளைக் கிழங்கின் விளைச்சல் சராசரியாக ஏக்கருக்கு 10,000 (பத்தாயிரம் கிலோக்கள்). இது ஆறு மாதத்துக்குள் பெறப்படுவது. முறையாகச் செய்கை செய்தால் இந்த விளைச்சலை 16,000 (பதினாறாயிரம்) கிலோ வரை உயர்த்தலாம் என ஆராய்ச்சியாளர்கள் தெரிவிக்கின்றனர். 10,000 கிலோ எனக் கொண்டால் கூட, அரைவாசிச் செலவைக் கழித்து விட்டாலும், தேயிலையை விட அதிகமாக வருமானத்தைப் பெற முடியும்.

வருடத்தில் இரண்டு போகங்களாக இரண்டு வெவ்வேறுபட்ட பயிர்களை விளைவிக்க முடியும். உருளைக் கிழங்கின் விளைச்சலுக்கு கிட்டவே ஏனைய மலைவாழ் மரக்கறி வகைகளின் விளைச்சல்களும் அமைகின்றன.

இலங்கையின் மலைப்பகுதிகள் நீண்டகால மற்றும் குறுங்கால பழவகை பயிர்களுக்கும் ஏற்றதாகும். இலங்கையர்களின் போசாக்குக்குத் தேவையான மரக்கறிகள் மற்றும் பழ வகைகளின் அளவில் அரைவாசியையே இலங்கை உற்பத்தி செய்கிறது என பல துறைசார் ஆய்வாளர்கள் தெரிவிக்கின்றனர். அந்தப் பிரச்சினையை மலையகத்தின் மாற்றுப் பயிர்ச்செய்கையால் தீர்த்து வைக்க முடியும். அவற்றில் ஒரு பகுதியை பெறுமதி கூட்டல் வகையாக ஆக்க தொழில் உற்பத்திகள் செய்து உறுதியான ஏற்றுமதிகளையும் மேற்கொள்ள முடியும்.

இலங்கையின் பால் மா தட்டுப்பாடு எந்தளவுக்கு ஒரு பிரச்சினையாக மாறியிருக்கிறது என்பது அனைவரும் தற்போது அனுபவித்து வருகின்ற ஒன்றே. இதனை மலையகத்தின் மாற்று உற்பத்தியால் தீர்த்து வைக்க முடியும் என்பதில் சந்தேகமில்லை. இவற்றை விடுத்து, உணவுப் பண்டங்களை இறக்குமதி செய்வதால் அதிகாரக் கதிரைகளில் இருப்போரும் அவர்களை ஒண்டி வாழ்வோரும் இறக்குமதிகளால் தாங்கள் பெரும் நன்மையடைவதாக கருதி, மலையகத்தில் மாற்று உற்பத்திகளின் முன்னேற்றத்தை நோக்கிய மாற்றங்களை மேற்கொள்வதற்கு தயக்கம் காட்டினால் இலங்கையைக் காப்பாற்றுவது கடினமாகும்.

தேயிலைத் தோட்டங்களைப் போலவே, சுமார் மூன்று (3,00,000) லட்சம் ஏக்கர் பரப்பளவுக்கு மேற்பட்ட வளம் மிகுந்த நிலங்கள் றப்பர் தோட்டங்களால் நிறைந்தவையாக உள்ளன. இதுவும் நூற்றாண்டுகளுக்கு மேற்பட்ட கால வரலாற்றை இலங்கையில் கொண்டதாகும் – காலனித்துவம் உருவாக்கிய பொருளாதாரமே. தேயிலைத் தோட்டத் துறை போல றப்பர் உற்பத்தித் துறையும் ஒரு தேக்கமான தன்மையையே கொண்டிருக்கின்றது.

இங்கும் மனித உழைப்பின் செறிவை காலத்துக்கேற்ற வகையில் கணிசமான அளவுக்கு தொடர்ச்சியான வகையில் குறைப்பது முடியாத காரியமாகும். எனவே இலங்கையின் இன்றைய காலகட்டத்தின் பொருளாதாரத்துக்கு ஏற்ப, இந்த றப்பர் தோட்டத் துறையின் பொருத்தப்பாடு பற்றி மீள்பரிசீலனைகள் செய்யப்பட்டு மாற்று ஏற்பாடுகளை நோக்கிய முன்னேற்றங்கள் மேற்கொள்ளப்பட வேண்டும். இல்லையெனில் இந்த றப்பர் தோட்ட நிலங்களும் இலங்கையின் பொருளாதாரத்துக்கு எதிர்மறையான தாக்கங்களை விளைவிப்பவையாகவே அமையும்.

◉

SOAP
RICE
SALARY
DailyMirror

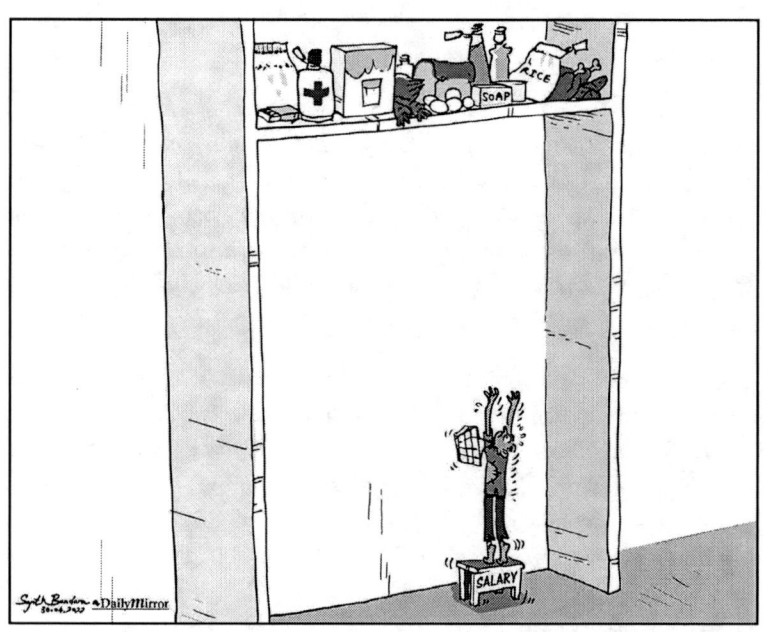

16

போதிய உணவுக்கான வளங்கள் இருந்தும் இறக்குமதிகளை நம்பி வாழும் இலங்கை

இலங்கையின் பொருளாதார முன்னேற்றத்துக்கு தேயிலைத் தோட்டங்கள் மற்றும் றப்பர் தோட்டங்கள் எவ்வகையில் பொருத்தமற்றவைகளாக மற்றும் எந்த வரையறைக்குள் பொருத்தப்பாடாக உள்ளன என்பதையும் மாற்று அணுகுமுறைகளின் அவசியம் பற்றியும் அவதானித்தோம். உள்நாட்டு உணவுப் பண்டங்களின் உற்பத்திகளின் நிலைமை தொடர்பான விடயங்களை அவதானிக்கலாம்.

- இலங்கையின் மொத்த நிலப்பரப்பில் 40 சதவீதம் விவசாய நிலப்பரப்பாக உள்ளது. அதாவது இருபத்து நான்கு (24,00,000) லட்சம் ஹெக்டேயர் நிலப்பரப்பு. இதனை ஏக்கர் கணக்கில் கூறுவதானால் சுமார் அறுபது (60,00,000) லட்சம் ஏக்கர் நிலப்பரப்பு.

- இதில் சுமார் இருபத்தி நான்கு (24,00,000) லட்சம் ஏக்கர்கள் தேயிலை, றப்பர் மற்றும் தென்னை பெருந் தோட்டங்களின் நிலங்களாகவும் அத்துடன் கோப்பி, கொக்கோ, மிளகு மற்றும் வாசனைத் திரவியங்களின் பயிர்களைக் கொண்ட நிலங்களாகவும் உள்ளன.

- நெல் பயிர் செய்கைக்காக சுமார் 18 லட்சம் ஏக்கர் நிலங்களும், ஏனைய பருவகால பயிர்கள் செய்யப்படுபவையாக சுமார் 6 லட்சம் ஏக்கர் நிலங்களும், பழவகைகள் மற்றும் பயன்தரு

மரங்களைக் கொண்டவையாக சுமார் ஐந்து லட்சம் ஏக்கர் நிலங்களும் உள்ளன.

* இவை தவிர மேய்ச்சல் நிலங்களாக சுமார் 60,000 (அறுபதாயிரம்) ஏக்கர் பயன்படுத்தப்படுகின்றது.

இந்த வகையில், இங்கு நாட்டு மக்களின் தேவைக்கான உணவுப் பண்டங்களை உற்பத்தி செய்வதற்காக நேரடியாக பயன்படுத்தப்படும் விவசாய நிலத்தின் அளவு சுமார் முப்பத்தைந்து லட்சம் (35,00,000) ஏக்கர் நிலப்பரப்பு. அதாவது சராசரியாக இலங்கைப் பிரஜை ஒருவருக்கு வேண்டிய உணவை உற்பத்தி செய்வதற்கு இருக்கின்ற நிலத்தின் அளவை நெற் காணிப் பரப்பில் கணக்கிட்டால் கிட்டத்தட்ட நான்கு (4) பரப்பு நிலம் மட்டுமே.

இந்த நான்கு பரப்பு நிலத்தைக் கொண்டுதான் சராசரியாக ஒரு ஆளுக்குத் தேவையான அரிசி, மா வகைகள், பருப்பு வகைகள், கிழங்கு வகைகள் உட்பட அனைத்து மரக்கறி வகைகள், பால் மற்றும் பாலுணவுப் பொருட்கள், முட்டை மற்றும் இறைச்சி வகைகள், சீனி மற்றும் இனிப்பு வகைகள், சமையல் எண்ணெய் வகைகள் மற்றும் உணவு தயாரிப்புக்கான உப உணவுப் பண்டங்கள் ஆகிய அனைத்தையும் உற்பத்தி செய்ய வேண்டும்.

இலங்கை எங்கும் பசுமையான காட்சி
இருந்தும் விவசாயத்தில் பின்தங்கிய நிலை

குறைந்த சனத் தொகையையும் கூடுதலான நிலப்பரப்பையும் கொண்ட நாடுகளை இங்கு இலங்கையோடு ஒப்பிடாமல் உலகிலேயே அதி கூடிய சனத்தொகையைக் கொண்ட நாடுகளான இந்தியா மற்றும் சீனாவை ஒப்பிடுவோமாயின், இலங்கையானது தலாநபருக்காகக் கொண்டிருக்கும் விவசாய நில அளவை அதிகமாகவே கொண்டுள்ளது. அதாவது இலங்கை சராசரியாக ஒரு பிரஜைக்கு நான்கு பரப்பு பயிர் செய் நிலத்தைக் கொண்டிருக்க, இந்தியாவோ 3 பரப்பு நிலத்தை மட்டுமே கொண்டிருக்கிறது. சீனாவோ இன்னமும் குறைவாக சுமார் இரண்டரை பரப்பளவு நிலத்தையே கொண்டிருக்கின்றது.

சீனா மற்றும் இந்தியாவோடு ஒப்பிடுகையில் பிரதான உணவு உற்பத்திகளில் இலங்கையின் உற்பத்தித் திறன் நிலையை கீழ்வரும் அட்டவணை மூலம் கண்டு கொள்ளலாம். இந்த ஒப்பீட்டின் மூலம் இலங்கை எவ்வளவு தூரம் விவசாயத்தில் பின்தங்கிய நாடாக உள்ளது என்பதைக் காணலாம்.

ஒரு ஏக்கருக்கான விளைச்சல் (கிலோ கிராமில்) – 2017 ஆம் ஆண்டு தரவுகள்

	சீனா	இந்தியா	இலங்கை
நெல்	2,765	1,540	1,250
மரவள்ளி	6,600	8,400	5,600
கத்தரிக்காய்	17,150	6,800	4,500
உருளைக்கிழங்கு	7,250	8,900	6,600
தக்காளி	22,300	10,500	6,060
பெரிய வெய்காயம்	8,800	6,800	6,200
மாம்பழம்	5,000	3,800	1,280

□ உலக உணவு மற்றும் விவசாய அமைப்பு (FAO)

இந்தியா மற்றும் சீனாவில் 40 சதவீத பயிர் செய் நிலங்களே நீர்ப்பாசன வசதிகளை நம்பியுள்ளன. ஏனையவற்றில் பருவகால மழையை நம்பிய விவசாயமே மேற்கொள்ளப்படுகிறது. ஆனால் இலங்கையிலோ 60 சதவீதமான பயிர் செய் நிலங்கள் நீர்ப்பாசன வசதியைப் பெறுகின்றன. இருந்தும் இலங்கையில் உணவுப் பயிர்செய்கைகளின் சராசரி விளைச்சல் மேற்குறிப்பிட்ட நாடுகளோடு ஒப்பிடுகையில் பின் தங்கிய நிலையில் இருப்பது கவனத்திற்குரிய ஒன்றாகும்.

இந்திய நிலைமைகளோடு ஒப்பிட்டால்,

- இலங்கை மக்கள் கல்வித் தராதரத்தில் உயர்ந்தவர்கள்.
- இங்கு கிராமப்புற விவசாயிகள் அரசாங்க சேவைகளைப் பெறுவதற்கான தூரம் மிகக் குறைவாகவே உள்ளது.
- இந்தியாவோடு ஒப்பிடுகையில், கிராமங்களின் விவசாய செய்கை நிலப்பரப்புகளுக்கும் சந்தை வாய்ப்புக்களுக்கும்

இடையேயுள்ள தூரமும் இலங்கையில் மிகக் குறைவாகவே உள்ளது.

- எல்லாவற்றுக்கும் மேலாக இலங்கையினுடைய மத்திய மற்றும் மாகாண அரசுகளின் கீழே விவசாய நடவடிக்கைகள் மற்றும் விவசாய அபிவிருத்தி தொடர்பாக உள்ள இலாக்காக்களின் அலுவலகங்களும், விவசாய சேவைகள், ஆராய்ச்சிகள் மற்றும் பயிற்சிகள் தொடர்பான நிறுவனங்களின் கட்டமைப்பும் நாடு முழுவதுவும் பரவலாக உள்ளன.

- மேலும் அவற்றில் சேவையாற்றும் நிபுணர்கள் மற்றும் ஊழியர்களின் எண்ணிக்கையை நாட்டின் விவசாய நிலங்களின் அளவு மற்றும் விவசாயிகளின் எண்ணிக்கை ஆகியவற்றோடு தொடர்பு படுத்திப் பார்க்கையில் இலங்கையில் மிக அதிகமாகவே உள்ளனர்.

இவ்வாறாக பல்வேறு விடயங்கள் சாதகமானவைகளாக இருந்தும் இலங்கையின் விவசாய உற்பத்தித் திறன் மிக முக்கியமான பயிர்களின் விடயத்தில் குறைவாக இருப்பது விமர்சனத்துக்கு உரியதோர் விடயமாகும்.

இலங்கையானது 4,000 அமெரிக்க டொலரை அண்மித்த அளவுக்கு தலாநபர் வருமானத்தைக் கொண்ட நாடு என பிரகடனப்படுத்தப்படுகிறது. இலங்கை சர்வதேச தராதரத்தில் குறைந்த வருமான (Low Income Country) நாடு என்ற நிலையிலிருந்து முன்னேறி கீழ் மத்தியதர வருமான (Lower Middle Income Country) நிலையை அடைந்துள்ள நாடு என வரையறுக்கப்படுகிறது. ஆனால் இந்த நாட்டின் பிரஜைகள் இங்கு சராசரியாக நுகருகின்ற உணவின் அளவு அந்த நிலையைப் பிரதிபலிக்கிறதா என்பதனை அவதானிப்பது அவசியமாகும்.

இந்த விடயத்தையும் குறைந்த வருமான நாடு என்ற வகையறாவைச் சேர்ந்த இந்தியாவில் உள்ள நிலைமையோடும், மத்தியதர வருமான நாடு எனும் வகையைச் சேர்ந்த சீனாவில் உள்ள நிலைமையோடும், இலங்கையின் தலாநபர் வருமானத்துக்கு கிட்டத்தட்ட சமனாக உள்ள நாடான இந்தோனேசியாவோடும் ஒப்பிட்டுப் பார்ப்பது பொருத்தமானதாகும். இதனைக் கீழ் வரும் அட்டவணையில் காணலாம்.

சராசரியாக ஒரு பிரஜைக்கு ஒரு வருடத்தில் வழங்கப்படும் அளவு (கிலோ கிராமில்) 2017 ஆம் ஆண்டுக்கான தரவுகள்

உணவு வகைகள்	இலங்கை	இந்தோனேசியா	இந்தியா	சீனா
அரிசி, கோதுமை, சோளம் மற்றும் தானியங்கள்	210.0	260.0	190.0	195.0
மரவள்ளிக் கிழங்கு	10.0	68.0	3.0	2.0
உருளைக் கிழங்கு மற்றும் ஏனைய கிழங்கு வகைகள்	12.0	11.0	27.0	60.0
தக்காளி மற்றும் அதன் உற்பத்திகள்	3.6	3.5	14.5	35.0
ஏனைய அனைத்து காய்கறி வகைகள்	27.5	35.5	61.0	310.0
பருப்பு மற்றும் கடலை வகைகள்	7.5	0.2	10.0	1.0
சீனி மற்றும் சர்க்கரை வகைகள்	27.5	16.0	20.0	8.0
பழ வகைகள்	60.0	75.0	56.0	95.0
இறைச்சி வகைகள்	6.5	11.0	4.5	65.0
முட்டை வகைகள் (எண்ணிக்கையில்)	80.0	105.0	60.0	350.0
மீன் வகைகள்	29.0	30.0	8.0	38.0
பால் மற்றும் அதன் தயாரிப்புகள்	20.0	5.0	105.0	25.0
சாப்பாட்டு எண்ணெய் வகைகள்	3.0	3.5	10.0	8.0

☐ உலக உணவு மற்றும் விவசாய அமைப்பு (FAO)

மேலே தரப்பட்டுள்ள அட்டவணை, இலங்கையின் மக்கள் சராசரியாக எந்த அளவுக்கு குறைவாக உணவைப் பெறுகின்றனர் என்பதைக் காட்டுகின்றது.

1. அரிசி, கோதுமை, சோளம் மற்றும் சிறுதானியங்கள் எனும் அடிப்படையான உணவை உண்பதில் மொத்தத்தில்

இலங்கை மக்கள் அவ்வளவு குறைவானவர்களாக இல்லை என்பது உண்மை. ஆனாலும் இந்த உணவு வகைகளில் 25 சதவீதத்துக்கு மேல் இறக்குமதி செய்வதன் மூலமே இலங்கை மக்களின் தேவைகள் நிறைவேற்றப்படுகின்றமை இங்கு குறிப்பிடத்தக்கது.

2. மரவள்ளிக் கிழங்கு தவிர, உருளைக் கிழங்கு மற்றும் கிழங்கு வகைகளின் நுகர்வில் இந்தியாவோடு ஒப்பிடுகையில் இலங்கையின் நுகர்வு அரைவாசிக்கும் குறைவாகவே உள்ளது. அதனை சீனாவோடு ஒப்பிட்டால் ஐந்தில் ஒரு பங்காகவே உள்ளது. இலங்கை உருளைக் கிழங்கு விடயத்திலும் பெருமளவு இறக்குமதியிலேயே தங்கியுள்ளது.

3. தக்காளி மற்றும் அதன் அடிப்படையிலான உணவு வகைகளின் நுகர்வில் இந்தியாவோடு ஒப்பிட்டால் இலங்கையின் நுகர்வு கால் வாசியாகவே உள்ளது. அதனை சீனாவோடு ஒப்பிட்டால் பத்தில் ஒரு பங்காகவே உள்ளது.

4. காய்கறி வகைகளின் நுகர்வில் இந்தியாவோடு ஒப்பிட்டால் இலங்கையின் நுகர்வு அரைவாசிக்கும் குறைவாக இருப்பதைக் காணலாம். அதனை சீனாவின் நிலையோடு ஒப்பிட்டால் கிட்டத்தட்ட 12 இல் ஒரு பங்காக இருப்பதைக் காணலாம்.

சீனாவில், கிழங்கு வகைகள், தக்காளி மற்றும் வெங்காய வகைகளை உள்ளடக்கா வகையில் அங்கு ஒரு பிரஜைக்கு சராசரியாகக் கிடைக்கும் காய்கறியின் அளவு ஒரு வருடத்துக்கு 310 கிலோவாகும். அதாவது ஐந்து வயது மற்றும் அதற்குக் குறைந்த குழந்தைகளை நீக்கிவிட்டுப் பார்த்தால் சீனாவில் ஒரு பிரஜை ஒரு நாளைக்கு ஒரு கிலோ காய்கறி வகைகளை உண்பதாக உலக புள்ளிவிபரங்கள் காட்டுகின்றன. ஆனால் அவ்வகையில் இலங்கையிலோ கிழங்கு வகைகள், தக்காளி மற்றும் வெங்காயம் உட்பட, ஒரு பிரஜை சராசரியாக 100 கிராம் மரக்கறியோடு ஒவ்வொரு நாளையும் ஓட்ட வேண்டியுள்ளது.

5. இலங்கையானது பருப்பு மற்றும் கடலை வகைகளைப் பொறுத்த வரையில் 80 சதவீதத்துக்கு மேல் இறக்குமதியே செய்கின்றது. இறக்குமதி இல்லையென்றால் மேலே

குறிப்பிட்ட அளவு பருப்பு மற்றும் கடலை வகைகளை இலங்கையர்கள் உண்ணவே முடியாது என்பதே உண்மை.

6. சீனி மற்றும் சர்க்கரை வகைகளைப் பொறுத்த வரையிலும் இலங்கையின் தேவையில் ஏறத்தாழ 75 சதவீதம் இறக்குமதி செய்யப்படுவதன் மூலமே மக்களுக்கு வழங்கப்படுகிறது.

7. அட்டவணையின்படி இறைச்சி வகைகள் மற்றும் முட்டை வகைகளைப் பொறுத்த வரையில் இந்தியாவோடு ஒப்பிடுகையில் இலங்கையின் நிலை சற்று முன்னேற்றகரமானதாகத் தெரியலாம். ஆனால் சீனாவோடு ஒப்பிட்டால் இலங்கையில் இறைச்சி வகைகளின் நுகர்வு நிலை பத்தில் ஒரு பங்காக உள்ளது. அவ்வாறாக பார்க்கையில் முட்டை வகைகளின் நுகர்வு நிலை இங்கு ஐந்தில் ஒரு பங்காகவும் உள்ளது. இவ்வகை உணவுகளை உற்பத்தி செய்வதற்கான கால்நடை உணவுத் தீவனங்களின் தேவைக்கு மிகப் பெரும்பகுதியை இலங்கை இறக்குமதி செய்வதிலேயே தங்கியுள்ளது.

8. பால் மற்றும் அதன் அடிப்படையிலான உற்பத்திகளை மேற்கொள்வதிலும் நுகர்வதிலும் சீனா மற்றும் தென் கிழக்காசிய நாடுகளின் உணவுக் கலாச்சாரத்தின் வேறுபாடு காரணமாகவே அங்கு இந்த உற்பத்திகளும் நுகர்வுகளும் மிகக் குறைவாக உள்ளன. ஆனால் இலங்கையானது இந்த விடயத்தில் தென்னாசிய உணவுக் கலாச்சாரத்தைக் கொண்டதாகும். ஆனால் இங்கு பால் மற்றும் அதன் அடிப்படையிலான உணவுப் பண்டங்களின் நுகர்வு மிகக் குறைவாகவே உள்ளதை அட்டவணையில் காணலாம்.

பால் மற்றும் பால் அடிப்படையிலான உணவு வகைகளின் நுகர்வை இந்தியாவோடு ஒப்பிட்டால் இலங்கையர்களின் நுகர்வு நான்கில் ஒரு பங்காகவே உள்ளது. மேலும் இலங்கைக்கு தேவையான பால் மாவில் பெரும்பகுதியை இலங்கை இறக்குமதி செய்வதாக உள்ளமையை இங்கு குறிப்பிடுவது அவசியமாகும். இலங்கையில் தேநீருக்கு தவிர ஏனைய வகைகளில் பால் மற்றும் பால் உற்பத்திகளை நுகர்தல் மிக மிகக் குறைவாகும்.

9. நாலு பக்கமும் கடல் சூழ உள்ள இலங்கையின் மீன் உற்பத்தியையும் அதன் நுகர்வு அளவையும் ஒப்பீட்டு ரீதியில் பாராட்டலாம். அதேவேளை இலங்கையர்களின் கருவாட்டு வகைகளின் தேவையில் கணிசமான பகுதியை இலங்கை இறக்குமதி செய்தே சமாளிக்கிறது.

10. அபிவிருத்தி அடைந்த நாடுகளில் சராசரியாக ஒரு பிரஜையின் ஒரு வருடத்திற்கான இறைச்சியின் நுகர்வு கிட்டத்தட்ட 100 கிலோவாக உள்ளமையையும், அதேபோல பால் மற்றும் பால் அடிப்படையிலான தயாரிப்புகளின் நுகர்வானது 250 லிட்டர்களுக்கும் அதிகமாக உள்ளதையும், முட்டையின் நுகர்வு எண்ணிக்கை 200 க்கும் அதிகமாகும் என்பதையும் அறிந்து கொள்வது பயனுடையதாகும். இதன் மூலம் இலங்கை மக்களின் உணவு உட்கொள்ளும் அளவுகளினதும் தராதரங்களினதும் நிலைமைகள் எந்த அளவில் உள்ளன என்பதை புரிந்து கொள்ளலாம்.

நாளைக்கும் சீவிப்பதற்கே இன்றைக்கு சாப்பாடு
பிரியமானவற்றை உண்ண நிறையவே தடைகள்

இலங்கையில் உணவு வகைகளின் கிடைப்பனவு மற்றும் நுகர்வு விடயத்தில், மானுட நுகர்வுக்குத் தேவையான அரிசி வகைகள், இறக்குமதி செய்யப்பட்டு மான்ய அடிப்படையில் விற்கப்படும் தீட்டப்பட்ட கோதுமை மாவு, ஒப்பீட்டு ரீதியில் மலிவான விலையிலோ அல்லது தத்தம் வீடுகளிலோ கிடைக்கும் தேங்காய்கள், மற்றும் ஓரளவு மலிவு விலையில் கிடைக்கும் சிறிய வகை மீன்கள், மரவள்ளிக் கிழங்கு, பூசணிக்காய், வாழைக்காய் மற்றும் கீரை வகைகள் என்பவற்றைக் கொண்டுதான் இலங்கை மக்களில் மிகப் பெரும்பான்மையினர் தமது உடல் வளர்ச்சியையும், உடலுக்கான சக்தியையும் மற்றும் உடல் ஆரோக்கியத்தையும் பெற்றுக் கொள்ள வேண்டிய நிலையில் உள்ளனர் என்பதே இங்கு உண்மையாகும்.

இலங்கையின் மக்கள் பரப்பில் மேல் மட்டத்தில் உள்ள 25 அல்லது 30 சதவீதத்தினர் தமக்குப் பிரியமான உணவு வகைகளை அதாவது இறைச்சி, முட்டை, பால், நல்ல ரக மரக்கறிகள் என போதிய அளவு சாப்பிட்டால் இலங்கையின்

70 அல்லது 75 சதவீதமான மக்கள் அவ்வகை உணவுகளை சாப்பிடுவதற்கான வாய்ப்பே ஏற்படாது. அந்த அளவுக்குத் தான் இலங்கை மக்களுக்கு சராசரியாக கிடைக்கும் உணவு வகைகளின் நிலைமை காணப்படுகிறது. இப்போதும் இலங்கை மக்களில் அரைவாசிக்கு மேற்பட்டோர் அவ்வகையான உணவு வகைகளை மிக அரிதாகவேதான் உண்கிறார்கள். இலங்கை மக்களின் பற்றாக்குறையான உணவு நுகர்வு பற்றி இலங்கையின் உடல் ஆரோக்கியம் தொடர்பான அறிஞர்களும் மிகத் தெளிவாக உரைத்திருக்கிறார்கள்.

இங்கு அவதானிக்கப்பட வேண்டிய பிரதானமான அம்சம் என்னவெனில், இலங்கையானது, மேற்குறிப்பிட்ட சீனா, இந்தியா மற்றும் இந்தோனேசியா ஆகிய நாடுகளோடு ஒப்பிடுகையில், சராசரி ஒரு நபருக்கான உணவுத் தேவைகளை உற்பத்தி செய்வதற்கான பயிர் செய் நிலங்ளை கூடுதலாகவே கொண்டிருந்தும், உணவு உற்பத்தியில் தன்னிறைவு காண்பதற்கு முடியாத வகையாக இலங்கையின் விவசாயம் மிகவும் பின்தங்கிய நிலையிலேயே உள்ளது.

ஒரு நாடு வறிய நாடு அல்லது பின் தங்கிய நாடு என்ற வரையறையைத் தாண்டி அடுத்த கட்டத்துக்கு முன்னேறிய நாடாக ஆக வேண்டுமானால் அந்த நாடு முதலில் தன்னுடைய பிரஜைகளுக்குத் தேவையான அடிப்படையான உணவு வகைகள் அனைத்தையும் தானாக சுயமாக உற்பத்தி செய்யும் நாடாக முன்னேற வேண்டும். மேலும் அவ்வகைப் பொருட்களில் சிலவற்றை இறக்குமதி செய்வதாயினும் அதற்கேற்ற சுய பொருளாதார ஆற்றலை அது வளர்த்துக் கொண்டதாக இருக்க வேண்டும்.

இலங்கை மக்களின் அடிப்படை உணவுக்கான தானிய உற்பத்தியில் இலங்கை தன்னிறைவு கண்டுள்ள ஒரு நாடு என்பது மிகப் பொய்யானதொரு கூற்றாகும். முதலாவதாக, இலங்கை மக்களின் அரிசித் தேவைக்காகக் கூட ஒரு பகுதியை இறக்குமதி செய்கிறது என்பது குறிப்பிடத்தக்கது. மேலும் அடிப்படைத் தானிய உணவுத் தேவைக்காக சுமார் 25 சதவீதத்துக்கு மேல் கோதுமையாகவும் சோளமாகவும் இலங்கை

இறக்குமதி செய்கிறது. அதற்கு பரிமாற்றாக தனது தானிய வகைகளை ஏற்றுமதி செய்யும் ஆற்றல் இலங்கைக்கு இல்லை.

மேலும் ஒரு நாடு தானிய உற்பத்தியில் தன்னிறைவு காண்பதென்பது வெறுமனே பிரஜைகளின் தானிய உணவுக்கான உற்பத்திகளை மட்டும் மேற்கொள்வதைக் குறிக்காது. மாறாக பால், முட்டை மற்றும் இறைச்சி வகைகளைத் தரும் கால் நடைகளுக்கும் தேவையான போதிய தானிய வகைகளையும் சுயமாக உற்பத்தி செய்வதாக இருக்க வேண்டும். இலங்கை அந்த நிலையை எட்டுவதற்கு இன்னும் பல படி முன்னேற்றங்களை அடைய வேண்டும்.

கடந்த 90 ஆண்டுகளாக இலங்கை ஆட்சியாளர்கள் விவசாய அபிவிருத்திக்காக தொடர்ந்து முயற்சித்து வருகிறார்கள். 1960களில் "பசுமைப் புரட்சி"யையும் முழு வீச்சுடன் இலங்கை தொடங்கியது. 1970களின் ஆரம்பத்தில் ஐந்தாண்டுத் திட்டத்தோடு இலங்கை இறக்குமதிப் பிரதியீட்டுப் பொருளாதாரக் கொள்கையை நடைமுறைப்படுத்தி உணவு உற்பத்தியில் தன்னிறைவு காண முற்பட்டது. 1977 இல் நவ தாராளவாத பொருளாதாரக் கொள்கையை ஆரம்பித்த ஜே.ஆர். ஜெயவர்த்தனா விருத்தியடைந்த தொழில் நுட்பங்களெல்லாம் நாட்டுக்குள் வரும் – உற்பத்திகள் பெருகும் – திறந்த சந்தைப் போட்டிகளால் விலைகளெல்லாம் குறையும் – நாட்டில் எதற்கும் பற்றாக்குறையே ஏற்படாது என்றார். இப்போது ஜனாதிபதி கோத்தாபய ராஜபக்சா அவர்கள் "இயற்கை விவசாயப் புரட்சி" செய்வோம் என்கிறார்.

◉

FOODS

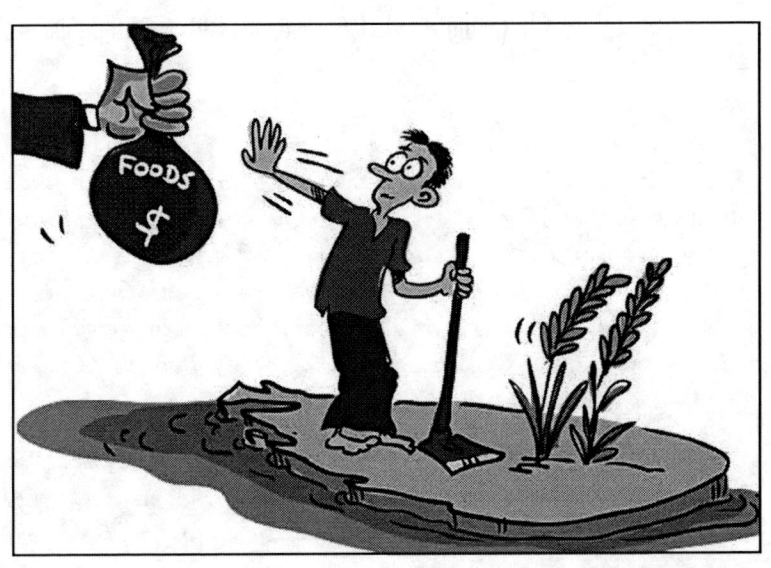

17

ஏற்ற பொருளாதார நிலையை எட்டாத கட்டத்தில் சேதன விவசாய முயற்சிகள் சேதங்களையே ஏற்படுத்தும்

இலங்கையினுடைய விவசாய உற்பத்தித்திறன் பற்றியும், இலங்கை மக்கள் எந்த அளவுக்கு அடிப்படையான உணவு வகைகளை நுகர்கிறார்கள் என்பது பற்றியும் பார்த்தோம். இலங்கையானது விவசாயத்துக்கான வளங்களைப் போதிய அளவு கொண்டிருந்தும் இலங்கை மக்களுக்கான அடிப்படை உணவுத் தேவைகளைப் பூர்த்தி செய்ய முடியாமல் கணிசமான பங்கை இறக்குமதி செய்கின்ற அவல நிலையிலேயே இருக்கின்றது என்பதனையும் அவதானித்தோம்.

2019 ஆம் ஆண்டு இறுதிப்பகுதியில் ஜனாதிபதித் தேர்தலில் போட்டியிட்ட கோத்தாபய ராஜபக்சா அவர்கள் தமது தேர்தற் பிரகடனங்களாக, இலங்கை சுய சார்பான பொருளாதார நிலையை அடைவதற்கான அபிவிருத்தி நடவடிக்கைகள் அனைத்தையும் மேற் கொள்வார் எனவும், விவசாயிகளின் உற்பத்திகளுக்கு அரசாங்கம் வழங்கும் உத்தரவாத விலைகள் கணிசமாக உயர்த்தப்படும் என்றும், விவசாயப் பயிர்களுக்கான உரங்கள் இலவசமாக வழங்கப்படும் என்றும் பல வாக்குறுதிகளை வழங்கினார். இலங்கை மக்களின் அமோகமான வாக்குகளைப் பெற்று ஜனாதிபதியானார்.

அவர் ஆட்சிக் கட்டிலில் ஏறி அமர்ந்த சில மாதங்களுக்குள்ளேயே கொரோனா 19 வைரஸ் கிருமி உலகைப் பிடித்து குலுக்கத் தொடங்கி விட்டது.

- ஏற்கனவே வெளிநாட்டு செலாவணிப் பற்றாக்குறை, வெளிநாட்டுக் கடன்களின் அதீதமான அதிகரிப்பு, அரசாங்க வருமானம் போதாமை என்பனவற்றால் முன்னர் அரசாங்கத்தை அமைத்திருந்தவர்கள் இலங்கையின் அரச நிர்வாகத்தை சீராக நடத்த முடியாமல் பெரும் சிரமங்களுக்கு உள்ளாகினார்கள்,

- அனைத்துத் துறைகளிலும் வளர்ச்சி என்பது ஒரு தேக்க நிலையை அடைந்திருந்தது,

- சில முக்கியமான துறைகள் வீழ்ச்சிப் போக்குகளைக் கொண்டிருந்தன,

- மக்களின் அடிப்படைத் தேவையான பொருட்களின் விலைகளெல்லாம் தொடர்ச்சியாக ஏறிக் கொண்டிருந்தன,

- படித்த இளையோர்களுக்கான வேலைவாய்ப்பென்பது பெரும் சிக்கலான ஒரு விடயமாக ஆகியிருந்தது,

- அரசாங்க ஊழியர்கள் மற்றும் பெருந் தோட்டத் தொழிலாளர்களின் ஊதியம் பல ஆண்டுகளாக உயர்த்தப்படாத ஒரு விடயமாக தொடர்ந்தது.

இவ்வாறான நிலையில் கொரோனாவும் இலங்கையை ஆட்டிப்படைக்கத் தொடங்கியவுடன் அந்தப் பிரச்சினைகள் கோத்தாவின் தலைமையில் ஆட்சிக் கட்டில் அமர்ந்திருப்பவர்களுக்கு பல்வேறு கோணங்களிலும் அரசியல் பொருளாதார நெருக்கடிகளாக மாறின.

அரசாங்கம் இறக்குமதிகளை பழைய போக்கிலேயே அனுமதிக்க முடியாமல் திடீர் கட்டுப்பாடுகளை – தடைகளை மேற்கொண்டது. அதற்கு மாற்றுத் திட்டமாக, இயற்கை விவசாயத்துக்கு நாடு உடனடியாக மாற வேண்டும் என்ற வகையாகவும் இறக்குமதி செய்யப்படும் உணவுப் பொருட்களை உள்நாட்டு உற்பத்திகள் மூலம் உடனடியாக பிரதியீடு செய்ய வேண்டுமெனவும் தடாலடி அறிவிப்புகளை மேற்கொண்டது – "இயற்கை சார் விவசாயப் புரட்சி" மூலம் சுய சார்பு பொருளாதாரத்தைக் கட்டியெழுப்புவதே தமது கொள்கை

என்பது போல கோதபாய அறிவிப்புகளை அடுத்தடுத்து வெளியிட்டார்.

அரசியல் யாப்பில் 20 ஆவது திருத்தத்தை மேற்கொண்டதைத் தொடர்ந்து ஜனாதிபதி தனது வாயில் இருந்து உதிர்பவைகளெல்லாம் "அரச கட்டளைகளே", அவையே நாட்டின் சட்டங்கள் என்ற வகையாக பிரகடனங்களையும் மேற்கொண்டார்.

மனச்சாட்சிப்படியான தனது கொள்கையாகவே ஜனாதிபதி அவரது "இயற்கை சார் விவசாயப் புரட்சி"யை அறிவித்தாரா அல்லது இறக்குமதி செய்வதற்கான அந்நியச் செலாவணிகள் இல்லாமையின் காரணமாகத்தான் இந்தக் கொள்கையை திணித்துள்ளாரா என்பதெல்லாம் இன்னமும் அரசியல் பொருளாதார ஈடுபாட்டாளர்களிடையே ஒரு விவாதப் பொருளாக தொடர்ந்து கொண்டிருக்கின்றது.

எவ்வளவுதான் "தலைகுத்தி"ச் செயற்பட்டாலும் இலங்கை முழுவதையும் இயற்கை சார் விவசாயத்தை மட்டுமே மேற்கொள்ளும் ஒரு நாடாக இவ்வளவு வேகமாக மாற்ற முடியுமா? உலகில் எங்காவது எந்த நாடாவது அவ்வாறாக ஆகியிருக்கிறதா அல்லது குறைந்த பட்சம் அவ்வாறான நோக்குடன் எந்த நாடாவது செயற்பட்டுக் கொண்டிருக்கின்றதா?

ஜனாதிபதி அப்படித்தான் ஆசைப்பட்டாலும் அதனை நிறைவேற்றுவதற்கான பொருளாதார நிலையில் இலங்கை இருக்கிறதா? சிரமங்களையெல்லாம் எதிர் நோக்கியபடி குறிப்பிட்ட இலக்கை நோக்கிய முன்னேற்றங்களைச் சாதிப்பதற்குரிய வகையில் அரசின் விவசாய அமைச்சும், இலாக்காக்களும், மற்றும் விவசாய அபிவிருத்தியோடு தொடர்பான ஏனைய அரச நிறுவனங்களும் தயார் நிலையிலோ, தகுதியான நிலையிலோ இருக்கின்றனவா? என்ற தொடர் கேள்விகளை எழுப்ப வேண்டியுள்ளது.

"பசுமைப் புரட்சி செய்தோம்"
"உணவு உற்பத்தியைப் பெருக்கினோம்"

விவசாயிகளுக்கான நிலப் பற்றாக்குறையை நீக்க வேண்டும், கிராமப் புற இளையோர்களுக்கான வேலை வாய்ப்பை அதிகரிக்க வேண்டும் என்ற திட்டங்கள் தொடங்கப்பட்டு இன்று ஏறத்தாழ 90 ஆண்டுகள் ஆகிவிட்டன. 1931 இல் சர்வசன வாக்கெடுப்பு வழங்கப்பட்டு, கணிசமான அபிவிருத்தி அதிகாரங்களோடு இலங்கையில் சட்ட சபை அமைக்கப்பட்டதோடு அதன் ஆட்சிக்கு தலைமை வகித்த டி.எஸ். சேனநாயக்கா மேற்குறிப்பிட்ட திட்டங்களை ஆரம்பித்தார்.

- 1940களில் தொடங்கி 1950களின் ஆரம்பத்தில் துரிதப்படுத்தப்பட்ட "இங்கினியாகல திட்டம்" மூலம் அம்பாறை மாவட்டத்தில் மிகப் பெரிய அளவில் விவசாயக் குடியேற்றத் திட்டங்கள் ஆக்கப்பட்டன.

- அடுத்து கந்தளாய் நீரேரி அபிவிருத்தித் திட்டமும் அல்லை – கந்தளாய் விவசாயக் குடியேற்றத் திட்டமும் நிறைவேற்றப்பட்டது.

- தொடர்ந்து மின்னேரியாத் திட்டம், மகாவலித் திட்டம், மதுரு ஓயாத் திட்டம் என பெருமளவில் விவசாய குடியேற்றத் திட்டங்கள் மூலம் அபிவிருத்தித் திட்டங்கள் மேற்கொள்ளப்பட்டன.

- வடக்கு கிழக்கு மாவட்டங்களின் நிலங்களை நோக்கி அனைத்து கோணங்களுடாகவும் அரச உதவி மற்றும் துணைகள் கொண்டதான விவசாயத் திட்டங்களுக்காக தென்னிலங்கை சிங்கள கிராமத்தவர் குடும்பங்கள் பல்லாயிரக்கணக்கில் குடியேற்றப்பட்டனர்.

- 1956 தொடக்கம் 1965 வரை இலங்கையை ஆண்ட பண்டாரநாயக்காக்களின் ஆட்சிக்காலத்தில் கிராமப் புறங்களில் நிலவிய விவசாய நிலங்கள் தொடர்பான உறவு முறைகளில் முன்னேற்றங்கள் கொண்டுவருவதற்கான சட்டங்கள் ஆக்கப்பட்டு நடைமுறைப்படுத்தப்பட்டன.

- அத்துடன், முன்னர் ஐக்கிய தேசியக் கட்சி ஆட்சியால் தொடங்கப்பட்ட அரச உதவி மற்றும் துணையுடனான சிங்கள விவசாயக் குடியேற்றத் திட்டங்களைத் தொடர்ந்ததோடு, பதவியாத் திட்டம், சேருவாவெல திட்டம் என மிகப் பெரும் முன்னெடுப்புகளுடன் தொடர்ந்தும் விரிவாக்கம் செய்யப்பட்டன.

- 1965 இல் டட்லி சேனநாயக்கா தலைமையில் ஆட்சிக்கு வந்த ஐக்கிய தேசியக் கட்சியானது "பசுமைப் புரட்சி மூலம் உணவு உற்பத்தியைப் பெருக்குவோம்" எனும் சுலோகத்துடன் செயற்கை உரப்பாவனை, பூச்சி நாசினி ரசாயனங்களின் பாவனைகள், டிரக்டர் பாவனைகள் என உழுதலும், பயிர் செய்தலும், பயிர் பராமரிப்புகளும் நவீனமயமாக்கப்பட்டன.

- மேலும் குறுகிய காலத்தில் கூடிய விளைச்சலைத் தரும் பயிரின வகைகள் என்ற வகையில் செயற்கையாக வீரியமூட்டப்பட்ட பயிர் விதைகள் அறிமுகப்படுத்தப்பட்டன. இதன் விளைவாக தானிய விளைச்சல்களின் அதிகரிப்பு நாட்டின் அனைத்துப் பாகங்களிலும் நிகழ்ந்தன.

தொடர்ச்சியான முன்னேற்றத்திற்கான திருப்பமே புரட்சி - இங்கு மக்களின் தலையில் மண் அள்ளிப் போட்டதே பசுமைப் புரட்சி

மறுபக்கமாக, இலங்கை மீது திணிக்கப்பட்ட "பசுமைப் புரட்சியால்:

- விவசாயிகளிடமிருந்த கால்நடைகளின் எண்ணிக்கை வெகுவாக வீழ்ச்சியடைந்தது,

- உடலுக்குத் தேவையான சத்துகள் மிக்க மரபு ரீதியான தானிய பயிர் வகைகள் காணாமற் போயின,

- கால்நடைகள் குறைந்ததால் இயற்கையான உரங்களின் கிடைப்பனவும் குறைந்தது.

- பசுமைப் புரட்சியால் உணவு உற்பத்தி பெருகி உணவு வகைகளின் இறக்குமதி குறைந்து விடும் எனப்பட்டது.

- உணவு இறக்குமதி குறைந்ததுதான் — ஆனால் பசுமைப் புரட்சியால் கட்டமைக்கப்பட்ட விவசாயத்தை தக்க வைப்பதற்கான ரசாயன தயாரிப்புக்களையும் விவசாய யந்திரங்களையும் இறக்குமதி செய்வது கட்டாயமாகி விட்டது.

யூரியா போன்ற ரசாயன தயாரிப்புகள் மண்ணிலுள்ள வளங்களுக்கு மேலும் உரம் ஊட்டுபவையல்ல. ஒரு சாதாரண வாசகனின் மொழியில் சொல்வதானால்,

- அது மண்ணிலுள்ள பயிர் வளர்ச்சிக்கான சத்துக்களை பயிர்கள் உறிஞ்சுவதற்கு இழுத்துக் கொடுப்பவை.
- அவை மண்ணை மீள வளப்படுத்த மாட்டாதவை மட்டுமல்ல — மண்ணை மீள வளப்படுத்திக் கொண்டிருக்கும் உயிரினங்களையும் கொன்றொழித்து விடுபவை.
- இந்த செயன்முறை தொடர்ந்து மேற்கொள்ளப்படுகிற போது கால ஓட்டத்தில் மண் கொண்டிருந்த வளங்கள் இழக்கப்படுகின்றன. இதனால் மண் வளத்தை பயிர்களுக்கு இழுத்துத் தரும் இராசயனங்களின் பிரயோகத்தை தொடர்ச்சியாக அதிகரிக்கும் போக்கு கட்டாயமாகிறது,
- அதிகப்படியான இரசாயனங்களின் பாவனையின் போது பயிருக்கான நீரின் தேவையும் அதிகரிக்கின்றது.
- ரசாயனத்தின் அளவை அதிகரிக்க அதிகரிக்க அது நிலத்தடி நீரிலும் பாதகமான ரசாயனங்களின் அதிகரிப்பினை ஏற்படுத்துகிறது.
- அத்துடன் பயிர்களின் விதைகளின் வீரியத்தையும் சிதைக்கிறது.
- இதனால் புதிதுபுதிதாக வீரியம் கொண்ட விதைகளை உருவாக்க வேண்டியேற்படுகிறது.

இக்கட்டுரைப் பகுதியின் நோக்கம் விவசாயத்தில் ரசாயனங்களினுடைய பிரயோகங்கள் தொடர்பான விஞ்ஞானபூர்வமான ஆராய்ச்சிகளின் முடிவுகளோடு சம்பந்தப்பட்டவற்றை விபரிப்பதல்ல. மாறாக அவை

தொடர்பான பொருளாதாரத் தாக்கங்களை அவதானிப்பதோடு மட்டுப்படுத்திக் கொள்வதே சரியாகும். எனவே மேற்பந்தியினை மேலும் தொடராமல் இத்துடன் நிறுத்திக் கொள்ளலாம்.

பசுமைப் புரட்சி உணவு உற்பத்தியைப் பெருக்கியது என்பதை மறுப்பதற்கில்லை. நாட்டுக்கான உடனடித் தேவையாக அது இருந்தது என்பதுவும் உண்மையே. அதனை ஐ.நா.வின் உணவு மற்றும் விவசாய அமைப்பும் உலக வங்கியும் சேர்ந்து தமது கடன் உதவிகளையும் மற்றும் ஏனைய துணை உதவிகளையும் பேரமாக்கி நாட்டின் விவசாயத்தை "பசுமைப் புரட்சி"க்குள் இழுத்துச் சென்றன.

இதனால் டிரக்டர்களையும், ரசாயன உரங்களையும், கிருமி நாசினிகளையும் மேலைத் தேச நாடுகள் உணவுப் பற்றாக்குறையால் போராடிக் கொண்டிருந்த அபிவிருத்தி அடைந்து வரும் நாடுகளுக்கு அள்ளு கொள்ளையாக ஏற்றுமதி செய்தன. கால ஓட்டத்தில் விவசாயத்துக்கான ரசாயன பண்டங்கள் இல்லையென்றால் நாட்டில் பஞ்சமும் பட்டினியும் தலைவிரித்தாடும் என்ற வகையான கட்டாய நிலைக்கு நாடு தள்ளப்பட்டு விட்டது.

பசுமைப் புரட்சியானது உடனடித் தேவைகளுக்காக இயற்கையை உறிஞ்சி பொருளாதார வளர்ச்சியைப் பெருக்கும் முறையாக அமைந்ததானால், அது அடுத்தடுத்த தலைமுறைகளுக்கான இயற்கை வளங்களின் பராமரிப்புக்கு எதிரான ஒன்றாக அமைந்து விட்டது.

பசுமைப் புரட்சியானது மண்வளம் மற்றும் நீர் வளம் கெடுவதற்கு மட்டுமல்ல. சமூக ரீதியாகவும் பல பாதகங்களை விளைவித்துள்ளது.

- சிறிய மற்றும் ஏழை விவசாயிகளை கடனாளிகளாக்கி கடைசியாக அவர்களை நிலமற்றவர்களாக்கி மற்றவர்களின் நிலங்களின் கூலிகளாக்கியது அல்லது கிராமங்களை விட்டு நகரங்களை நோக்கி ஓடப்பண்ணியது.

- சீவனோபாய விவசாயத்தை சுயசார்பு விவசாயமாக மாற்றுவதற்குப் பதிலாக, கிராமிய மட்ட பணக்காரர்களும்,

விவசாய உற்பத்திப் பண்டங்களுக்கான சந்தைகளை ஆதிக்கத்துக்குள் வைத்திருக்கும் வர்த்தகர்களும் ஏழை மற்றும் சிறிய விவசாயிகளை தடையற்று சுரண்டுவதற்கு வழி வகுத்துள்ளது.

- விவசாயிகளுக்கு உதவுவதற்கென அரச வங்கிகளை செயற்படுத்திய போதிலும் அவை எதுவும் பசுமைப் புரட்சியால் பாதிக்கப்பட்ட விவசாயிகளை பாதுகாக்கவில்லை. அவையும் ஏழை மற்றும் சிறு விவசாயிகளை அறவிட முடியாக் கடன்காரர்களாக்கி அவர்கள் அதற்குப் பின்னர் வேறெங்கும் கடன் வாங்குவதற்கு தகுதியற்றவர்களாக ஆக்கி விட்டுள்ளன.

பசுமைப் புரட்சியை முன்னிலைப் படுத்தி அதனை பிரபல்யப்படுத்தி அதற்குள் விவசாயிகளை அமிழ்த்தி விட்ட அரசாங்கங்கள் பசுமைப் புரட்சியால் எற்பட்ட பாதிப்புகள் – பாதகங்கள் தொடர்பான மாற்று ஏற்பாடுகளில் எந்தவித அக்கறையும் செலுத்தவில்லை. மாறாக:

- அரசாங்கங்கள் இரசாயன உரங்கள் மற்றும் கிருமி நாசினிகள் தொடர்பான இறக்குமதிகளிலும் அவற்றின் விநியோகங்கள் தொடர்பிலும் ஊழல்கள் மற்றும் மோசடிகள் மூலம் நலன் பெறுவதிலேயே அக்கறை கொண்டவர்களாக ஆகி விட்டார்கள்.

- அத்துடன், இறக்குமதி வர்த்தகர்கள், அரிசி ஆலை முதலாளிகள் மற்றும் விவசாய பண்டங்களின் சந்தைகளை தமது ஆதிக்கத்தில் வைத்திருக்கும் வர்த்தகர்கள் ஆகியோரின் நலன்களைப் பேணுவதிலேயே அடுத்தடுத்து வந்த அரசாங்கங்கள் அக்கறை காட்டி வந்துள்ளன.

புதிய விவசாயப் பாதைகள் விடியலைக் காட்டினாலே கடந்த கால வேதனைகள் கடந்து போனவையாகும்

பசுமைப் புரட்சி எனும் "சர்வதேச சதி"த் திட்டத்துக்கு பலியான நாடுகளில் இந்தியாவும் முக்கியமானதொரு நாடே. எனினும்,

- இந்தியா தனக்குத் தேவையான விவசாய ரசாயனப் பண்டங்களை தானே உற்பத்தி செய்யும் நாடாக ஆகி விட்டது.

- இந்தியாவில் அரசாங்கங்கள் மாறுகின்ற போது பெரும்பாலும் விவசாயிகளின் கடன்களை ரத்து செய்தல் என்பதுவும் வழமையாகி விட்டது.

- இந்தியா தனது காலநிலை வேறுபாடுகள் மற்றும் மாறுபாடான நிலங்களின் தன்மைகள் ஆகியவற்றிற்கேற்ற வகையான பயிர்களை தனது சுய ஆராய்ச்சிகள் மூலமாகவே விருத்தி செய்யும் வல்லமைகளை வளர்த்துக் கொண்டுள்ளது.

மேலும்,

- இயற்கை விவசாயம், குறைந்த நீர் பயன்பாடு, சூரிய சக்தி பாவனை போன்றவற்றை நோக்கி விவசாயிகளை நகர்த்துவதற்கான பல்வேறு ஏற்பாடுகளையும் மான்யங்கள் வழங்கும் திட்டங்களையும் கடந்த இரு பத்தாண்டுகளுக்கு மேலாக தாராளமாகவே நடைமுறைப்படுத்தி வருகின்றது.

- பொருத்தமான வகைகளில் இயற்கை சார் விவசாயத்திற்கான உரங்கள் மற்றும் மண் வளமாக்கும் தயாரிப்புகளையும் மற்றும் பயிர்களில் ஏற்படும் நோய்களை எதிர்ப்பதற்கான உயிரியற் தயாரிப்புகளையும் பெருமளவில் இந்தியா தானே உற்பத்தி செய்து கொள்கிறது.

- இவ்விடயங்களில், அரச துறைகளும், தனியார் துறைகளும் மிகப் பாரிய அளவில் பங்களிக்கின்றன.

ஆனால் இலங்கை அவ்வாறான பாதையில் ஒரு சிறிய தூரத்துக்குக் கூட பயணிக்கவில்லை.

கோத்தாபய ராஜபக்சாவின் ஆட்சியானது தற்போது கட்டாயப்படுத்தி வரும் இயற்கை உரப் பாவனை பற்றிய விடயமானது முழுமையான சிந்தனையின் அடிப்படையில் மேற் கொள்ளப்பட்டதோ அல்லது முறைப்படியான திட்டமிடுதலின் வழியாக செயற்படுத்தப்படுவதாகவோ இல்லை, மாறாக அவரது ஆட்சி எதிர் நோக்கியுள்ள அந்நியச் செலாவணி நெருக்கடியின்

விளைவான பதட்டத்தால் மேற்கொள்ளப்பட்டுள்ள தடுமாற்றத்தின் செயற்பாடென்று எதிர்க்கட்சியினர் குரல் எழுப்புவது மட்டுமல்ல, நாட்டின் பொதுவான அறிஞர்களும் அவ்வாறே கூறுகின்றனர்.

மேலும்,

- இலங்கை முழுவதிலும் இயற்கை சார் விவசாய முறையை கடைப்பிடிப்பது சாத்தியமா?
- முடியாதா? ஏன் முடியாது? எப்படி முடியும்? என்ற கேள்விகளோடு,
- உலகில் எங்காவது நாடு தழுவிய அளவில் இயற்கைசார் விவசாய முறையை நோக்கி மாறும் முயற்சிகள் மேற் கொள்ளப்படுகின்றனவா?
- அவ்வாறானதொரு நம்பிக்கையை எந்த வல்லமை பெற்ற நாடாவது தெரிவித்திருக்கிறதா?
- இன்று சர்வதேச ரீதியில் விவசாய முன்னேற்றங்களை சாதிப்பதற்காக மேற் கொள்ளப்பட்டு வரும் மாற்று வகையான முயற்சிகளை இலங்கை எந்தளவு தூரம் கடைப்பிடிக்க முயற்சிக்கின்றது?

போன்ற பல விடயங்கள் சிந்தனையில் கொள்ளப்பட வேண்டியனவாக உள்ளன.

செயற்கை உள்ளீடுகளுக்கு மாற குறுகிய காலம் போதும்
இயற்கை சார் நிலைக்கு மாற உரிய கால அளவு வேண்டும்

இப்போது,

- உலகின் பல்வேறு பாகங்களிலும் இயற்கை விவசாயம் பற்றிய பேச்சுகளும் உரையாடல்களும் அதிகரித்துள்ளன. ஆரோக்கியமான உணவுப் பயிர்ச் செய்கையை நோக்கி முன்னேற வேண்டுமென்ற கோசங்கள் முன்னணிக்கு வருகின்றன.

- அபிவிருத்தி அடைந்து வரும் நாடுகளில் இளையோர்கள் மத்தியில் அந்த எண்ணம் விரிவடைந்து வருகின்றது.

- அபிவிருத்தியடைந்து வரும் நாடுகளிலிருந்து விவசாய உற்பத்திகளை இறக்குமதி செய்யும் அபிவிருத்தி அடைந்த நாடுகள் அவ்வாறான உற்பத்திகளை முன்னிலைப்படுத்துகின்றன.

- அவ்வாறான உற்பத்திகளுக்கு அபிவிருத்தி அடைந்த நாடுகளில் நல்ல சந்தை வாய்ப்புகள் உள்ளன என்ற எண்ணமும் வழங்கப்படுகின்றது.

- அவ்வாறான ஏற்றுமதிகளை அதிகரிப்பதன் மூலம் அந்நிய செலாவணி வருமானத்தை பெருக்கிக் கொள்ள முடியுமென்ற எண்ணத்தில் குறைவிருத்தியாக உள்ள நாடுகளின் அரசுகளும் அதனை முன்னிலைப்படுத்துகின்றன.

இதேவேளை,

- உரிய தரமுடையவையா அல்லது தரமற்றவையா என்ற விடயங்களுக்கு அப்பால், இயற்கை சார் உரங்களைத் தயாரித்து விற்பனை செய்கின்ற தனியார் வர்த்தக நடவடிக்கைகளும் சிறியதும் பெரியதுமாக இப்போது படிப்படியாக அதிகரித்து வருகின்றன. அந்த வர்த்தக அமைப்புகளும் இயற்கை விவசாயத்தை முன்னிலைப்படுத்தும் விளம்பரங்களை பல்வேறு வடிவங்களில் கவர்ச்சிகரமாக மேற்கொள்கின்றன.

செயற்கை விவசாயம் எதிர் (Vs) இயற்கை விவசாயம் என்னும் தலையங்கம் தற்போது பல்வேறு மட்டங்களிலும் கவர்ச்சிகரமான விவாத விடயமாக ஆகியிருக்கின்றது. இந்த விவாதங்களில் இயற்கை விவசாயத்தை ஆதரிப்போர் உணவின் ஆரோக்கியம் பற்றியும், மண்வளம் மற்றும் நீர்வளம் மாசடைதல் பற்றியும் பிரதானமாக விவாதிக்கின்றனர்.

அதேவேளை செயற்கை விவசாயத்தின் தவிர்க்க முடியாத நிலை பற்றி விவாதிப்போர் இயற்கை விவசாயத்துக்கு நாடு மாறுவதற்கு ஒரு நீண்ட காலம் தேவையெனவும், இரசாயன உற்பத்திகள் பாவிக்கப்படாவிட்டால் பயிர்களுக்கு பாதுகாப்பில்லை மற்றும் விளைச்சல் குறைவாகும் எனவும் விவாதிக்கின்றனர்.

நீடித்து நிலைக்கக் கூடியதாகவும் சுயசார்பானதுமான விவசாயத்தைக் கட்டியெழுப்புவதற்கு இயற்கை சார் விவசாய முறையை நோக்கிய முன்னேற்றங்களை முன்னெடுக்க வேண்டியதன் அவசியத்தை யாரும் மறுப்பதற்கில்லை. ஆனால் அதனை எப்படி சாதிப்பது, அதனை சாதிக்க முயலுகின்ற போது எதிர் நோக்குகின்ற சவால்களை எப்படி சமாளிப்பது என்பவை இங்குள்ள பிரதானமான பிரச்சினைகளாக உள்ளன.

விவசாயிகளின் பொருளாதார வாழ்வாதாரம் தொடர்பாக எந்தவித உத்தரவாதமும் தரக்கூடியதான கட்டமைப்பு இல்லாத போது அவர்களின் விவசாய முயற்சிகளை தீர்மானகரமான ஆய்வுகளும், அதன்வகையான முன் தயாரிப்புகளும், அவசியமான தயார் நிலைமைகளும் அற்ற செயன்முறையினூடாக கொண்டு செல்லும்படி வற்புறுத்த முடியாது.

அபிவிருத்தி அடைந்த நாடுகளில் விவசாயத்தில் தங்கியிருப்போரின் தொகை அந்த நாடுகளின் மொத்த உழைப்பாளர்களின் தொகையில் இரண்டு சதவீதமோ அல்லது மூன்று சதவீதமோதான். அமெரிக்கா மற்றும் பிரித்தானியாவில் அது ஒரு சதவீதம் கூடக் கிடையாது. அந்த நாடுகளால் தமது நாட்டின் அனைத்து விவசாயிகளையும் தமது சமூக பாதுகாப்பு கொடுப்பனவு திட்டத்தின் கீழ் கொண்டு வர முடியும். தேவையான அளவுக்கு சுகாதாரமான உணவுப் பண்டங்களை அதிக விலை கொடுத்து அவர்களால் இறக்குமதி செய்து கொள்ளவும் முடியும்.

ஆனால், இலங்கையின் நிலைமை அவ்வாறானதல்ல.

* இலங்கையில் விவசாயத்தில் ஈடுபடுவோரின் மொத்த எண்ணிக்கை நாட்டின் மொத்த உழைப்பாளர்களில் சுமார் 30 (முப்பது) சதவீதத்தினர்.
* மேலும் தற்போதுள்ள நிலையில் இயற்கை முறை விவசாயம் என்று சொல்லப்படுகின்ற முறையின் மூலம் விவசாயம் செய்தால் உற்பத்தியின் அளவு மிகவும் வீழ்ச்சியடையும் என்பதை அனைவரும் ஒப்புக் கொள்கின்றனர்.
* அத்துடன் கழிவுகள் சேதங்கள் அதிகமாக இருக்கும் என்கின்றனர்.

- மேலும் அறுவடையாகும் உற்பத்தியிலிருந்து கிடைக்கும் வருமானம் குறைவாக இருக்கும் என்பதுவும் ஒப்புக் கொள்ளப்பட்ட விடயமாகும்.
- அவ்வாறாக உற்பத்தி செய்யப்படும் பொருட்களுக்கு சந்தையில் விலை அதிகமாகக் கிடைக்க வேண்டும் அல்லது அரசாங்கம் அவ்வகையான அனைத்து விவசாயப் பண்டங்களுக்கும் உரிய அளவில் உத்தரவாத விலைகளை வழங்கி கொள்வனவு செய்யத் தயாராக இருக்க வேண்டும்.
- எவ்வாறாயினும் உற்பத்திகளின் விலை அதிகரிக்கும். அதிக விலை கொடுத்து வாங்க வேண்டிய கட்டாயத்துக்கு மக்கள் தள்ளப்படுவார்கள்.
- மேலும் உணவு வகைகளின் உற்பத்திகளில் ஏற்படும் வீழ்ச்சியால் அதிகரிக்கும் பற்றாக்குறையை நிவர்த்திப்பதற்கு மேலும் அதிகமான அளவில் உணவுப் பண்டங்களை இறக்குமதி செய்ய வேண்டிய கட்டாயத்துக்கும் நாடு உள்ளாகும்.

முன்னேற்றங்கள் பற்றி கனவு காணலாம் - அதற்கு ஆற்றல்களை அதிகரிக்கும் அடித்தளங்கள் வேண்டும்

முதலாளித்துவ தேர்தல் ஜனநாயகக் கட்டமைப்பைக் கொண்ட இலங்கையானது சீனாவின் அரசியற் கட்டமைப்பைக் கற்பனை செய்ய முடியாது. சீனாவின் விவசாயக் கட்டமைப்பு முழுமையாக ஒழுங்குபடுத்தப்பட்டு 60 ஆண்டுகளுக்கு மேல் ஆகி விட்டது. இலங்கையின் விவசாயமானது உதிரியான விவசாயிகளினால் மேற்கொள்ளப்படும் சீவனோபாய விவசாய அமைப்பாகவே உள்ளது. இந்தியாவின் விவசாயக் கட்டமைப்பும் இலங்கை கொண்டிருக்கும் அதே பலவீனங்களைக் கொண்டதாயினும், இந்தியா பல்வேறு வகையிலும் சுய பொருளாதார ஆற்றல்களை சுதந்திரம் பெற்ற காலத்திலிருந்து கட்டியெழுப்பிக் கொண்டுள்ளது.

இலங்கையை இயற்கை சார் விவசாய நாடாக ஆக வேண்டுமென்று ஆசைப்படுவதில் தவறில்லை. இலங்கையை முழுமையாக அந்த நிலைக்கு இட்டுச் செல்ல முடியுமா அல்லது முடியாதா என்ற விவாதத்தை விட,

1. முடிந்த அளவுக்கு இயற்கைசார் விவசாயத்தை நாடு தழுவிய வகையில் உற்சாகப்படுத்த வேண்டும் — முன்னிலைப்படுத்த வேண்டும் — பிரபல்யப்படுத்த வேண்டும் — நம்பிக்கைகளை வளர்க்க வேண்டும்.

2. அதற்கான ஏற்பாடுகளாக மான்யங்கள், பயிற்சிகள், உத்தரவாதங்கள், தேவையான உள்ளீடுகளின் கிடைப்பனவுகள் — அரச நிறுவனங்களின் ஒத்துழைப்புகள் என்பன உத்தமமான அளவுக்கு மேற்கொள்ளப்பட வேண்டும்.

3. அதற்குரிய வகையில் விவசாய அபிவிருத்தி தொடர்பான அனைத்து அரச நிறுவனங்களும் தயார்படுத்தப்பட வேண்டும்.

4. இயற்கை சார் விவசாயிகள் எதிர்நோக்கும் ஆபத்துக்கள், பாதகங்கள், இழப்புகள் தொடர்பில் அரசாங்கம் தாராளமான நிவாரணங்களை காலதாமதமெதுவுமின்றி வழங்குவதற்கு தயாராக இருக்க வேண்டும்.

இதையெல்லாம் விட்டுவிட்டு விவசாயத்திற்கான ரசாயன பண்டங்களின் இறக்குமதிகளைத் தடைசெய்வதன் மூலம் விவசாயிகளைக் கட்டாயப்படுத்த முடியாது.

உணவுப் பண்டங்களின் இறக்குமதிக் கட்டுப்பாடுகள் மற்றும் தடைகள் மூலம் பரந்துபட்ட மக்களை அவர்களது வயிற்றை இறுக்கிக் கட்டிக் கொள்ளும்படி நிர்ப்பந்தித்தால் விவசாய புரட்சி நடக்காது. மாறாக அரசுக்கு எதிரான மக்கள் கிளர்ச்சிகளே அதிகரிக்கும்.

இலங்கையின் விவசாயிகளில்:

- 90 (தொண்ணூறு) சதவீதமானவர்கள் இரண்டு (2) ஏக்கருக்கும் குறைவான நிலப்பரப்பையே தமது விவசாய உடைமையாகக் கொண்டிருக்கின்றனர்.

- 50 (ஐம்பது) சதவீதமானவர்கள் 1 (ஒரு) ஏக்கருக்கும் குறைவான விவசாய நிலப்பரப்பையே கொண்டிருக்கின்றனர்.

- ஏற்கனவே அவர்கள் வாங்கிய கடனைக் கட்ட முடியாமலும் விளைச்சல்களை விற்று கிடைக்கின்ற வருமானத்தில் மிக

அடிப்படையான தமது தேவைகளைக் கூட கொள்வனவு செய்து கொள்ள முடியாதவர்களாகவும் உயிரைக் கையில் பிடித்தபடி வாழ்ந்து கொண்டிருக்கிறார்கள்.

அவர்களின் நிலைகளைக் கணக்கிலெடுத்து:

1. அவர்களை தனியார்களாகவோ அல்லது பொருத்தமான வகையான ஊட்டுறவு முறை மூலமாகவோ ஒருங்கிணைந்த பண்ணை முறையில் விவசாயம் செய்வதற்கான ஏற்பாடுகள் மேற்கொள்ளப்பட வேண்டும்.

2. மேலும் அவர்கள் மத்தியில் எந்த வகை விவசாயமாயினும் துல்லிய விவசாய முறையையும் பொருத்தமான வகையில் புதிய நுட்பங்களையும் கடைப்பிடிப்பதற்கு அவர்களை முறையாக பயிற்றுவிக்க வேண்டும்.

3. விவசாயிகள் எந்த கால நிலையில் எந்த நிலத்தில் எந்த பயிரினை எந்த அளவுக்கு மேற் கொள்வது என்பதில் அது தொடர்பான நிபுணத்துவம் உள்ளவர்களைக் கொண்ட அரச நிறுவனங்கள் அக்கறையோடு ஒருங்கிணைந்து செயற்பட வேண்டும்.

4. தேவையான உள்ளீடுகளையும், ஆலோசனைகளையும் ஒத்துழைப்புகளையும் விவசாயிகளுக்கு உரிய நேரத்துக்கு வழங்குவதில் அரச நிறுவனங்கள் காத்திரமாக செயற்பட வேண்டும்.

5. விவசாயிகள் தமது உற்பத்திகளை சந்தைப்படுத்துவதில் உள்ள சிரமங்களையும் நஷ்டங்களையும் குறைக்கும் விதமாக அரசு உரிய நடவடிக்கைகளை மேற்கொள்ள வேண்டும்.

இப்படியாக நாடு உணவு உற்பத்தியில் தன்னிறைவை நோக்கி பயணிப்பதற்கான செயற்திட்டங்களை அரசாங்கம் முதலில் முன்னெடுக்க வேண்டும். ஆனால் இங்குள்ள கேள்வி என்னவென்றால் வெளிநாடுகளிடமிருந்தும் உள்நாட்டு நிதி நிறுவனங்களிடமிருந்தும் வாங்கிய கடனுக்கான வட்டியைக் கொடுப்பதற்கே அல்லாடும் அரசாங்கம் — அரச ஊழியர்களுக்கான சம்பளம் கொடுப்பதற்கே பணத்தை அச்சடித்துத்தான் கொடுக்க

வேண்டிய நிலையிலுள்ள அரசாங்கம் மேற்குறிப்பிட்டவைகளை கண்ணும் கருத்துமாகக் கொண்டு செயற்படுத்த முடியுமா?

இந்நிலையில் இயற்கைசார் பயிர்ச் செய்கையை இலங்கை விவசாயிகள் அனைவர் மீதும் திணிக்க முயல்வது உண்மையில் இலங்கையின் எதிர்காலம் மீது அரச அதிபர் கொண்டுள்ள அக்கறையின் வெளிப்பாடா? அல்லது ஏதோ விடயங்களை மறைப்பதற்கான — அவை பற்றிய பரந்து பட்ட மக்களின் கவனத்தை திசை திருப்புவதற்கான இலக்குகளைக் கொண்ட நடவடிக்கைகளா?

◉

Sugar, Rice, Dhall, Flour.... Shoot..!!
Anjana Indrajith

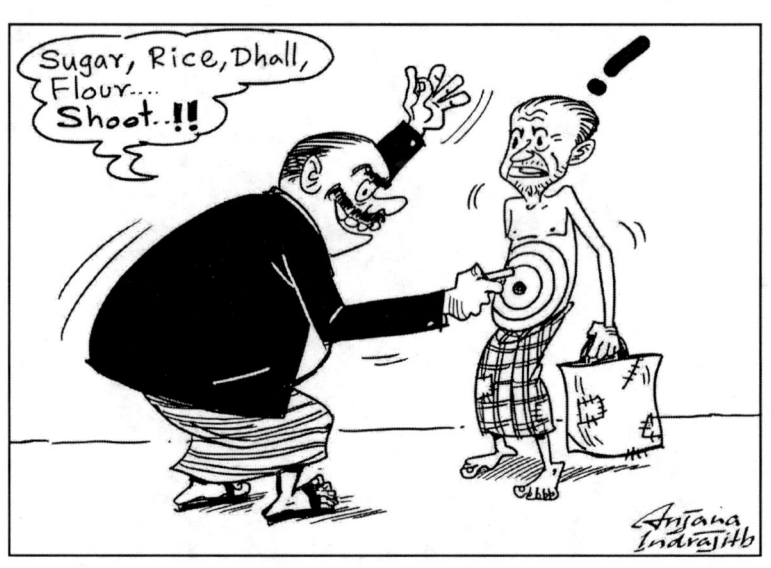

18

அரசாங்கத்தின் ஆசைகளை அழகாக காட்டிய 2022 ஆம் ஆண்டுக்கான வரவு-செலவுத் திட்டம்

இலங்கையின் பொருளாதாரக் கட்டமைப்பில் சில முக்கியமான துறை சார் பொருளாதார நிலைமைகள் தொடர்பில் எவ்வாறான பலவீனமான நிலைமைகள் உள்ளன என்பதனை அவதானித்தோம். இப்போது நாட்டில் அரசாங்கத்தின் 2022 ஆம் ஆண்டுக்கான வரவு செலவுத் திட்டம் பற்றி பார்க்கலாம். ஒரு நாட்டின் பொருளாதாரத்தை வழி நடத்துவதிலும் ஒழுங்குபடுத்துவதிலும் நெறிப்படுத்துவதிலும் அந்நாட்டு அரசாங்கத்தின் வரவு செலவுத் திட்டம் ஒரு பிரதானமான இடத்தை வகிக்கின்றமையானது அனைவரும் அறிந்த விடயமே.

இலங்கையின் பொருளாதாரம் எதிர்நோக்கியிருக்கும் சிக்கல்கள் சிரமங்கள் பற்றி முன்னைய பாகங்களில் குறிப்பிட்ட பல விடயங்களை (முன்னாள்) நிதி அமைச்சர் பஸில் ராஜபக்சாவும் தனது வரவு செலவுத் திட்ட அறிக்கையில் வெளிப்படுத்தியிருந்தார். அதே வேளை அவற்றையெல்லாம் அடுத்தடுத்து வரும் ஆண்டுகளில் தமது வரவு செலவுத் திட்டங்களை அமுல்படுத்துவதன் மூலமாக வெற்றி கொண்டு நாட்டை முன்னேற்றகரமான பாதையில் இட்டுச் செல்ல முடியும் நம்பிக்கைகளை வெளியிட்டுள்ளதுடன் அதற்கான தமது இலக்குகளையும் குறிப்பிட்டார்.

கடந்த ஆண்டு ஒக்ரோபர் மாதம் 7 ஆம் திகதி பாராளுமன்றத்தில் 2022 ஆம் ஆண்டுக்கான நிதி ஒதுக்கீடு மசோதா

முன்வைக்கப்பட்டது. அதன் தொடர்ச்சியாக கடந்த நவம்பர் 12 ஆம் திகதி இலங்கையின் நிதி அமைச்சர் பாராளுமன்றத்தில் 2022 ஆம் ஆண்டுக்கான வரவு செலவுத் திட்டம் என்ற பெயரில் தமது முன்மொழிவுகளை சமர்ப்பித்தார்.

உண்மையில் இந்த வரவு செலவுத் திட்ட அறிக்கையானது முன்னைய நிதி ஒதுக்கீட்டு மசோதாவில் குறிப்பிடப்பட்டுள்ள பல்வேறு விடயங்கள் தொடர்பில் பிரேரிக்கப்பட்டுள்ள மேலதிக ஒதுக்கீட்டு அறிக்கை என்றே கொள்ள வேண்டும். எனவே பொருளாதார ஆய்வாளர்கள் அரசாங்கத்தின் 2022 ஆம் ஆண்டுக்கான வரவு செலவுத் திட்டம் எனப் பார்க்கையில் மேற்குறிப்பிட்ட இரண்டு நிதி அறிக்கைகளையும் சேர்த்தே வாசித்தல் வேண்டும்.

எதிர்க்கட்சி விமர்சனப் பார்வை ஒரு புறமிருக்கட்டும் இந்த நிதித் திட்ட அறிக்கையை நிதானமாக நோக்குக!

இலங்கையில் அரசாங்கங்களின் வரவு செலவுத் திட்ட வரலாற்றை நோக்கினால் ஒவ்வொரு அரசாங்கமும் ஒவ்வொரு ஆண்டும் தாங்கள் முன் வைக்கின்ற வரவு செலவுத் திட்ட அறிக்கையில் தமது இலட்சியங்களையும் கவர்ச்சிகரமான இலக்குகளையும் பெரும் நம்பிக்கைகளையும் தவறாமல் வெளிப்படுத்தியே வந்திருக்கிறார்கள். அந்த வகையில் பஸில் அவர்கள் தமது நிதி திட்ட அறிக்கையில் முன்வைத்த இலக்குகளும் வெளிப்படுத்திய நம்பிக்கைகளும் இலங்கைக்கு புதிதானதோ அல்லது புதினமானதோ அல்ல.

ஆனால் இலங்கையின் பொருளாதாரம் எழுந்து முன்னேற முடியாமல் மேலும் மேலும் சிக்கல்களுக்குள்ளும் சிரமங்களுக்குள்ளும் அகப்பட்டுப் போனதே வரலாறாக உள்ளது. பஸில் ராஜபக்சா அவர்களும் அடுத்த ஏழு ஆண்டுகளுக்குள் இலங்கையின் பொருளாதாரம் நிமிர்ந்து எழுந்து முன்னோக்கி பறக்கத் தொடங்கி விடும் என்றார்.

பஸில் அவர்களே தமது நிதித் திட்ட அறிக்கையை முன்மொழிகிற போது பின் வரும் விடயங்களை குறிப்பிட்டார்:

- "சுதந்திரம் பெற்றதிலிருந்து ஒவ்வொரு அரசாங்கமும் பற்றாக்குறை வரவு செலவுத் திட்ட கொள்கையொன்றினை நோக்கியே சார்ந்திருந்தன.

- 1960களில் மொத்த தேசிய வருமானத்தில் சுமார் 6 சதவீதமாக இருந்த இந்த பற்றாக்குறை 1978 ஆம் ஆண்டு தொடக்கம் அவ்வப்போது 10 சதவீதத்தினை எஞ்சியதாக அமைந்தது.

- 2010 தொடக்கம் 2018 வரையான காலப்பகுதியில் 7 மற்றும் 8 சதவீதத்துக்கு இடையில் ஊசலாடிக் கொண்டிருந்தது.

- தற்போது இது மீண்டும் 10 சதவீதத்தையும் விஞ்சி விட்டது.

- கிட்டத்தட்ட, 70 ஆண்டுகளாக செயற்பாட்டிலிருக்கிற இக் கொள்கையின் விளைவுகளையே நாம் இப்போது அனுபவித்துக் கொண்டிருக்கிறோம்"

எனவே, இன்று இலங்கை எதிர் நோக்கும் பொருளாதாரக் குறைபாடுகள் இன்று நேற்றுத் தொடங்கியதல்ல, சுதந்திர இலங்கையை இது வரை ஆண்டு வந்துள்ள அனைத்து ஆட்சியாளர்களுமே இன்றைய பரிதாபகரமான நிலைக்கு பொறுப்பானவர்கள் என்பதை இக்கட்டுரைத் தொடரின் முன்னைய பகுதிகளில் பல இடங்களில் குறிப்பிட்டிருக்கிறோம். அதனை நிதி அமைச்சர் பஸில் அவர்களும் அவரது வரவு செலவுத் திட்ட உரையின் போது பகிரங்கமாக ஒப்புக் கொண்டுள்ளார்.

இதில் அவரது அண்ணன் மஹிந்த ராஜபக்சாவின் 2005 தொடக்கம் 2014 ஆம் ஆண்டு முடியும் வரையான 10 ஆண்டு காலமும் உள்ளடங்கும் என்பதையும் குறிப்பிட வேண்டியுள்ளது. அப்போது இவர்தான் நாடு முழுவதுக்குமான பொருளாதார அபிவிருத்தி அமைச்சராக இருந்தார் என்பதையும் இங்கு சுட்டிக் காட்ட வேண்டியுள்ளது.

நாட்டின் பொருளாதாரத்தில் பல்வேறு முக்கிய அம்சங்கள் தொடர்பில் ஏற்பட்டிருக்கும் பெரும் நெருக்கடிகளாலும் அத்துடன் அவற்றை கொரோனாத் தொற்று தீவிரப்படுத்தியிருப்பதனாலும், அதனால் மக்கள் மத்தியில் அரசாங்கத்தின் மீது ஏற்பட்டுள்ள

கோபத்தாலும் ஆட்சியாளர்களும் அவர்களைச் சார்ந்தவர்களும் திக்குத் திசை தெரியாது திணறிப் போயினர்.

ஜனாதிபதி கோத்தாபய ராஜபக்சா அவர்கள் நிலைமைகளைச் சமாளிக்கவும் நெருக்கடிகளைத் தணிக்கவும் எவ்வாறான நடவடிக்கைகளை முன்னெடுத்தாலும் அவை பூமராங்கைப் போல திருப்பி அடிப்பதாகவே அமைகிறது என ஆட்சியில் உள்ள பங்காளர்களாலேயே கருதப்பட்டது. இந்த நிலையில்தான் பஸில் ராஜபக்சா நிதி அமைச்சரானதும் அவரின் திட்டங்களால் தங்களுக்கு நிம்மதிப் பெரு மூச்சு விடும் நிலைமைகள் ஏற்படும் என ராஜபக்சாக்களை சார்ந்திருப்பவர்கள் நம்பினார்கள். ஆனால் எதிர்க் கட்சியினரோ "பஸில் ராஜபக்சா அற்புத விளக்கை வைத்திருக்கும் அலாவுதீனா"? என கிண்டல் பண்ணினார்கள்.

இந்தப் பின்னணிகளிலேயே ராஜபக்சாக்களின் அரசாங்கத்தினுடைய வரவு செலவுத் திட்ட அறிக்கையை நாம் உற்று நோக்க வேண்டியுள்ளது. அதாவது,

- நிதித் திட்ட அறிக்கை குறிக்கும் இலக்குகள் என்ன?
- அதற்காக எவ்வகையான செயற்திட்டங்கள் முன் வைக்கப்பட்டிருக்கின்றன?
- குறிப்பிடப்பட்டுள்ள இலக்குகள் அடையப்படக் கூடியவையா?
- அதற்கான நிதி வல்லமைகளை அரசு கொண்டிருக்கிறதா அல்லது அந்த அளவுக்கு அதனால் திரட்டிக் கொள்ள முடியுமா?
- அதற்காகக் குறிக்கப்படும் கால எல்லையில் அவை அடையப்படக் கூடியவையா அல்லது முடியாதவையா?
- அல்லது அதனது இலக்குகள் அடிப்படையிலேயே யதார்த்தத்துக்குப் பொருத்தமற்றவையா?
- அறிக்கை குறிக்கும் இலக்குகளை அடைய முடியாதென்பதற்கான காரணிகள் எவையெவை?

இவ்வாறாக தொடராக பல கேள்விகளை இந்த நிதித் திட்ட அறிக்கை குறித்து எழுப்புவது அவசியமாகும்.

எவ்வாறாயினும், நிதி அறிக்கை தொடர்பான ஆய்வு நோக்கின் போது எதிர்க்கட்சி அரசியற் பிரச்சாரங்களின் கோணத்தில் இருந்து அணுகாமல் நிதானமாக, பொருளாதார விடயதானங்களின் அடிப்படைகளில் இருந்தும் செல்வாக்குச் செலுத்தக் கூடிய அரசியல் ரீதியான அகப்புறச் சூழல்கள் பற்றிய விடயங்களைக் கணக்கில் எடுத்தும் தெளிவான கண்ணோட்டத்தைப் பெறுதலே சரியானதாகும்.

எதிர்காலம் பற்றிய அமைச்சரின் இலக்குகள்

அழகான காட்சிகளைக் காட்டும் சித்திரங்கள்

நிதி அமைச்சர் பஸில் அவர்கள் தமது நிதித் திட்ட அறிக்கையினூடாக தமது ஒரு நீண்ட கால கனவுகளை – தொலைநோக்கு இலக்குகளை அறிவித்தார். அவற்றிற் சிலவற்றை இங்கு குறிப்பிடலாம்.

1. துறை முகங்களை அபிவிருத்தி செய்தல்:

- கொழும்புத் துறைமுகத்தை சர்வதேச கடற்பயணங்களின் கேந்திரமாக்குதல்,
- திருகோணமலைத் துறைமுகத்தை ஆக்க உற்பத்திக் கைத்தொழில்களின் வளையங்கள் கொண்ட வலயமாக்குதல்,
- காலித் துறைமுகத்தை சுற்றுலாத் துறைக்கான தளமாக்குதல், மேலும்,
- அம்பாந்தோட்டைத் துறைமுகத்தை சர்வதேச கப்பல்களுக்கு அவசியமான சேவைகளை வழங்கும் மையமாக்குதல்.

என அறிவித்தார்.

2. தொழிற்நுட்பப் பூங்காக்களை விருத்தி செய்தல்:

- ஏற்கனவே குருநாகல் மாவட்டத்திலுள்ள ரத்கல்ல என்னும் இடத்திலும் மற்றும் காலி மாவட்டத்தில் உள்ள அக்மீமன எனும் இடத்திலும் அமைக்கப்பட்டுள்ள தொழில்நுட்ப பூங்காக்களோடு மேலும் ஹபரணவிலும், நுவரெலியாவில் மஹாகஸ்தோட்ட எனும் இடத்திலும், கண்டியில் திகணயிலும் தொழில்நுட்ப பூங்காக்களை அமைக்கப் போவதாக அறிவித்தார்.

3. உற்பத்தி முதலீட்டு வலயங்கள்:

- அனைத்து மாவட்டங்களிலும் சேதன பசளை உற்பத்தி நிலையங்களை அமைத்தல்,
- ஓயா மடுவ, மில்லேனிய மற்றும் அரும்பொக்க பிரதேசங்களில் மருந்து உற்பத்தி வலயங்களை ஆக்குதல்.
- ஏறாவூர், மொனராகல, புத்தளம் மற்றும் கிளிநொச்சி பிரதேசங்களை புடவை மற்றும் ஆடைத் தயாரிப்பு தொழில் வலயங்களாக ஆக்குதல்,
- மாத்தளை, எல்பிட்டி, அம்பாந்தோட்டை மற்றும் யாழ்ப்பாண மாவட்டங்களை ஏற்றுமதிக்கான விவசாய பண்டங்களைப் பதனிடும் உற்பத்தி வலயங்கள் கொண்டதாக ஆக்குதல்.
- நாவலப்பிட்டி, வாரியபொல, பொலநறுவை, ஆகிய மாவட்டங்களை கால்நடை விருத்தி வலயங்களை கொண்ட மாவட்டங்களாக ஆக்குதல்.
- புத்தளம், மன்னார், அம்பாந்தோட்டை, யாழ்ப்பாணம் மற்றும் கொக்கட்டிச் சோலை ஆகிய இடங்களில் உள்ளூர் மீன்பிடி மற்றும் நீர்வாழ் உயிரினங்களை வளர்க்கும் மையங்களை விருத்தி செய்தல் மேலும்
- பரந்தன், புல்மோட்டை, எப்பாவல, ஆகிய பிரதேசங்களை ரசாயன உற்பத்திகளை மேற்கொள்ளும் வலயங்களாக ஆக்குதல்.

4. இலங்கையிலுள்ள 10,155 பாடசாலைகளுக்கு உயர் தொழில் நுட்ப இணைப்புகளை வழங்கி இணையத்தள வசதிகளை ஏற்படுத்துதல்.

5. 5 லட்சம் ஏக்கர் நில அளவு கொண்ட நன்னீர் நிலைகளில் மீன்பிடி வளர்ப்புகளை விருத்தி செய்தல்,

6. பற்றிக் ஆடைகளை 100 கோடி அமெரிக்க டொலர் அளவுக்கு ஏற்றுமதி செய்யும் வகையாக அவற்றின் உற்பத்திகளை அதிகரித்தல்,

7. உடனடியாக 33 லட்சத்து 15 ஆயிரம் குடிநீர் இணைப்புகளை மக்களுக்கு வழங்குதல் (இலங்கையில் மொத்தம் 50 இலட்சம் வீடுகள் தான் உள்ளன),

8. 1,00,000 கிலோ மீட்டர் நீளத்துக்கு கிராமப் புற வீதிகளை அமைத்தல்,

9. 2,000 மெஹாவட் மின்சாரத்தை மீள் புதுப்பிக்கத்தக்க மூலங்களைக் கொண்டு உற்பத்தி செய்தல்,

10. 1,000 பள்ளிக்கூடங்ளை தேசிய பாடசாலைகளாக அபிவிருத்தி செய்தல்,

11. அனைத்து வயது முதிர்ந்தவர்களுக்கும் ஓய்வு ஊதியம் வழங்குதல்,

12. அனைத்து கர்ப்பிணி தாய்மார்களுக்கும் 24 மாதங்களுக்கு போசாக்கான உணவுப் பார்சல்கள் வழங்குதல்,

13. விவசாயத்தை முற்றாக ரசாயனப் பாவனைகளிலிருந்து விடுவித்து ஆரோக்கியமான உணவு உற்பத்தி செய்யும் நாடாக ஆக்குதல்,

14. நாடு முழுவதிலுமுள்ள சமுர்த்தி வங்கிகளை கிராமங்கள் தோறும் ஆக்கத் தொழிற் துறையை விருத்தி செய்கின்ற வகையில் கிராம மக்களுக்கு குறு மற்றும் சிறு கைத்தொழில்களை மேற்கொள்வதற்கான நிதியுதவி வழங்கும் மையங்களாக செயற்படுத்துதல்.

இவ்வாறான பல்வேறு இலட்சிய திட்டங்களை நிதி அமைச்சர் அறிவித்தார். இவற்றின் மூலமாக,

- மொத்த தேசிய வருமானத்தில் 10 சதவீதத்துக்கும் மேலாக இருக்கும் வரவு செலவுத் திட்டப் பற்றாக்குறையை 2027 ஆம் ஆண்டு 1.5 (ஒன்றரை) சதவீதத்துக்கு குறைத்து 2028 ஆம் ஆண்டு நிதித் திட்ட அறிக்கையில் அரசின் வரவுக்கு உட்பட்டதாக அரசின் செலவீனங்களை அடக்கிட முனைவதாகவும்,

- மொத்த தேசிய வருமானத்தில் 9 சதவீதம் என்னும் அளவுக்கு உள்ள அரச வருமானத்தை 2027 இல் 18 சதவீதமாக உயர்த்திட முடியும் என்றும்,

- மொத்த தேசிய வருமானத்தில் 16 சதவீதமெனும் அளவுக்கு உள்ள அரசின் மீண்டெழும் செலவீனத்தை 13 சதவீதமெனும் நிலைக்கு குறைத்து விட முனைவதாகவும்,
- 3.5 (மூன்றரை) சதவீதமாக இருக்கும் தேசிய பொருளாதார வளர்ச்சியை 2024 இல் 6 சதவீதமாக்கி; 2027 இல் 7 சதவீதமாக ஆக்கிட முயற்சிப்பதாகவும்,
- அரசின் மொத்த கடன் அளவானது மொத்த தேசிய வருமானத்தை விட அதிகமாக இருப்பதாகவும் அதனை இன்னும் சில ஆண்டுகளுக்குள் 74 சதவீதமெனும் அளவுக்கு குறைத்து விட முனைவதாகவும்,
- அதேவேளை மொத்த தேசிய வருமானத்தோடு ஒப்பிடுகையில் 36.5 (முப்பத்தி ஆறரை) சதவீதமாக இருக்கும் வெளிநாடுகளுக்கான கடனை 13.5 (பதின் மூன்றரை) சதவீதமாக ஆக்கிட முனைவதாகவும்,

நிதி அமைச்சர் தமது இலட்சிய இலக்குகளை நிர்ணயித்தார்.

எல்லோரும் ஏறி சறுக்கி விழுந்த குதிரையில் பஸில் ராஜபக்ச சக்கடத்தாரும்

அமைச்சர் பஸில் அவர்கள் வெளியிட்ட திட்டங்களையும் இலக்குகளையும் அவதானிக்கையில் அவரை பாராட்டுவதா அல்லது மீண்டும் ஒருவர் புழுகு மூட்டைகளை அவிழ்த்து விட்டு ஏமாற்றுவதற்கு வந்து விட்டாரா என்ற கேள்வியே முன்னுக்கு வந்தது.

ஏனெனில் சுதந்திர இலங்கையின் முதலாவது நிதி அமைச்சரான ஜே.ஆர். ஜெயவர்த்தனா தொடக்கம் போன ஆட்சியில் நிதி அமைச்சராக இருந்த மங்கள சமரவீர வரை இதே மாதிரியாக புல்லரிக்க வைக்கும் வகையான திட்டங்களையும் இலக்குகளையும் கொண்ட புழுகு மூட்டைகள் ஏற்கனவே பாராளுமன்றத்தின் ஹன்சாட்டுகளில் ஏராளமாகவே நிறைந்து கிடக்கின்றன.

திருவாளர் பஸிலின் திட்டங்களும் இலக்குகளும் இலங்கையின் கூரையைப் பிய்த்துக்கொண்டு பொருளாதார முன்னேற்றங்களைக் கொட்டோ கொட்டென கொட்டப் போகிறது என நம்புவதற்கான எந்த ஆதாரத்தையும் அவர் முன்வைக்கவில்லை.

நம்பிக்கைதானே வாழ்க்கை!

ராஜபக்சாக்களின் கொண்ட முதலா நட்டமாகப் போகும்? சொன்னவை நடந்தால் லாபம். இல்லையென்றால் அடுத்த மூன்று வருடம் முடிய மறுபடியும் பாராளுமன்றத் தேர்தல் — மற்றுமொரு நிதி அமைச்சர்.

நிதி அமைச்சர் பஸில் அவர்கள் "சுதந்திரமடைந்து 73 வருடங்களாக செய்த பாவங்களை இப்போது சுமக்கிறோம்" என்கிறார் அடுத்து வரும் நிதி அமைச்சர் குறிப்பிட்ட 73 உடன் மேலும் (3) மூன்றைக் கூட்டி 76 வருடங்களாக செய்த பாவங்களைச் சுமக்கிறோம் என்று அதே ராகத்தில் சொல்வார்... அவ்வளவுதானே! நாட்டின் பரந்துபட்ட பொதுமக்கள்தான் பாவப்பட்ட ஜீவன்கள்!

நிதி அமைச்சர் முன்வைத்த பொருளாதார இலட்சிய தொலை நோக்குத் தரிசனங்கள், வார்த்தை வித்தைகள் ஒரு புறம் இருக்க, அவர் துறைகள் ரீதியாக முன்வைத்துள்ள வரவுக் கணக்குகளையும் செலவு ஒதுக்கீடுகளையும் சற்று உன்னிப்பாக நோக்குவது அவசியமாகும்.

⊙

S
L
SALE
Namal Amarasinghe
05.06.2021

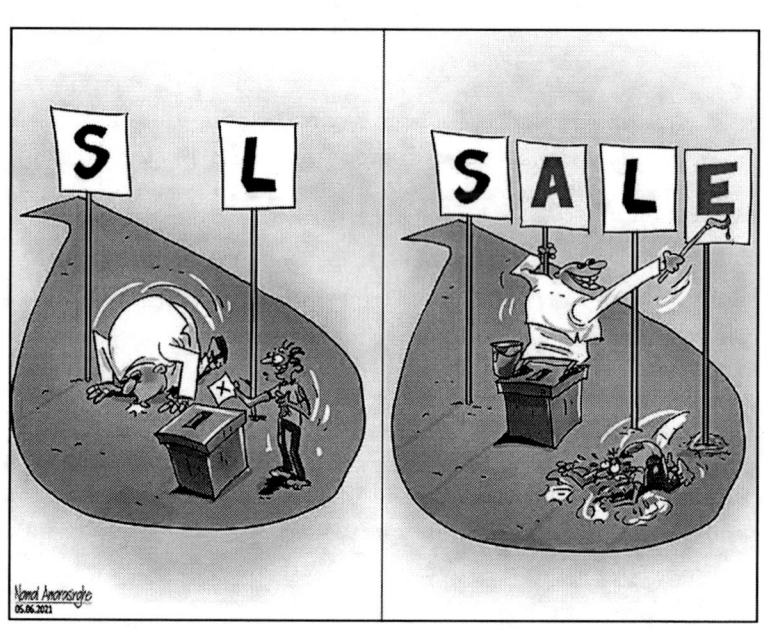

19

கனவுகள் வாக்குறுதிகளானால் நடைமுறைகள் கானல் நீரே!

(முன்னாள்) நிதி அமைச்சர் பஸில் ராஜபக்சா 2022 ஆம் ஆண்டுக்கென பாராளுமன்றத்தில் முன்வைத்த வரவு செலவுத் திட்டத்தில் நாட்டின் பொருளாதார எதிர்காலம் பற்றி அவர் நிர்ணயித்த இலட்சிய இலக்குகள் மற்றும் திட்டங்களை அவதானித்து, அவற்றின் சாத்தியங்கள் குறித்து சில தொடர் கேள்விகளையும் இங்கு முன்பகுதியில் எழுப்பியிருந்தோம். இந்த வரவு செலவுத் திட்டம் பற்றி பேராசிரியர் அமீர் அலி அவர்கள் வெளியிட்டுள்ள கட்டுரையொன்றில், பஸிலின் வரவு செலவுத் திட்டம் ஒரு "சித்தாந்த மையம் கொண்டதாயினும் அதில் கூறப்பட்டுள்ளவை அடைய முடியாதவைகள்" என்று குறிப்பிட்டார்.

மேலும், கடந்த கால வரவு செலவுத் திட்டங்கள் போலவே இதுவும் நாட்டைப் பீடித்துள்ள பொருளாதார நோய்களிலிருந்து விடுவிக்கப்போவதில்லை என்றும், பஸில் அவர்களின் நிதித் திட்டம் "கனவுத் தனமான வாக்குறுதிகளை அள்ளிக் குவித்திருக்கிறதே தவிர அவற்றை எவற்றின் மூலமாக எவ்வகையாக நடைமுறையில் சாத்தியமாக்கப் போகிறது என்னும் கேள்விக்கான பதில் மிகவும் வறுமைத் தன்மை கொண்டதாகவே உள்ளது" என நச்சென தமது அபிப்பிராயத்தை வெளியிட்டார்.

அமீர் அலி அவர்கள் இலங்கைப் பல்கலைக்கழகங்களில் பொருளியல் துறையில் இருந்த மிகச் சிறந்த பேராசிரியர்களில் ஒருவர் என்பதை இங்கு குறிப்பிடுவது பொருத்தமானதாகும்.

அமைச்சர் பஸில் அவர்கள் தமது வரவு செலவுத் திட்ட உரையின் போது – "பொருளாதார ரீதியாக வலுவான நாடொன்றைக் கட்டியெழுப்புவதற்கான நிதியியல் நடவடிக்கைககளை வெறுமனே வரிகளைச் சேகரித்தல், கட்டணங்களை திரட்டுதல் மற்றும் மேலும் அறவீடுகளை மேற்கொள்ளுதல் என்பனவற்றின் மூலம் முன்னேற்றிவிட முடியாது. அதைவிடவும் மேலதிகமாக, நிலைபேறான நிதியியல் ஒழுக்கம் தொடர்பான கலாச்சாரத்தைக் கட்டியெழுப்ப வேண்டும். அத்துடன் செலவீனங்களை சிக்கனமாகவும், உற்பத்தித் திறன் மிக்க விதத்தில் கட்டுப்பாடாகவும் மேற் கொள்ள வேண்டும்" என்றார்.

நிதி அமைச்சர் தமது உரையை "இலக்கணமாகத்தான்" கூறினார், ஆனால் நடைமுறையில் அமைச்சர்கள் தொடக்கம் அரச அதிகாரிகள் வரையாக அவற்றைக் "கோட்டை" விட்டு விடுகிறார்களே!

அது பற்றி பேராசிரியர் அமீர் அலி அவர்கள் குறிப்பிடுகையில்,

> *"வரி அறவிடும் நிர்வாக அமைப்பில் உள்ள ஊழல் மோசடிகள் முற்றாக துடைத்தெறியப்படாத வரை அரசாங்க வருமானம் உயர்வதற்கான எந்த நம்பிக்கையையும் கொள்ள முடியாது" என்றார்.*

இந்த வரவு செலவுத் திட்டம் கடந்த பத்தாண்டுகளுக்கும் மேலான கால கட்டத்தில் இலங்கையின் பாதுகாப்பு செலவீனங்களுக்கு அடுத்தபடியாக அதிகமான நிதி ஒதுக்கீடு செய்யப்படுவது வீதிகள் அமைப்பதற்கும் கட்டிடங்கள் கட்டுவதற்குமே. அது பற்றி பேராசிரியர் குறிப்பிடுகையில் அந்த ஒதுக்கீடுகள் அந்த அளவுக்கு மேற்கொள்ளப்படுவதற்குக் காரணம் அதன் மூலம் முறையாக பெருந்தொகையில் லஞ்சமாக பணம் திரட்டிக் கொள்வதற்கே என்றார்.

இது அவரின் கருத்து மட்டுமல்ல நாடளாவிய ரீதியில் பொருளாதார அறிஞர்களிடமும் பொது மக்களிடமும் இந்த அபிப்பிராயமே உள்ளது. இப்படி இருக்கையில் ஒழுக்கமும் கட்டுப்பாடும் நிறைந்த அரச நிதியியல் கலாச்சாரத்தை இந்த அரசாங்கத்தால் எவ்வாறு கட்டியெழுப்ப முடியும் என கேள்வி எழுவது மிகவும் நியாயமானதே.

இராணுவத்துக்கான நிதி ஒதுக்கீடு

இலங்கை அரசின் அமைச்சுக்களுக்கான ஒதுக்கீட்டினை அவதானித்தால் இராணுவத்திற்கான ஒதுக்கீடே ஏனைய அனைத்து அமைச்சுக்களுக்கும் ஒதுக்கப்பட்ட நிதியை விட அதிகமான ஒதுக்கீட்டைக் கொண்டதாகும். வரவு செலவுத் திட்ட அட்டவணைகளை சரியாகப் புரிந்து கொள்ள முடியாதவர்கள் பார்த்தால் நிதி அமைச்சுக்குத் தானே அதிக பணம் ஒதுக்கப்பட்டிருக்கிறது எனக் கருதக்கூடும். அது அப்படியல்ல, நிதி அமைச்சினால் அரசு வாங்கிய கடன்களுக்கான வட்டியையும் வாங்கிய கடன்களில் உரியகாலத்தில் திருப்ப வேண்டிய கடன்களின் தொகைகளையும் கழித்து விட்டுப் பார்த்தால் நிதி அமைச்சுக்கு ஒதுக்கப்பட்ட தொகை சிறியதே. அது மட்டுமல்ல 2021 ஆம் ஆண்டுக்கான ஒதுக்கீட்டோடு ஒப்பிட்டால் நிதி அமைச்சர் தமது அமைச்சுக்குரிய மூலதன செலவீனங்களுக்கான ஒதுக்கினை குறைத்தார் என்பதை மறுப்பதற்கில்லை.

உள்நாட்டு யுத்தம் முடிவடைந்து 12 ஆண்டுகள் நிறைவுற்று விட்ட நிலையிலும் இந்த அளவுக்கு இராணுவ செலவு தேவைதானா என்ற கேள்வி பலரிடமும் உள்ளது. இலங்கை அரசாங்கம் குறிப்பாக ராஜபக்சாக்கள் இராணுவ கட்டமைப்பை மேலும் தொடர்ந்தும் மிக பலமுடையதாகவும் அரச கட்டமைப்பில் அதுவே மிகுந்த செல்வாக்குடையதாகவும் இருக்க வேண்டும் என்பதிலேயே அக்கறையாக இருக்கிறார்கள் என்பதையே பாதுகாப்பு அமைச்சுக்கான வரவு செலவுத் திட்ட ஒதுக்கீடுகள் தெளிவுபடுத்துகின்றன என்பதே பலரதும் அபிப்பிராயமாகும்.

கடந்த மைத்திரி – ரணில் ஆட்சியிலும் அதுவேதான் தொடர்ந்தது என்பதையும் இங்கு குறிப்பிட வேண்டும். இலங்கையின்

இராணுவ கட்டமைப்புக்கு அதிக நிதி ஒதுக்கீடுகளை மேற்கொண்டே ஆக வேண்டும் என்ற கட்டாயத்துக்கு இலங்கை அரச கட்டமைப்பு ஆகியுள்ளமை தெளிவாகவே உள்ளது.

இங்கு ஒரு குறிப்பு:

வரவு-செலவு கணக்கின் எண்ணிக்கைக்குள் போவதற்கு முதலில், ஒரு மில்லியன் என்பது பத்து லட்சம் (10,00,000) பத்து மில்லியன்கள் ஒரு கோடி (1,00,00,000), 1,000 மில்லியன்கள் ஒரு பில்லியன், மேலும் ஒரு பில்லியன் என்பது 100 கோடி (1,00,00,00,000).

வாசகர்களுக்கு இவை தெரிந்திருக்கும், இருந்தாலும் இதனைச் சொல்லி வைப்பதில் தவறில்லையே! ஏனெனில் பெரும்பாலான தமிழ் வெளியீடுகளில் லட்சம் மற்றும் கோடி ஆகியவற்றிற்கும் மில்லியன்கள் மற்றும் பில்லியன்களுக்கும் இடையேயுள்ள எண் தொடர்களில் குழப்பங்கள் காணப்படுகின்றன. இதை வாசிக்கும் சில அன்பர்களுக்கும் அந்த குழப்பங்கள் ஏற்பட்டு விடக் கூடாது என்பது மட்டுமே இதன் நோக்கம். எண்ணும் எழுத்தும் கண்ணெனத் தகும் என்ற முது மொழிக்கு ஏற்ப எழுத்துக்கள் மட்டுமல்ல எண்களும் வாழ்க்கைக்கான கண்களே!.

அடுத்து பிரதானமான விடயத்துக்குள் செல்வோம்.

முதலில் 2022 ஆம் ஆண்டுக்கென அரசாங்கம் திட்டமிட்ட மொத்தச் செலவுகளைப் பார்க்கலாம்:

1. அரசு வாங்கிய கடன்களுக்கு செலுத்த வேண்டிய வட்டித் தொகை மட்டும் ரூபாய் 1,100 பில்லியன்கள் *(அதாவது ஒரு லட்சத்து பத்தாயிரம் கோடி)*

2. 2022 ஆம் ஆண்டு திருப்பிச் செலுத்த வேண்டிய கடன் தொகை 1,500 பில்லியன் *(அதாவது ஒரு லட்சத்து ஐம்பதாயிரம் கோடி)* ரூபாக்கள்.

3. அரசு செலுத்த வேண்டிய வட்டித் தொகை நீங்கலாக, அரசின் மூலதன மற்றும் மீண்டெழும் செலவுகள் கிட்டத்தட்ட 2,900 பில்லியன் *(அதாவது இரண்டு லட்சத்து தொண்ணூராயிரம் கோடி)* ரூபாக்கள்.

ஆக மொத்தத்தில் அரசாங்கம் திட்டமிட்டுள்ள செலவுத் தொகை சுமார் 5,500 பில்லியன் — அதாவது ஐந்து லட்சத்து ஐம்பதாயிரம் கோடி ரூபாக்கள்.

அடுத்து, அரசுக்கு வரவாகக் கிடைக்கும் என நிதியமைச்சர் திட்டமிட்ட மொத்த தொகையை பார்க்கலாம்:

1. அரசின் அதிகாரங்களுக்கு உரிய வகையாக திரட்டப்படும் வரிகள் மூலமாக கிடைக்கவுள்ள வருமானம் 2,100 பில்லியன்கள் (அதாவது இரண்டு லட்சத்து பத்தாயிரம் கோடி) ரூபாக்கள்.

2. வேறு கட்டணங்களை அறவிடுதல் மூலமாகவும் அரசின் நிறுவனங்களின் வழியாக கிடைக்கும் லாபங்கள், வாடகை, வட்டி என்பன வகையாகவும், மேலும் பலதும் பத்துமான சிறு சிறு மூலங்கள் வழியாகவும் கிடைக்கும் வருமானங்களின் தொகை மொத்தத்தில் சுமார் 400 பில்லியன் (அதாவது நாற்பதினாயிரம் கோடி) ரூபாக்கள்.

ஆக அரசுக்கு சட்டபூர்வமாக வழங்கப்பட்டுள்ள அதிகாரங்களைக் கொண்டு நாட்டில் திரட்டப்படும் மொத்த வருமானம் 2,500 பில்லியன் (அதாவது இரண்டு லட்சத்து ஐம்பதினாயிரம் கோடி) ரூபாக்கள் என திட்டமிடப்பட்டது.

3. மிகுதியாக அரசின் செலவீனங்களுக்கு தேவையாகவுள்ள 3,000 பில்லியன் (அதாவது மூன்று லட்சம் கோடி) ரூபாக்களை திரட்டுவதற்கான வழிகளை அரசாங்கம் பின்வருமாறு காட்டியது. இதற்காகவே தான் அவசர அவசரமாக அரசாங்கம் 3,000 பில்லியன்களுக்கு மேல் கடன்களை வாங்குவதற்கான அனுமதியை பாராளுமன்றத்தில் பெற்றுக் கொண்டது என்பதை இங்கு நினைவு படுத்துவது பொருத்தமாகும்.

I. மத்திய வங்கி, உள்நாட்டு வங்கிகள், ஏனைய நிதி நிறுவனங்கள் மற்றும் உள்நாட்டு முதலீட்டாளர்களிடமிருந்து வெவ்வேறு வடிவங்களில் கடனாக கிட்டத்தட்ட 2,700 பில்லியன் (அதாவது இரண்டு லட்சத்து எழுபதாயிரம் கோடி) ரூபாக்களைத் திரட்டுதல்,

II. வெளிநாடுகள் மற்றும் சர்வதேச நிதி நிறுவனங்களிடமிருந்து தேறிய கடனாக சுமார் 300 பில்லியன்களை அதாவது அமெரிக்க டொலர் கணக்கில் சுமார் 1.5 (ஒன்றரை) பில்லியன் — அதாவது முப்பதாயிரம் கோடி) ரூபாக்களைத் திரட்டுதல்.

என அரசாங்கம் தனது வரவு செலவுத் திட்டத்தில் ஏற்படும் பற்றாக் குறையை — துண்டு விழும் தொகையை நிரப்புகின்ற வழியைக் கூறியது. ஆக அதன்படி பார்க்கையில் வரவு எட்டணா செலவு பத்தணா என்பதல்ல — உண்மையில் வரவு எட்டணா செலவு இரு பத்தணா என்பதாகவே அமைந்தது இதனால் இலங்கையில் நிலை துந்தனா என்பதே.

நிதி அமைச்சரின் கணக்குகளுக்குள் ஒளிந்து கிடக்கும் உண்மைகள்

முதலாவதாக,

அமைச்சர் குறிப்பிடுகின்ற வரி வருமானங்களை திரட்டுவதென்பது கற்பனைகளை அடிப்படையாகக் கொண்டுள்ளதாகவே கருத வேண்டியுள்ளது. 2021 ஆம் நிதி ஆண்டில் 1,725 பில்லியன் ரூபாக்களை வரிகள் வழியாக அறவிடப் போவதாகக் கூறியது.

- ஆனால் அண்மையில் வெளியிடப்பட்ட மீள்மதிப்பீட்டின்படி 2021 ஆம் ஆண்டுக்கான வரி வருமானம் வெறுமனே 1,350 பில்லியன்கள் மட்டுமே.

- எனவே 2022 ஆம் ஆண்டில் 2,200 பில்லியன் ரூபாக்களை வரிகள் வழியாக திரட்டப் போவதாக அறிவித்தமை அதீதமான எதிர்பார்க்கையின் வெளிப்பாடே.

- கடந்த ஒக்டோபர் மாதம் 7 ஆம் திகதி முன்வைத்த நிதித்திட்ட அறிக்கையில் கிட்டத்தட்ட 1,800 கோடி ரூபாக்களை வரிகளாக அறவிடப் போவதாக தெரிவித்தது. யதார்த்தத்தில் அது கூட சாத்தியமற்றதே.

இரண்டாவது நிதி அறிக்கையில் அமைச்சர் மேலும் சுமார் 400 பில்லியன்களுக்கு புதிதாக வரிகளை தெரிவித்திருக்கிறார்.

இப்படித்தான் முன்னைய கூட்டாட்சியும் ஒவ்வொரு ஆண்டும் கற்பனைக் கணக்கில் வரிகள் திரட்டுவதற்கான கணக்குகளை முன் வைத்து கடைசியில் தாங்கள் குறிப்பிட்ட இலக்குகளுக்கு அண்மையாகக் கூட தங்களது வரி திரட்டல்களை கொண்டு செலுத்த முடியவில்லை. எனவே, அமைச்சர் திட்டமிட்டுள்ள அளவுக்கு வரி வருமானங்களை அடைய முடியாதென்பதனால் வரவு செலவுத் திட்டத்தில் துண்டு விழும் தொகை 2022 இல் மேலும் அதிகரித்ததாகவே அமையும்.

இரண்டாவதாக,

அமைச்சர் அறிவித்துள்ளபடி மூலதனச் செலவுகளுக்காக அறிவிக்கப்பட்டுள்ள சுமார் 800 பில்லியன் ரூபாக்களும் முழுமையாக செலவிடப்படுமா அல்லது "இப்போது அறிவிப்போம்! பின்னர் அதனை வெட்டி குறைத்துக் கொள்ளலாம்" என்ற தந்திரமா? என்ற கேள்வி எழுகிறது. ஏனெனில் இப்படித்தான் 2020 இல் மஹிந்த அவர்கள் நிதி அமைச்சராக இருந்த போது அவர் 2021 ஆம் ஆண்டுக்கான வரவு செலவுத் திட்டத்தில் 1,100 பில்லியன்களை மூலதனச் செலவாக இருக்கும் என அறிவித்தார் கடைசியில் அதில் அரைவாசி அளவுக்குத்தான் செலவுகள் மேற்கொள்ளப்பட்டன.

அதேவேளை, மீண்டெழும் செலவுகள் 2021 ஆம் ஆண்டுக்காக திட்டமிட்டதை விட சுமார் 15,000 கோடி ரூபாக்கள் அதிகமாகவே செலவழிக்கப்பட்டன. எனவே 2022லும் அமைச்சர் பஸில் திட்டமிட்டதை விட மீண்டெழும் செலவுகள் அதிகரிப்பதற்கான வாய்ப்புகளே அதிகமாக உள்ளன. எனவே நிதி அமைச்சர் திட்டமிட்டதற்கு அதிகமாக மீண்டெழும் செலவு செல்வதை சமாளிக்க மூலதனச் செலவிலேயே கை வைக்க வேண்டியிருக்கும். இந்த வகையில் நிதி அமைச்சர் முன்னைய ஆண்டுகளின் அனுபவத்தை அடிப்படையாகக் கொண்டு 2022 ஆம் ஆண்டுக்கான செலவு விடயத்தைக் கூட சரியாக கணக்கிடவில்லை என்றே கூற வேண்டியுள்ளது.

மூன்றாவதாக,

நாட்டில் இப்போது உள்நாட்டு யுத்தமோ அல்லது அரசியல் வன்முறைகளோ இல்லை. அவ்வாறான ஒரு நிலைமை இன்னொரு முறை குறைந்த பட்சம் இரு தசாப்பதங்களுக்குள்

சிறிதளவில் கூட ஏற்படுவதற்கான வாய்ப்புக்கள் எதுவும் இல்லை. ஆனால் அரசாங்கம் நாட்டினை எப்போதும் ஒரு யுத்தத்துக்குத் தயாரான நிலையில் வைத்திருப்பதனையே விரும்புகிறது என்பது தெளிவாக உள்ளது.

தேசிய பாதுகாப்பு மற்றும் சட்டம் ஒழுங்கு ஆகியன தொடர்பாக பிரதானமாக மூன்று அமைச்சுகள் உள்ளன. (1) பாதுகாப்பு அமைச்சு, (2) பொது மக்கள் பாதுகாப்பு அமைச்சு மற்றும் (3) உள்நாட்டு அலுவல்கள் அமைச்சு. இந்த மூன்றுக்கும் செலவுகள் வருடாவருடம் மிக வேகமாக அதிகரித்த வண்ணமே உள்ளன.

- 2021 ஆம் ஆண்டிற்கான வரவு செலவுத் திட்டத்தில் இந்த மூன்று அமைச்சுகளுக்குமென 46,000 கோடி ரூபாக்கள் ஒதுக்கப்பட்டன.

- ஆனால் கடைசியில் சுமார் 55,000 கோடி ரூபாக்கள் செலவளிக்கப்பட்டுள்ளன. 2022 ஆம் ஆண்டுக்கென 52,000 கோடி ரூபாக்களை ஒதுக்குவதாக கணக்குக் காட்டப்பட்டது.

- ஆனாலும் 2022 ஆம் ஆண்டிலும் இந்தச் செலவீனம் 60,000 கோடிக்கும் அப்பாலேயே செல்லும் என்பதை கடந்தகால அனுபவங்களிலிருந்து இப்போதே கூற முடியும்.

நான்காவதாக,

- அரசாங்க சேவைகளில் பணி புரியும் அதிகாரிகள், இடைநிலை உத்தியோகத்தர்கள் மற்றும் ஏனைய அனைத்து வகை ஊழியர்களினதும் மொத்த எண்ணிக்கை சுமார் 15 லட்சம்.

- நாட்டில் பொருளாதார ரீதியாக உழைப்பில் ஈடுபடுபவர்களின் மொத்தத் தொகையே சுமார் 85 லட்சம்தான்.

- இதைப் பற்றிக் குறிப்பிடுகையில் நிதி அமைச்சர் 1948 ஆம் ஆண்டு இலங்கையின் அரச அமைப்புக்களில் இருந்த மொத்த ஊழியர்களின் எண்ணிக்கையானது 113 குடிமக்களுக்கு ஒருவர் என இருந்தது. இப்போதோ 13 பேருக்கு ஒருவர் என அரசாங்க உத்தியோகத்தில் உள்ள ஆளணி உயர்ந்துள்ளது என்றார்.

இலங்கையின் அரச கட்டமைப்பில் உள்ள ஊழியர்களின் தொகையானது இலங்கையின் பொருளாதார நிலைமைக்கு பொருத்தமானதல்ல என்பதனை ஏற்கனவே இக்கட்டுரைத் தொடரின் முன்னைய ஒரு பகுதியில் விரிவாக பார்த்துள்ளோம். அமைச்சரும் அதனை ஒரு சுமை என குறிப்பிட்டமை கவனத்திற்குரியது.

ஆனால் இங்குள்ள முக்கியமான பிரச்சினை என்னவென்றால் இவ்வாறாக அரச ஊழியர்களின் எண்ணிக்கை அதிகமாக இருப்பதில் இராணுவம் மற்றும் பொலிஸ் கட்டமைப்பில் உள்ளவர்களின் தொகை மிக அதிகமாகும் ஆனால் அதனைக் குறைப்பது பற்றி எந்த எண்ணமோ அல்லது திட்டமோ அரசாங்கத்திடம் இல்லை என்பது வெளிப்படையான ஒன்றாகும்.

"ஏன் அரசாங்கம் பாதுகாப்புச் செலவீனங்களுக்காக இவ்வளவு நிதியை ஒதுக்குகிறது எனக் கேட்கின்ற முன்னாள் பிரதமர் ரணில் விக்கிரமசிங்காவும் அவர் பிரதமராக இருந்த காலத்திலும் அதனையேதான் செய்தார்.

எதிர்காலத்தில் சஜித் பிரேமதாசா ஆட்சிக்கு வந்தாலும் அதில் எந்த மாற்றமும் செய்ய மாட்டார் என்பதே இங்குள்ள நிலைமை.

எனவே அரச கட்டமைப்பில் மிக அதிகமாக ஊழியர்கள் இருக்கிறார்கள் என்பது பற்றி நிதி அமைச்சர் வெளியிட்ட கருத்தில் அவரின் நிஜமான கவலையை விட அவரது இயலாமையை வெளிப்படுத்தினார் என்றே கூற வேண்டும்.

ஐந்தாவதாக,

இது மேலே நான்காவதாக விபரிக்கப்பட்டுள்ள அரச ஊழியர்களின் எண்ணிக்கையோடு தொடர்புடையது. அதாவது,

- இந்த ஊழியர்களுக்கு சம்பளமாகவும் மற்றும் மேலதிகமான கொடுப்பனவுகளாகவும் வழங்கப்படுகின்ற தொகை மற்றும் முன்னாள் அரச ஊழியர்களுக்கு ஓய்வூதியமாக வழங்கப்படுகிற தொகை ஆகியவற்றின் மொத்தமானது 2022 ஆம் ஆண்டுக்கான அறிக்கையின் படி சுமார் 1,00,000 (ஒரு லட்சம்) கோடி ரூபாக்களாகும்.

- அது மட்டுமல்ல இவை வரவு செலவுத் திட்டத்தில் வருடாவருடம் பெரும் பாய்ச்சலில் அதிகரித்துச் செல்வது இங்கு தவிர்க்க முடியாததாகி விட்டது.

- நாட்டின் தேசிய பொருளாதார வளர்ச்சி 2 சதவீதமாக அல்லது 3 சதவீதமாக இருக்க அரச ஊழியர்களுக்கான மொத்தச் கொடுப்பனவுகள் வரவு செலவுத்திட்டத்தில் 10 சதவீதம் அல்லது 15 சதவீதமென உயர்ந்து செல்வதனை அவதானிக்க முடிகிறது.

ராஜபக்சாக்கள் தேர்தலில் வெல்வதற்காகவோ என்னவோ 60,000 பட்டதாரிகளுக்கு அரச வேலை வாய்ப்பு வழங்கப்படும் என்றும் பத்தாம் வகுப்புக்கும் குறைவாகப் படித்த 1,00,000 இளையோர்களுக்கு வேலைவாய்ப்புக்களுக்கான ஏற்பாடுகள் செய்யப்படும் என்றும் வாக்குறுதிகளை வழங்கினார்கள். அந்த இளையோர்களோ தமக்கும் அரசாங்க வேலைவாய்ப்புகள் கிடைக்கும் என்றே புரிந்து கொண்டார்கள்.

ராஜபக்சாக்களைச் சார்ந்த உள்ளூர் அரசியல்வாதிகளும் அவ்வாறேதான் இளையோர்களுக்கு அபிப்பிராயத்தை ஏற்படுத்தினார்கள். ராஜபக்சாக்கள் தேர்தல்களை வென்றார்கள். இன்று ஏதோ! அரச கட்டமைப்பில் அரச ஊழியர்களின் எண்ணிக்கை இந்த ஆண்டில்தான் அதிகரித்து விட்டது போல கவலையை வெளியிடுவது சரியானதல்ல.

- 53,000 பட்டதாரி இளையோர்களை பயிற்சி அலுவலகர்களாக சேர்த்தார்கள். இப்போது அவர்களை நிரந்தர அரச ஊழியர்களாக ஆக்க வேண்டிய நிர்ப்பந்தத்துக்கு ஏற்பட்டுள்ளதால் மேலதிகமாக 2,750 கோடி ரூபாவை அதற்கென ஒதுக்க வேண்டியேற்பட்டது.

- அது மட்டுமல்லாது ஏற்கனவே நாட்டில் ஆசிரியர்களுக்கான கொடுப்பனவாக மொத்தம் 10,500 கோடி ரூபாவை அரசு செலவு செய்து கொண்டிருக்கிறது.

- ஆசிரியர்களின் சம்பள உயர்வு போராட்டத்தால் நெருக்கடிக்குள்ளான ஆட்சியாளர்கள் அதற்காக மேலதிகமாக 3,000 கோடி ரூபாவை ஒதுக்க வேண்டி ஏற்பட்டது.

தொடர்ந்து "இலங்கை அரச ஊழியர்கள் தொழிற்சங்க சம்மேளனம்" அனைத்து அரச ஊழியர்களுக்கும் சம்பள உயர்வு கேட்டு அரசாங்கத்துக்கு 28 நாட்கள் தவணை கொடுத்தார்கள். அதற்குள் அரசாங்கம் தமக்கு சாதகமான முடிவை எடுக்கவில்லையென்றால் தமது அமைப்பில் உறுப்பினர்களாக உள்ள ஏழு லட்சம் (7,00,000) அரச ஊழியர்களையும் வேலை நிறுத்தப் போராட்டத்தில் இறக்கப்போவதாக அறிவித்தார்கள். ஆசிரியர்களின் போராட்டத்தினால் ஏற்பட்ட வெற்றியானது அனைத்து அரச ஊழியர்களையும் சம்பள உயர்வு கேட்டு போராடுவதற்கான நியாயத்தையும் நம்பிக்கையையும் கொடுத்தது. அப்படி ஒரு போராட்டம் தொடங்கப்பட்டால், அதற்காக மேலதிகமாக குறைந்த பட்சம் 10,000 (பத்தாயிரம்) கோடி ரூபாக்களை ஒதுக்க நேரிடும். இல்லாவிடின் அரசாங்கத்தின் இருப்பே ஒரு பெரும் நெருக்கடிக்கு உள்ளாகிவிடும்.

அரசுக்கு வருமானம் குறைவு
மக்களுக்கோ செலவு அதிகரிக்கிறது

உண்மையில் அரச ஊழியர்கள் அனைவரும் சம்பள உயர்வு கேட்பதற்கு அடிநாதமாக இருப்பது அத்தியாவசியப் பண்டங்களுக்கான விலைகளெல்லாம் குதிரைப் பாய்ச்சலில் உயர்ந்து செல்கின்றமையே. அரச ஊழியர்களாக மிக அதிக அளவில் ஆட்கள் இருக்கிறார்கள். ஆனால் அரசாங்கத்தின் வருமானமோ மிக மோசமான நிலையில் உள்ளது.

இலங்கையிலும் 1995 ஆம் ஆண்டு வரை அரச வருமானம் மொத்த தேசிய வருமானத்தில் 18 சதவீதத்துக்கும் அதிகமாகத் தான் இருந்தது. அப்படியென்றால் எப்படி — என்ன காரணங்களால் இப்போது 10 சதவீதத்துக்கும் குறைவான நிலைக்குச் சென்றது?. அது பற்றி எந்த விளக்கத்தையும் நிதி அமைச்சர் முன் வைக்கவில்லை.

2027 ஆம் ஆண்டில் 18 சதவீதத்துக்கும் அதிகமான நிலைக்கு இலங்கை அரச வருமானத்தை உயர்த்த முடியும் என நிதி அமைச்சர் ஒரு சோதிடனின் பாணியில் சொன்னாரே தவிர அதனை எப்படி சாதிக்க முடியும் என்பதற்கான விபரத்தையோ விளக்கத்தையோ அவர் முன்வைக்கவில்லை. அத்துடன்

அத்தியாவசியப் பண்டங்களின் விலைகளைக் குறைப்பதற்கான எந்த வழி முறையையும் நிதி அமைச்சர் சொல்லவில்லை என்பது மட்டுமல்ல அதற்கான எந்த வழி முறையும் அரசாங்கத்திடம் இருப்பதாகத் தெரியவில்லை.

⊙

கடன்
30.03.2022

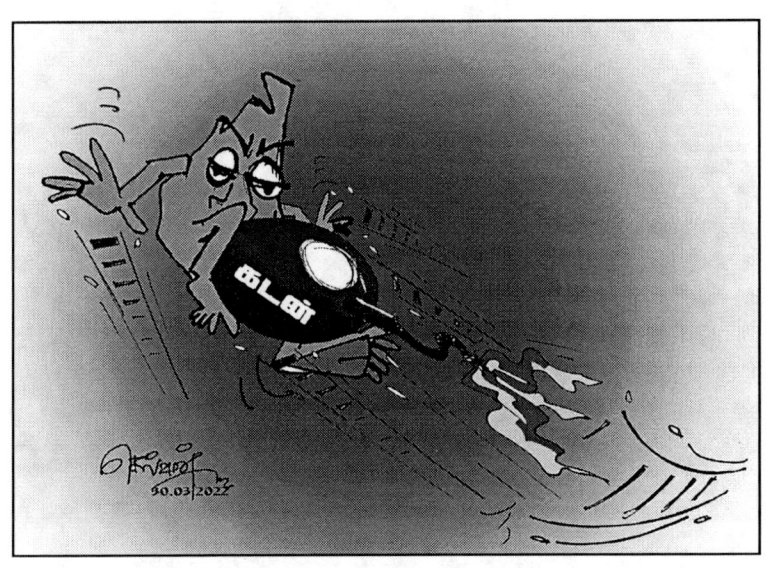

20

கொள்ளையே ஆள்பவர்களின் குறிக்கோளானால் கஜானாக்கள் காலியாகும் - கடனிலே நாடு மூழ்கும்

இலங்கை அரசின் 2022 ஆம் ஆண்டுக்கான வரவு செலவுத் திட்டத்தில் உள்ள விடயங்களில் சில முக்கியமான துறைகளின் செலவு மற்றும் வரவுகளுக்கான திட்டங்களை முன்னைய பகுதியில் அவதானித்தோம். இங்கு மேலும் சில முக்கியமான துறைகள் தொடர்பான வரவு மற்றும் செலவுகள் தொடர்பான நிதித் திட்டங்களை அவதானித்து ஏனைய பொதுவான விடயங்கள் பற்றி மேலும் தொடரலாம்.

வீதிகள், கட்டிடங்கள் மற்றும் வாகனங்களுக்கு அள்ளிக் கொட்டும் அரசாங்கம் உற்பத்தி சார் அபிவிருத்திகளுக்கு கிள்ளித் தெளிக்கிறது

நாட்டில் உணவுப் பொருட்கள் மற்றும் அத்தியாவசிய பண்டங்களின் பற்றாக்குறையையும் விலையுயர்வையும் குறைப்பதற்கான நடவடிக்கைகளுக்கு அரசாங்கம் மிகுந்த முக்கியத்துவம் கொடுக்க வேண்டிய கால கட்டத்திலேயே நாடு உள்ளது. ஆனால் அரசாங்கமோ அந்த விடயங்களுக்கான நிதிப்பங்களிப்பை மிகச் சிறிய அளவில் மேற்கொள்வதனையே நிதி அமைச்சரின் வரவு செலவுத் திட்டம் பிரதிபலித்தது. "நாட்டு மக்கள் சாப்பாடில்லை என குரலெழுப்பும் நிலை நிலவும் போது எதற்காக பெருந் தொகைப்பணத்தை வீதிகளை அமைப்பதற்காக ஒதுக்கியிருக்கிறீர்கள்" என ஒரு நாடாளுமன்ற உறுப்பினர் எழுப்பிய கேள்வி நியாயமானதே.

2022 ஆம் ஆண்டுக்கான வரவு செலவுத் திட்டத்தில் மத்திய அரசினால் மேற் கொள்ளப்படும் பெருந் தெருக்கள் அமைப்புக்காக 25,000 கோடி ரூபா ஒதுக்கப்பட்டது. இதைவிட மாகாண சபைகள் மற்றும் மாநகர சபைகளின் அதிகாரத்துக்கு உட்பட்ட வீதிகளுக்கான நிதியின் தொகையும் கணிசமாகும். மேலும் கிராமங்களுக்கு 1,00,000 கிலோ மீட்டர் வீதிகள் என்னும் ஜனாதிபதியின் திட்டத்தின் கீழ் கிராமிய வீதிகளை 2022 ஆம் ஆண்டில் அமைப்பதற்கு 1,000 கோடி ரூபாக்களுக்கு மேல் ஒதுக்கப்பட்டது.

நாட்டின் பொருளாதார முன்னேற்றத்திற்கு வீதிப் போக்குவரத்துக்களை அபிவிருத்தி செய்வது அவசியம் என்பதில் மாற்றுக் கருத்தில்லை. ஆனால் நாடு அசாதாரணமான சூழ்நிலையில் உள்ளது.

இவ்வாறன நிலைமையின் போது வீதிகளைப் பாரிய அளவில் அமைப்பதற்கென இவ்வளவு பெருந்தொகை பணத்தை ஒதுக்க வேண்டுமா என்பதே கேள்வி. வீதிகள், அரச கட்டிடங்கள் மற்றும் அரசின் பாவனைக்கான வாகனங்கள் இவை தொடர்பில் ஒதுக்கப்பட்டுள்ள மொத்தப் பணத் தொகையையும் கூட்டிப் பார்த்தால் 50,000 கோடிகளுக்கு மேல் அரசாங்கம் 2022 ஆம் ஆண்டு காலகட்டத்தில் செலவிடவுள்ளது. ஆனால் நாட்டு மக்களுக்கு அவசியமான உணவுப் பண்டங்களின் உற்பத்திகள், மீன்பிடி உற்பத்திகள், பல்வேறு வகைப்பட்ட ஆக்க கைத்தொழில் உற்பத்திகள் ஆகியவற்றை அதிகரிப்பதற்கான முதலீடுகள் மற்றும் ஏனைய வகையான நேரடிச் செலவுகளுக்கு ஒதுக்கப்பட்ட மொத்தத் தொகையைக் கூட்டிப் பார்த்தால் 10,000 கோடி தன்னும் தேறாது என்னும் நிலையை வரவு செலவுத் திட்டம் கொண்டிருப்பது தான் இங்கு விசனத்துக்கும் விமர்சனத்துக்கும் உரிய விடயமாகும்.

நிதி அமைச்சர் வரவு செலவு ஒதுக்கீடுகளை மேற்கொள்கிற போது தெளிவான அணுகுமுறைகள் எதுவுமின்றி கடந்த ஆண்டுகளில் ஒவ்வொரு துறைக்கும் செலவிடப்பட்ட தொகைகள் ஒவ்வொன்றையும் சற்று மேலும் கீழுமாக கூட்டிக் குறைக்கும் முறையை கடைப்பிடித்துள்ளமையையே காண முடிகின்றது. நிதி அமைச்சர் அவர்கள் நாடு இன்று கொண்டுள்ள

நிலைமைகளையும் நாட்டு மக்களது அவசரமானதும் அவசியமானதுமான தேவைகளையும் கருத்திற் கொண்டு அதற்குரிய வகையில் அரசாங்கத்தின் பொருளாதார மூல உபாயங்களை வகுத்து அவற்றின் அடிப்படையில் வரவு செலவுத் திட்ட பிரேரணைகளை தயாரித்ததாகத் தெரியவில்லை.

மாறாக, நிதி அமைச்சினுடைய செயலாளர்கள் மற்றும் உயர் அதிகாரிகளினால் அவர்களது வழமையான யாந்திரீக ரீதியான பாணியில் தயாரிக்கப்பட்ட வரவு செலவுத் திட்ட அறிக்கை என்றே கூற வேண்டும். அதேவேளை, நிதி அமைச்சரைச் சூழ்ந்துள்ள செல்வாக்குள்ளவர்களின் திருப்திக்கான வகையில் சில ஏற்ற இறக்கங்கள் மேற்கொள்ளப்பட்டுள்ளன என்பதை மறுப்பதற்கில்லை. உண்மையில், கடந்த கால வரவு செலவுத் திட்ட அறிக்கைகளையும் 2022 ஆம் ஆண்டுக்கான நிதி அறிக்கையையும் ஒப்பீட்டுப் பார்த்தால் வரவு செலவு ஒதுக்கீட்டு அணுகுமுறையில் குறிப்பிட்டுச் சொல்லக் கூடிய அடிப்படை மாற்றம் எதனையும் காண முடியவில்லை என்பதை இங்கு வலியுறுத்துவது அவசியமாக உள்ளது.

உற்பத்தி சார் அபிவிருத்தித் துறைகளுக்கு ஒதுக்கிய நிதி உண்மையில், அவற்றின் மொத்த உற்பத்திகளை அதிகரிக்குமா?

நேரடியாக, பயிர் செய்கைத் துறைகள், கால் நடைத் துறைகள், மீன்பிடித் துறை, ஆக்கக் கைத்தொழில் துறைகள் ஆகியவற்றில் உற்பத்திகளை அதிகரிப்பதற்கு நேரடியாகச் செலவளிப்பதற்கான அல்லது உதவுவதற்கென ஒதுக்கப்பட்டுள்ள பணத்தொகைகளை இன்றைய தேவைகளோடும் ஏனைய துறைகளோடும் ஒப்பிடுகையிலும் மிகச் சொற்பமானவைகள் என்பது ஒரு புறம், அவ்வாறு ஒதுக்கப்பட்டுள்ள பணங்கள் உரியபடி உற்பத்தியாளர்களை சென்றடையுமா? புதிய உற்பத்தியாளர்களை உருவாக்குமா? ஒவ்வொரு துறையிலும் தொகை ரீதியில் உற்பத்திகளை அதிகரிக்குமா? என்ற கேள்விகள் மறுபுறமாக உள்ளன.

ஏனெனில் கடந்த காலங்களிலும் இவ்வாறாக ஒதுக்கீடுகள் மேற்கொள்ளப்பட்ட போதிலும் அவை எதனையும் சாதிக்கவில்லை. ஏனெனில் அவை உற்பத்தியாளர்களைச்

சென்றடைவதற்கும் புதிய உற்பத்தியாளர்களை உருவாக்குவதற்கும் பொருத்தமான பொறி முறையை அரச கட்டமைப்பு கொண்டிருக்கவில்லை.

அடுத்த ஆண்டு பல்வேறு காரணங்களினால் அத்தியாவசியப் பண்டங்களின் உற்பத்திகளில் வீழ்ச்சியேற்படும் என துறைசார் பொருளாதார நிபுணர்கள் தெரிவிக்கின்றனர். ஒரு மூத்த அமைச்சர் கூட அடுத்த ஆண்டு ஏற்படப் போகும் உணவுப் பற்றாக்குறை நெருக்கடிகளை எதிர்நோக்க நாட்டு மக்கள் தயாராக இருக்க வேண்டும் என அறிக்கை விட்டிருக்கிறார். அவ்வாறு ஒரு நெருக்கடி நிலைமை ஏற்படுவதற்கு இந்த அரசாங்கத்தின் பொருளாதாரக் கொள்கையும் ஒரு பிரதானமான காரணி என்பதே பொதுவான அபிப்பிராயம்.

இப்படியான நிலையில் நிதி அமைச்சர் அவ்வாறானதொரு நெருக்கடி நிலைமையைத் தடுக்க அவரது வரவு செலவுத் திட்டம் மூலம் எந்த வகையான தீர்வுகளை சாதிப்பார் என்பதை தெளிவுபடுத்தவில்லை. அவர் தான் சாதிக்கப் போவதாக காட்டியுள்ளவைகள் சாத்தியமாகாத கணக்குகளே.

முழுமையான தேசிய பொருளாதார அபிவிருத்தி திட்டம் சரியான வரவு செலவுத் திட்டத்திற்கு மிக மிக அவசியம்

இலங்கையின் அனைத்து மாவட்ட செயலகங்களிலும் மற்றும் மாகாண சபைகள் தோறும் திட்டமிடல் அலுவலகங்கள் இருக்கின்றன. அதற்கென மத்திய அரசில் பொருளாதார கொள்கைகள் மற்றும் திட்ட அமுலாக்கல் அமைச்சு என ஒன்றும் உள்ளது. அது பிரதம மந்திரிக்குக் கீழே உள்ள ஒரு அமைச்சாக இருந்தும் நிதி அமைச்சரின் வரவு செலவுத் திட்ட அறிக்கையில் அப்படி ஒரு அமைச்சுக்கான நிதி ஒதுக்கீட்டையோ அல்லது அப்படியான ஒரு அமைச்சின் செயற்பாடுகள் பற்றிய எந்தவொரு குறிப்பையுமோ காண முடியவில்லை.

அனைத்து மாகாணங்களினதும் பொருளாதார அபிவிருத்தித் திட்டங்களை ஒருங்கிணைத்த வகையில் நாடு தழுவிய வகையிலான பொருளாதார அபிவிருத்தித் திட்டமிடும் செயற்பாடுகளும், அவ்வாறான திட்டங்கள் நடைமுறையில்

அமுலாக்கல் செய்யப்படுவதை உறுதி செய்யும் செயற்பாடுகளும், திட்டமிட்டு முன்னெடுக்கப்பட்டுள்ள நிகழ்ச்சித் திட்டங்களை மேற்பார்வை செய்யும் செயற்பாடுகளும், முன்னெடுக்கப்பட்டுள்ள திட்டங்கள் எந்தளவுக்கு நடைமுறையாகியிருக்கின்றன என்ற மதிப்பீடுகளும் தொடர்ச்சியான முறையில் முறையாக மேற்கொள்ளப்படவேண்டும்.

அவ்வாறான ஒரு செயற்பாட்டை — அவ்வகையில் தயாரிக்கப்படும் அறிக்கைகளை — திட்டங்களை அடிப்படையாகக் கொண்டே நாட்டின் பொருளாதார அபிவிருத்தி தொடர்பான நிதி ஒதுக்கீடுகள் மேற்கொள்ளப்பட வேண்டும். ஆனால் இலங்கையில் அவ்வாறு நடைபெறுவதில்லை. 1970க்கும் 1977க்கும் இடைப்பட்ட ஐக்கிய முன்னணி அரசாங்க காலத்தில் மட்டுமே அவ்வாறான ஒரு முயற்சி மேற்கொள்ளப்பட்டது. அது பின்னர் இல்லாமற் போய்விட்டது.

அரசியல் அமைப்பின் 13 ஆவது திருத்தத்தில் பொருளாதார திட்டமிடல் மற்றும் அமுலாக்கல் விடயங்கள் மத்திய மற்றும் மாகாண அரசாங்கங்களுக்கான ஒரு பிரதானமான விடயமாக உள்ளது. ஆனால் நடைமுறையில் தற்போது இலங்கையின் பிரதமரின் கீழ் பெயரளவில் ஒரு அமைச்சு இருந்தாலும் அது சாராம்சத்தில் அர்த்தமற்ற ஒன்றாகவே ஆக்கப்பட்டிருக்கின்றது.

நாட்டில் பிரதமர் தலைமையிலோ அல்லது ஜனாதிபதியின் தலைமையிலோ தேசிய பொருளாதார அபிவிருத்தி பேரவை ஒன்று அமைதல் வேண்டும். அதேபோல மாகாண மட்டங்களில் முதலமைச்சர்களின் தலைமையில் மாகாண பொருளாதார அபிவிருத்தி சபை அமைதல் வேண்டும். 1988க்கும் 1990க்கும் இடைப்பட்ட காலத்தில் இருந்த வடக்கு - கிழக்கு மாகாண சபையில் இவ்வாறானதொரு மாகாண பொருளாதார அபிவிருத்தி சபை அமைக்கப்பட்டிருந்தது என்பதனை இங்கு குறிப்பிடுவது பொருத்தமானதாகும்.

தேசிய பொருளாதார அபிவிருத்திச் சபையின் நடைமுறை செயற்பாடுகளை வழி காட்டுவதற்கும் அனைத்து மாகாண பொருளாதார அபிவிருத்தி சபைகளின் சிந்தனைகளை — திட்டங்களை ஒருங்கிணைப்பதற்குமென கபினெட் அந்தஸ்துடன் ஒரு பொருளாதார நிபுணரை அதன் துணைத் தலைவராக

கொண்டிருத்தல் வேண்டும். இவ்வாறான ஒரு தேசிய பொருளாதார அபிவிருத்தி பேரவையினால் தயாரிக்கப்படும் அபிவிருத்தித் திட்ட தேவைகளுக்கான பிரேரணைகளையும் சிபார்சுகளையும் கருத்தில் கொண்டே நிதி அமைச்சர் தமது வரவு செலவுத் திட்டத்தில் நிதி ஒதுக்கீடுகளை மேற்கொள்ளுதல் வேண்டும். அப்பொழுதுதான் நாட்டிலுள்ள சாதகமான மூல வளங்களுக்கும் நாட்டின் சாத்தியமான மூலதன நிதி வளங்களுக்கும் நாட்டின் அபிவிருத்தித் தேவைகளுக்கும் இடையில் ஒரு சமநிலையினை உருவாக்குதல் சாத்தியமாகும்.

அவ்வாறான ஓர் ஒருங்கிணைப்பும் அதன் அடிப்படையில் கட்டாயமான அமுலாக்கலும், தொடர்ச்சியான மேற்பார்வையும் இல்லாத பட்சத்தில் நடைமுறை விளைவு என்னவென்றால் அமைச்சுக்கு ஒதுக்கப்படும் மூலதனச் செலவு விடயத்தில் அமைச்சர்கள் தனியார் கட்டிட ஒப்பந்தகாரர்களுக்கு டெண்டர்களுக்கு விட்டு வீதிகள் மற்றும் கட்டிடங்களை அமைக்கும் விடயங்களிற் தான் அக்கறை காட்டுவார்களே தவிர தமது அமைச்சுகளால் உறுதிப் படுத்தப்பட வேண்டிய பண்ட உற்பத்திகளின் வளர்ச்சியில் – அதிகரிப்புகளில் அக்கறை காட்டமாட்டார்கள் ஏனெனில் அவ்வாறான செயற்பாடுகள் அமைச்சர்களுக்கும் அமைச்சுக்களின் உயர் அதிகாரிகளுக்கும் ஊழல் மோசடித்தனமான கையூட்டுகளை – கமிசன்களை பெற்றுத்தர மாட்டா.

எனவே, பண்ட உற்பத்திகளின் அபிவிருத்திக்கென வரவு செலவுத் திட்டத்தில் ஒதுக்கப்பட்டுள்ள பணத்தொகைகள் குறிப்பிட்ட இலக்குகளை தாமாக சாதிக்கமாட்டா என்பதே உண்மையாகும். பண்ட உற்பத்திகள் சார் திணைக்களங்கள் ஒவ்வொன்றும் உரிய உற்பத்தியாளர்களை அடையாளம் கண்டு அவர்களை நேரடியாக ஊக்கப்படுத்தி, அவர்களுக்கு வேண்டிய ஒத்துழைப்புகளை தாராளமாக வழங்கி, அவர்களது உற்பத்தி நடவடிக்கைகளுக்கு அவசியமானவற்றை உரிய நேரத்தில் ஏற்பாடு செய்வதன் மூலமே நாட்டின் பண்ட உற்பத்திகளின் வளர்ச்சியை சாதிக்க முடியும்.

முதலாளித்துவ திறந்த பொருளாதார கண்ணோட்டத்தில் எல்லா பொருளாதார செயற்பாடுகளும் சந்தை இயக்கத்தின் மூலம்

தானாகவே நடக்கும் என்று இருந்தால் அது இலங்கைக்குப் பொருந்தாது. இங்கு ஒவ்வொன்றையும் "அக்கறையோடு, தேடித்தேடி, பார்த்துப் பார்த்து செய்தல் வேண்டும்". ஆனால் இங்குள்ள பரிதாப நிலை என்னவென்றால், அதற்கான பொறிமுறையையும் பண்பாட்டையும் அரச கட்டமைப்பு தற்போது கொண்டிருக்கவில்லை என்பதே யதார்த்தமாகும்.

ஒரு நிதி அமைச்சர், "நான் நிதிகளை அனைத்து அமைச்சர்களையும் திருப்திப் படுத்தும் விதத்தில் ஒதுக்கியிருக்கிறேன். இனி நடப்பது எதுவோ அது நடக்கட்டும்" என்று இருந்தால் அவரது வரவு செலவுத் திட்டம் பற்றி அக்கறையோடு ஆக்கபூர்வமாக எதனையும் கூற முடியாது. அவர் தனது வரவு செலவுத் திட்டம் குறைந்த பட்சம் பொருட்களின் உற்பத்தித் துறைகளிலாவது வெற்றிகரமாக அமைய வேண்டும் என்று கருதினால் அதனை உறுதிப்படுத்துவதுவும் அவரது கடமையாகும். அதற்கான பொறி முறையை அவர் கட்டியெழுப்புவதுவும் அவசியமாகும். இல்லையென்றால் அவர் கூறுபவைகள் – அவர் இலக்குகளாய் நிர்ணயித்தவைகள் எல்லாம் "கனவாய் கதையாய் கற்பனைகளாய்" முடிவடையும் என்பதில் சந்தேகமில்லை.

உள்ளூராட்சி மற்றும் மாகாண சபைத் தேர்தல்களை இலக்கு வைத்துள்ள வரவு செலவுத் திட்டம்?

இலங்கையிலுள்ள 9 மாகாண சபைகளுக்கும் 2018 ஆம் ஆண்டிலேயே தேர்தல்கள் நடத்தப்பட்டிருக்க வேண்டும். ஆனால் அதனை மைத்திரி – ரணில் கூட்டாட்சியினர் தமது சுய அரசியல் நோக்கங்களுக்காக பொய்களைச் சொல்லி அந்தத் தேர்தல்களை நடத்தாமல் காலம் தள்ளிப் போட்டனர். தாங்கள் ஆட்சிக்கு வந்ததும் "உடனடியாக மாகாண சபைத் தேர்தல்களை நடாத்தி ஜனநாயகத்தை நிலைநிறுத்துவோம்" எனக் கூறி பிரச்சாரங்கள் செய்து ஆட்சியைப் பிடித்தார்கள் ராஜபக்சாக்கள்.

அவர்கள் ஆட்சிக்கு வந்து இரண்டு வருடங்கள் ஆகி விட்டன. ஆனால் இன்னமும் அதற்கான தேர்தல்களை நடத்துவதற்கான நோக்கம் இருப்பதாகத் தெரியவில்லை. எனினும் அது குறித்து எதிர்க்கட்சிகளும் இந்தியா, அமெரிக்கா மற்றும் பல நாடுகளும் அழுத்தம் கொடுத்து வருகின்றன. அதன் காரணமாக

அரசாங்கம் விரைவில் மாகாண சபைத் தேர்தல்களை நடத்துமா என்பதற்கான பதில் தெரியவில்லை. அல்லது அரசாங்கம் வெவ்வேறு காரணங்களைக் கூறி மாகாண சபைத் தேர்தல்களை நடத்தாமல் தனது ஆட்சிக் கால எஞ்சிய வருடங்களைக் கடத்துமா? தெரியவில்லை.

இதேவேளை இலங்கையிலுள்ள 24 மாநகர சபைகள், 41 நகர சபைகள் மற்றும் 276 பிரதேச சபைகள் உள்ளிட்ட 341 உள்ளூராட்சி சபைகள் உள்ளன. கடைசியாக இவற்றிற்கான தேர்தல்கள் 2018 ஆம் ஆண்டு மாசி மாதம் நடைபெற்றது. நான்கு ஆண்டு கால வாழ்நாள் எல்லை கொண்ட இந்த சபைகளுக்கு 2022 ஆம் ஆண்டு மார்ச் மாதத்துக்குள் அடுத்த தேர்தல்கள் நடத்தப்பட வேண்டும். ஆனால் இப்போது இந்த அரசாங்கம் தேர்தல்களை நடத்தினால் படுதோல்விகளை சந்திப்பதற்கான நிலைமைகளே உள்ளன.

உள்ளூராட்சித் தேர்தல்களை ஒரு வருடத்துக்கு தள்ளிப் போடுவது தவிர்க்கப்பட முடியாது என்பதனை முன்கூட்டியே தெரிந்து கொண்ட நிதி அமைச்சர் பஸில் அடுத்த உள்ளூராட்சி சபைகளுக்கான தேர்தல்களில் தமது கட்சியின் வெற்றி வாய்ப்பைத் தக்க வைத்துக் கொள்வதற்கான இலக்குகளின் அடிப்படையில் பல நிதி ஒதுக்கீடுகளை மேற்கொண்டார் என்பதில் சந்தேகமில்லை.

இலங்கையில் உள்ள 14,000 கிராம சேவகர் பிரிவுகளுக்கும் தலா 30 லட்சம் (30,00,000) ரூபாக்கள் அபிவிருத்தி நிதிகளாக ஒதுக்கப்பட்டன. அனைத்து உள்ளூராட்சி சபைகளினதும் செயற்பாடுகளுக்காக பொதுவாக ஒதுக்கப்பட்ட நிதியை விட மேலதிகமாக 1,997 கோடி ரூபாக்கள் ஒதுக்கப்பட்டன. உள்ளூராட்சி சபைகள் மொத்தமாக 4,917 வட்டாரங்களைக் கொண்டிருக்கின்றன. அவை ஒவ்வொன்றிற்கும் 40 லட்சம் (40,00,000) ரூபா நிதி ஒதுக்கப்பட்டது.

கடந்த உள்ளூராட்சித் தேர்தலின் போது வட்டார அடிப்படையில் மக்களால் தெரிவு செய்யப்பட்டவர்களில் மிக அதிக எண்ணிக்கையில் தெரிவு செய்யப்பட்டவர்கள் சிறி லங்கா பொதுஜன கட்சியைச் சேர்ந்தவர்களே. எனவே அவர்கள் ஒவ்வொருவரும் நேரடியாக தத்தமது வட்டாரங்களில் மக்கள்

பணிகளை முன்னெடுப்பதற்கான நிதி ஒதுக்கீடுகளாகவே அவை மேற்கொள்ளப்பட்டன.

இதைவிட 335 பிரதேச செயலாளர்கள் ஊடாகவும் அனைத்து உள்ளூராட்சி பகுதிகளிலும் அபிவிருத்திப் பணிகள் என்ற பெயரில் நிகழ்ச்சித் திட்டங்களை மேற்கொள்வதற்கென சுமார் 2,000 கோடி ஒதுக்கப்பட்டது. கிராம சேவகர்கள் பிரிவுகளுக்கென குறித்தொதுக்கப்பட்ட பணங்களும், பிரதேச செயலாளர்கள் ஊடாக செலவளிக்கப்படுவதற்கென ஒதுக்கப்பட்டுள்ள தொகைகளும் மாகாண சபை அமைப்புக்களின் அல்லது உள்ளூராட்சி சபைகளின் மூலமாக செலவு செய்யப்பட மாட்டாது. மாறாக அமைச்சர்கள் மற்றும் அரசாங்க கட்சி நாடாளுமன்ற உறுப்பினர்களினது கட்டளைகள் மற்றும் வலியுறுத்தல்களுக்கு அமையவே செலவிடப்படும் என்பது வெளிப்படையான ஒன்றே.

இவ்வாறாகவே கடந்த ஆட்சிக் காலத்தில் "கம்பரலிய" என்ற பெயரில் மேற்கொள்ளப்பட்டது. இந்த அரசாங்கத்தில் அது "கமசமக பிலிசந்தர" என்ற பெயர் பெற்றுள்ளது. இவை எதுவும் விவசாயத்துறை மற்றும் கைத் தொழிற்துறையின் விருத்திக்கு எந்தவித பங்களிப்பையும் செய்யப் போவதில்லை. மாறாக, இவை அனைத்தும் உள்ளூராட்சி சபைகளுக்கான தேர்தல்களில் வாக்களிக்கப் போகும் வாக்காளர்களையும் அவர்களிடம் வாக்கு கேட்கப் போகும் வேட்பாளர்களையும் மகிழ்ச்சிப் படுத்துவதற்கான நிதி ஒதுக்கீடுகளே.

2018 ஆம் ஆண்டு நடைபெற்ற உள்ளூராட்சித் தேர்தல்களில் தற்போது ஆளும் சிறி லங்கா பொதுஜன கட்சி பெற்ற அமோகமான வெற்றிதான் அக்கட்சிக்கு 2019 ஜனாதிபதித் தேர்தலிலும் 2020 ஆம் ஆண்டு பாராளுமன்றத் தேர்தலிலும் மிகப் பெரிய வெற்றிகளைப் பெறுவதற்கு வழி வகுத்தது என்பதில் சந்தேகமில்லை. உள்ளூராட்சி சபைகளுக்கான அடுத்த தேர்தல்களின் போது பொதுஜன பெரமுன கட்சி தோல்விகளைச் சந்திக்க நேர்ந்தால் அது தொடர்ச்சியாக தோல்விகளுக்கு வழி வகுத்து விடும் என்பதே நிதி அமைச்சர் கவனம்.

பொது மக்கள் உள்ளூராட்சித் தேர்தல்களின் போது தத்தமது வட்டாரங்களில் போட்டியிடும் வேட்பாளர் தொடர்பாகவும்

அவரால் கடந்த காலத்தில் தமக்கும் தமது பகுதிகளுக்கும் கிடைத்த நன்மைகளையுமே பெரும்பாலும் கவனத்திற் கொள்வார்கள். நாடு தழுவிய அரசியற் பிரச்சினைகளுக்கு உள்ளூராட்சித் தேர்தலின் போது மக்கள் முக்கியத்துவம் கொடுப்பதில்லை. அதேபோல பொதுவாக உள்ள விலைவாசிப் பிரச்சினைகள் மற்றும் வேலையில்லாப் பிரச்சினைகள் தொடர்பிலும் மக்கள் இத்தேர்தல்களின் போது குறைந்த அளவு அக்கறையே கொள்கின்றனர். எனவேதான், தமது ஆட்சியின் மீது மக்கள் பொதுவாகக் கொண்டிருக்கும் ஆத்திரத்தை தணிப்பதற்கு நேரடியாக உள்ளூர் மக்களின் நலன் சார் செயற்திட்டங்களில் நிதி அமைச்சர் அதிக அக்கறையை அவரது வரவு செலவுத் திட்டத்தில் காட்ட முற்பட்டமை தெளிவாக உள்ளது.

பண நோட்டுகளை அச்சடித்தேதான் தீர வேண்டும்! வைத்தியர்களே இங்கு நோய்களை பெருக்குகிறார்கள்!

2020 ஆம் ஆண்டு பிரதமர் மஹிந்த ராஜபக்சா அவர்கள் 2021 ஆம் ஆண்டுக்கான வரவு செலவுத் திட்டத்தை பாராளுமன்றத்தில் சமர்ப்பிக்கையில் வரவு செலவுத் திட்டப் பற்றாக்குறையானது மொத்த தேசிய வருமானத்தோடு ஒப்பிடுகையில் 9 சதவீமாக அமையும் என்றார். ஆனால் உண்மையில் நடந்ததென்ன 2021 ஆம் ஆண்டுக்கான பற்றக்குறை 15 சதவீதத்தை அண்மித்துள்ளது. இந்த அனுபவத்துக்குப் பின்னரும் பஸில் அவர்கள் 2022 ஆம் ஆண்டுக்கான வரவு செலவுத் திட்டப் பற்றாக் குறை 8.8 சதவீதமாக அமையும் எனக் கூறியது வேடிக்கையான ஒன்றாகும்.

ஏற்கனவே இக்கட்டுரைப் பகுதியில், அரசின் செலவுகள் அமைச்சரின் நிதித் திட்டத்தில் குறிக்கப்பட்டதை விட கூடுதலாகவே அமையும் என்பதுவும், அதேவேளை வருமானத்தையும் அமைச்சர் குறித்துள்ள அளவுக்கு திரட்டி விட முடியாது என்பதுவும் குறிப்பிடப்பட்டுள்ளன. இந்நிலையில் 2022 ஆம் ஆண்டும் பற்றாக்குறையானது அமைச்சர் கணித்துள்ளதை விட கணிசமான அளவு அதிகமானதாகவே அமையும் என்பது தெளிவாகும்.

நிதி அமைச்சர் திறைசேரியினூடாக மீண்டெழும் செலவீனங்களை மேலும் அதிகரிக்க விடாமலும், திட்டமிட்டபடி மூலதனச்

செலவுகளை மேற்கொள்ளாமலும் கணிசமான அளவுக்கு பற்றாக்குறை தொகையை குறைத்தாலும் கூட அது 2,700 பில்லியன்களுக்கு மேல் செல்வதை தவிர்க்க முடியாது. இதில் 300 பில்லியன்கள் வரை மட்டுமே தேறிய வரவாக வெளிநாடுகளிடமிருந்து பெறுவதற்கான வாய்ப்பிருக்கும் என்பதே நிதி அமைச்சரின் கணிப்பு. எனவே மிகுதி 2,400 பில்லியன்களையும் உள்நாட்டிலேயே கடனாகப் பெற வேண்டும். எனினும் எதிர்பார்க்கும் அளவுக்கு வெளிநாட்டு கடனுதவிகள் கிடைக்குமா என்பது கேள்வியாக உள்ளது.

தவிர்க்க முடியாத மீண்டெழும் செலவுகளைக் குறைக்க என்னதான் கடும் பிடி பிடித்தாலும் அதன் அதிகரிப்பு வீதாசாரத்தை குறைக்கலாமேயொழிய அதிகரிப்பை நிறுத்த முடியாது. அதைவிட பிரதானமாக, அரசாங்கம் வருமானமாகத் திரட்டுவதற்கு திட்டமிட்டிருக்கும் தொகையை விட கணிசமாக குறைந்த தொகையையே திரட்ட முடியும் இந்நிலையில் பற்றாக்குறை இடைவெளி அதிகரிக்கவே செய்யும். அதன் விளைவாக உள்நாட்டுக் கடன்களை மேலும் அதிகமான அளவிலேயே அரசாங்கம் வாங்க வேண்டி ஏற்படும்.

ஆனால் அவ்வளவு தொகையை உள்நாட்டு நிதி நிறுவனங்களிடமிருந்தோ அல்லது தனியார் முதலீட்டாளர்களிடமிருந்தோ பெற முடியாது. இந்த நிலையில் மத்திய வங்கியிடமிருந்தே பெருந் தொகையில் அரசாங்கம் கடன் வாங்க வேண்டும். இந்நிலையில் அரசாங்கம் பணத்தை அச்சிடும்படி மத்திய வங்கியை கட்டாயப்படுத்துவது நடந்தே தீரும். அதற்கு உரிய வகையாகவே மத்திய வங்கியின் ஆளுநராக அரசாங்கம் தமது அமைச்சராக இருந்த ஒருவரையே நியமித்து வைத்திருக்கிறது.

2020 ஆம் ஆண்டு 65,000 கோடிக்கு மேல் பணம் அச்சிடப்பட்டதாகவும் 2021 ஆம் ஆண்டு இது வரை 40,000 கோடிக்கு மேல் பணம் அச்சிடப்பட்டதாகவும் கூறப்படுகிறது. 2022 ஆம் ஆண்டில் மத்திய வங்கி இவற்றையும் விட மிக அதிகமாகவே பணத்தை அச்சிட வேண்டிய கட்டாயத்துக்கு உள்ளாகும் என்பது தெளிவாகவே தெரிகிறது.

நாட்டில் பொருட்களின் உற்பத்திகள் தொகை ரீதியில் குறிப்பிடத்தக்க அளவு அதிகரிப்பதற்கு வாய்ப்புகள் இல்லை. இன்னும் சொல்லப் போனால் குறைவதற்கே நிறைய வாய்ப்புகள் உள்ளன. இந்நிலையில் பணத்தை பெருந்தொகையாக அச்சிட்டு மக்கள் மத்தியில் சுழல விட்டால் அது பணவீக்கத்தையே பாய்ச்சல் வேகத்தில் அதிகரிக்கச் செய்யும் என்பது பொருளாதார விதி.

பணவீக்கம் என்பது பண்டங்களின் விலை அதிகரிப்பே. உள்நாட்டின் பணவீக்கம், அந்நிய செலாவணி பற்றாக்குறைகள் ஆகிய இரண்டும் சேர்ந்து ஏற்றுமதி வருமானங்களின் பெறுமதியைக் குறைத்து இறக்குமதிச் செலவுகளை அதிகரிக்கும். இது இறக்குமதிகளை மேலும் தொகை ரீதியில் குறைக்க வேண்டிய கட்டாயங்களை உருவாக்கும். இது நாட்டில் பண்டங்களினுடைய விலைகளின் தொடர்ச்சியான அதிகரிப்பையும் தட்டுப்பாடுகள் மற்றும் பதுக்கல் வியாபாரங்களையுமே தாராளமாக்கும். ஆக இங்கு அரசாங்கத்தின் பொருளாதார வைத்தியர்கள் நோய்களைத் தீர்ப்பதற்காக கொடுக்கும் மருந்துகள் ஒவ்வொன்றும் மேலும் நோய்களை அதிகரிக்கும் வேலையையே செய்கின்றன.

ஸ்ஸ்... அப்பாடா...! எந்தப் பக்கம் போனாலும் வளைச்சு வளைச்சு தடை போடுறாங்களே...!

இந்த ஆட்சியில் உள்ள ஒரு முக்கியமான அமைச்சர் கொரோனாத் தொற்றின் ஆரம்பக் கட்டத்தில் "புலிகளையே ஒழித்த எங்களுக்கு கொரோனாவை அடித்துத் துரத்துவது ஒன்றும் பெரிய வேலையே இல்லை" என்று பெருமை பேசினார். அவர் சில மாதங்களுக்கு முன்னர் "எந்தவொரு நாடும் எங்களுக்கு உதவாவிட்டாலும் அனைத்து உதவிகளையும் செய்ய சீனா தயாராக இருக்கிறது" என்று முழக்கமிட்டார். ஆனால் சீனாவோ இப்போது இலங்கையின் பொருளாதார வறுமையை நீக்குவதற்கு தான் மட்டுமே தொடர்ந்து உதவ முடியாது எனக் கைவிட்டு விட்டது போன்றதொரு நிலைமை ஏற்பட்டிருக்கின்றது.

சீனா எந்தவொரு நாட்டோடும் இன்றைய உலக பொருளாதார ஒழுங்குக்கு ஏற்ற வகையில் வர்த்தக உறவுகளை முறையாக வைத்துக் கொள்வதிலேயே அக்கறையாக உள்ளது. ஆனால்

அதனை ராஜபக்சாக்களின் அரசாங்கம் தவறாகக் கணக்கிட்டு விட்டதாகவே தெரிகின்றது. சீனா ஏற்கனவே இலங்கையில் தனக்குத் தேவையான பல்வேறு தளங்களில் நன்றாகவே தனது கால்களைப் பதித்து விட்டது. இந்நிலையில் சீனாவின் நலன்களுக்கு எதிராக இலங்கை நடந்து கொண்டால் அது இலங்கைக்கு மிகவும் பாதகமான விளைவுகளையே ஏற்படுத்தும். இதனை இலங்கைக்கு சேதன பசளையை ஏற்றி வந்த சீனாவின் கப்பல் விவகாரம் தெளிவாகவே உணர்த்துகிறது.

சர்வதேச நாணய நிதியத்தின் உதவிகளைப் பெறும்படி பலர் அறிவுரை கூறுகின்றனர். சர்வதேச நாணய நிதியம் எந்தவொரு நாட்டுக்கும் அபிவிருத்தி தொடர்பான நிதி உதவிகளை வழங்கும் அமைப்பு அல்ல. அது வெளிநாட்டு வர்த்தகம் தொடர்பில் ஒரு நாடு சென்மதி நிலுவைப் பிரச்சினைக்கு உள்ளாகிற போது அது தொடர்பான கடனுதவிகளை வழங்குவதை மட்டுமே தனது வரைவிலக்கணமாகக் கொண்டுள்ளது. சர்வதேச நாணய நிதியத்தின் உதவியை நாட மாட்டோம் என பல முக்கியமான அமைச்சர்களும் மத்திய வங்கியின் ஆளுநரும் கூறுகின்றனர். இந்த நிலைப்பாடு எவ்வளவு காலத்துக்கு ராஜபக்சாக்களால் கடைப்பிடிக்கப்படும் என்பது சந்தேகமே.

(குறிப்பு: ராஜபக்சாக்கள் தமது வீறாப்புகளையெல்லாம் விட்டு விட்டு இப்போது சர்வதேச நாணய நிதியத்திடம் சென்று விட்டார்கள்)

உலக முதலாளித்துவத்தின் நாணய நிதியம் இலங்கையின் நெருக்கடிகளுக்கு ஆபத்பாந்தவனா?

சர்வதேச நாணய நிதியத்தை நாடுவதனை தள்ளிப் போடுவதற்கு அரசாங்கம் ஓமானிடம் 3,500 மில்லியன் டொலர்கள் பெறுமதியான பெற்றோலிய பொருட்களை கடனாக தரும்படி கேட்டுக் கொண்டிருக்கின்றது. அதேவேளை 500 மில்லியன் டொலர்கள் பெறுமதியான பெற்றோலிய பண்டங்களின் இறக்குமதிகளுக்காகவும், ஒரு பில்லியன் டொலர்களை ஏனைய அத்தியாவசிய பொருட்களின் இறக்குமதிகளுக்காகவும் கடனாகத் தரும்படி இந்தியாவிடம் கேட்டு நிற்கின்றது. அரசாங்கத்தின்

இந்த முயற்சி எந்தளவு தூரம் வெற்றியாகுமென கூற முடியாதுள்ளது.

(குறிப்பு: இலங்கை எதிர்நோக்கியுள்ள பெரும் நெருக்கடி நிலையில் இந்தியா எதிர்பார்த்திராத அளவுக்கு இலங்கைக்கு பொருளாதார உதவிகளை வழங்கி வருகின்றமை இங்கு கவனத்திற்குரியது. சீனாவும் கணிசமான கடன்கள் மற்றும் நன்கொடைகளை மேலும் வழங்குவதற்கான சூழ்நிலைகள் உள்ளன)

சர்வதேச நாணய நிதியத்தை அரசாங்கம் நாடுகின்ற பட்சத்தில் அது இலங்கையின் ஏற்றுமதி இறக்குமதி கொள்கைகள் மற்றும் நடைமுறைகள் தொடர்பாக மட்டுமல்ல, நாட்டின் அனைத்து பொருளாதார விடயங்களிலும் தனது நிபந்தனைகளை வலியுறுத்தவே செய்யும். முக்கியமாக, பொதுமக்கள் நலன்கள் தொடர்பான அரசாங்கத்தின் திட்டங்களிலேயே கட்டுப்பாடுகளை விதிக்கும், பணப் பெறுமதியை சந்தை செயற்பாட்டுக்கு முழுமையாகத் திறந்து விடவே அது கட்டாயப்படுத்தும்.

(குறிப்பு: சர்வதேச நாணய நிதியத்திடம் கடன் பெறுவதற்காக அரசாங்கம் பல்வேறு முன்னெடுப்புகளை மேற்கொண்டு வருகிறது)

பொருத்தமில்லாத காலகட்டத்தில் பொருத்தமில்லாத முறையில் இலங்கையை நவதாராளவாத பாதையில் திறந்து விட்டமையே இன்றைய பொருளாதார நோய்களுக்குக் காரணம். சர்வதேய நாணய நிதியமும் அதனது மொழியில் அதே பாதையில் மேலும் அம்மணமாக பயணிக்கும் படியே நிர்ப்பந்திக்கும்.

நவ தாராள பொருளாதார முறையை ஆழப்படுத்துவதுவும் அகலப்படுத்துவதுமே சர்வதேச நாணய நிதியத்தின் அடிப்படை சித்தாந்தம். சர்வதேச நாணய நிதியத்தை அனுசரிக்க முடியாத கட்டாய நிலையில் அரசாங்கம் உள்ளது தெளிவு. ஏனெனில் அந்த நிதியத்தின் நிபந்தனைகளை அரசாங்கம் கடைப்பிடித்தால் அரசாங்கத்தின் மீது பொதுமக்கள் ஏற்கனவே கொண்டிருக்கும் கோபம் மேலும் பன்மடங்காக அதிகரிக்கும். நிலவுகின்ற நெருக்கடியான சூழ்நிலையில் சர்வதேச நாணய நிதியத்தை அரசாங்கம் முற்றாக புறக்கணித்து விட முடியாது.

இதேவேளை இந்தியா, அமெரிக்கா மற்றும் ஐரோப்பிய நாடுகளிடம் நிபந்தனை போடாமல் மடிப் பிச்சை இடுங்கள் எனக் கேட்டு இலங்கை அரசாங்கம் வேண்டி நிற்கிறது. அது எப்படி சாத்தியமாகும். சும்மா கிடந்த சங்கை ஊதிக் கெடுத்தான் ஆண்டி என்பது போல அந்த நாடுகளுடனான உறவுகளை இந்த அரசாங்கம் யுத்த வெற்றியின் மிதப்பில் கெடுத்து பல ஆண்டுகள் ஆகிவிட்டன. இப்பொழுது அந்த நாடுகளுக்கான நேரம் வந்து விட்டது என்பது தெளிவாகத் தெரிகிறது. அவை தங்களது நலன்கள் தொடர்பில் சீனாவுடனான உறவை கட்டுப்படுத்திக் கொள்ள கட்டளையிடுவார்கள் என்பது மட்டுமல்ல அவை தமது தேவைகளையும் இலங்கை மண்ணில் நிறைவு செய்ய ஒரு பெரும் பட்டியலையே வைத்திருக்கிறார்கள் என்பதுவும் வெளிப்படை.

அரசாங்கமோ புருசனையும் கை விட முடியாமல், அரசனையும் தூர விலக்க முடியாமல் அல்லாட்டமான ஒரு நிலையில் நிற்கின்றது. சினிமாப் பாணியில் கூறினால் "ஒரு புறம் நாகம், மறு புறம் வேடன், இடையினிலே கலைமான்" என்ற கணக்கில் இலங்கையின் அரசியல் பொருளாதாரம் அகப்பட்டுப் போயிருக்கிறது.

ஆட்சியாளர்கள் தம்மை நம்பிய மக்களுக்கு நேர்மையாகவும் உண்மையாகவும் நாட்டுக்காக தம்மை அர்ப்பணித்து சேவகம் செய்பவர்களாகவும் இருக்க வேண்டும். அதை பரந்து பட்ட பொதுமக்கள் நம்பவும் வேண்டும். அதேவேளை நாடு இக்கட்டான சூழலில் இருக்கும் போது அனைத்து மக்களும் நாட்டுக்கான எதிர்காலத்துக்காக சிரமங்களையும் குறைகளையும் தாங்கிக் கொள்ள தயாராக இருக்க வேண்டும். ஆனால், இங்கு இரண்டுமே இல்லை. எதிர்காலம்?.

◉

3D
DEMOCRACY
DEVOLUTION
DEVELOPMENT
30/05/18

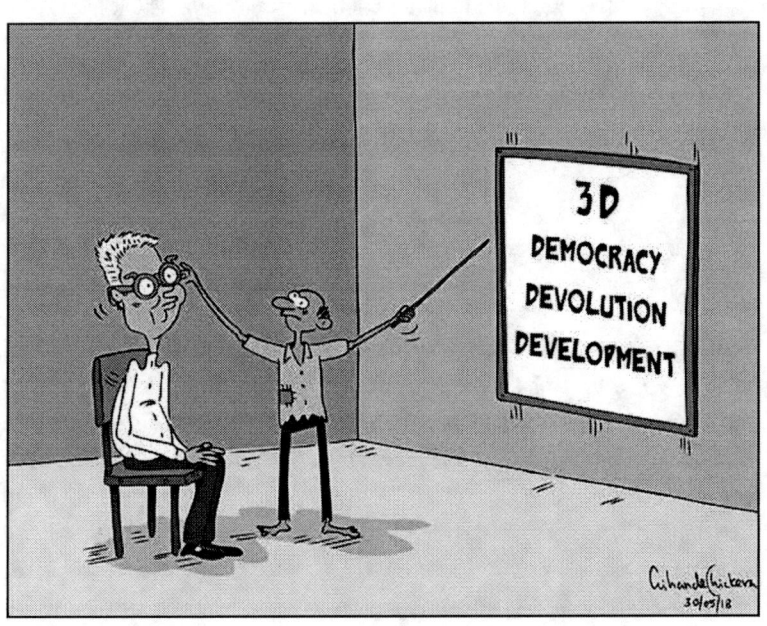

21

அரசியல் ஜனநாயகமும், அடிப்படை சுதந்திரங்களும் அதிகாரப் பகிர்வும் அபிவிருத்திக்கான அத்திவாரங்கள்

இதுவரையான பகுதிகளில் இலங்கையின் பொருளாதாரம் எந்தெந்த வகைகளிலெல்லாம் பரிதாபகரமான நிலைகளில் இருக்கிறது — எந்தளவுக்கு பாதகமான சூழல்களுக்குள் அகப்பட்டுப் போயிருக்கிறது என்பவை விபரிக்கப்பட்டுள்ளன.

எவ்வாறு இலங்கை சுதந்திரம் பெற்ற காலம் தொட்டு மாறி மாறி வந்த ஆட்சியாளர்களின் காலகட்டங்களில் மோசமாக்கப்பட்டு வந்திருக்கிறது — அந்த வகையில் இன்றைக்கும் இலங்கையை ஆளுபவர்களிடம் இலங்கையை நிமிர்த்தி முன்னேற்றப்பாதையில் பயணிக்க வைப்பதற்கான தொலைநோக்கோ திட்டங்களோ தேசத்திற்காகவும் மக்களுக்காகவும் தம்மை அர்ப்பணித்து செயற்படுவதற்கான எண்ணமோ இல்லையென்பதையும், எதிர்க்கட்சியினரும் அதில் சற்றும் குறைவில்லாதவர்களாகவே உள்ளனர் என்பதையும் முன்னைய பகுதிகளில் இக்கட்டுரைத் தொடர் மிகத் தெளிவாகவே வெளிப்படுத்தியிருக்கின்றது. அவை ஒவ்வொன்றும் புள்ளிவிபரங்களுடன் ஆதாரப்படுத்தப்பட்டும் உள்ளன.

தங்கம், வைரம், நிலக்கரி, இரும்பு மற்றும் சில பிரதானமான உலோக கனிம வளங்கள் தான் இலங்கையில் இல்லை. அவையும் கூட சில வேளைகளில் இலங்கையில் இருப்பது கண்டுபிடிக்கப்படலாம். இராவணனின் இலங்கையை இராமாயணத்தை நம்பும் வட இந்தியர்கள் தங்கம் நிறைந்த

இலங்கை (ஸோனேக்கி லங்கா) என்று இன்றும் கூறுவது பெருமைக்குரிய விடயமாகும்.

அது ஒரு புறமிருக்க, ஏனைய எல்லா மூல வளங்களையும் — நிலவளங்கள், நீர்வளங்கள், மலைவளங்கள், வனவளங்கள், கடல் வளங்கள், பல்வகை கனிம வளங்கள், கல்வி வளம் மற்றும் துணிச்சல்களும் ஆற்றல்களும் மிக்க உழைப்பு வளங்கள் என பல்வேறு வளங்களையும் — கொண்ட இலங்கையானது நீடித்து நிலைத்து தொடர்ந்து முன்னேறக் கூடிய சுயசார்புப் பொருளாதாரத்தைக் கட்டியெழுப்பக் கூடிய அனைத்துத் தரங்களையும் தகுதிகளையும் கொண்டதொரு நாடு என்பதில் சந்தேகமில்லை.

இருந்தும் அடிப்படையில் எவையின்மையினால் இலங்கையின் பொருளாதாரம் இவ்வாறு தரம் தாழ்ந்து அவிழ்க்க முடியா சிக்கல்கள் கொண்ட சிரமங்களுக்குள் அகப்பட்டுப் போயிருக்கிறது, அதற்கான அரசியல் சமூகக் காரணிகள் எவை என்பன பற்றிய புரிதலும் அவசியமாகும். அதாவது இங்கு குறைபாடான பொருளாதார அம்சங்கள் மட்டுமல்ல அரசியல் சமூக மேல்கட்டுமானங்களில் உள்ள படுமோசமான குறைவிருத்திகளும் இன்றைய பொருளாதார சிக்கல்கள் சிரமங்களினது விளைகாரணிகளாக உள்ளன. அவற்றிற் சில பிரதானமான விடயங்களை இக்கட்டுரைப் பகுதியில் நோக்கலாம்.

சுயாதீனமில்லாத நீதித் துறை
ஜனநாயகத்தின் சரிந்து போன தூண்

ஒரு நாட்டின் அரசுக்கு அமைச்சரவையே தலைமை. ஆனால் அவர்கள் இந்த நாட்டினுடைய மன்னர்களுல்ல, இளவரசர்களுமல்ல, சக்கரவர்த்தியின் ஆசி பெற்ற சிற்றரசர்களுமல்ல என்பதை அவர்களுக்கு ஒவ்வொரு வேளையிலும் உணர்த்துவதற்கு நாட்டின் நீதித் துறை சுயாதீனமானதாக இருக்க வேண்டும். பாராளுமன்றம் நாட்டு மக்கள் அனைவரினதும் நலன்களைப் பேணுவதற்கான சட்டங்களை ஆக்கும் மன்றம். ஆனால் இங்கு பாராளுமன்றமோ ஊழல் பேர்வழிகளினதும் மோசடிக்காரர்களினதும், அதிதீவிர

இனவாத மற்றும் மதவாத நடிகர்களினதும் பாதுகாப்பான குகையாக மாற்றப்பட்டிருக்கின்றது.

லஞ்சம், ஊழல்கள், மோசடிகள் மற்றும் அதிகார துஸ்பிரயோகம் ஆகியவற்றைத் தடுப்பதற்கும் துடைத்தழிப்பதற்குமான முறையான சட்டங்களை ஆக்குவதற்கோ நடைமுறைப்படுத்துவதற்கோ பாராளுமன்றவாதிகள் தயாராக இல்லை. எனவே பாராளுமன்ற சட்டங்களை முறையாகவும் முழுமையாகவும் பரந்துபட்ட மக்கள் நலன் சார்ந்து நிறைவேற்றும் வகை செய்வதற்கு சுயாதீனமான நீதித்துறை வேண்டும். பாராளுமன்றம் தவறினாலும் கூட, அரசியல் யாப்புக்கு மாறுபடாமலும் பாராளுமன்றத்தின் சட்டங்களுக்கு முரண்படாமலும் சட்டங்களை ஆக்கும் பாரம்பரிய உரிமை நீதித்துறைக்கு உண்டு. ஆனால் அதனைப் பிரயோகிக்கும் வாய்ப்பு இலங்கையின் நீதித்துறைக்கு முறையாகவோ முழுமையாகவோ வழங்கப்படவில்லை என்பது குறிப்பிடத்தக்கது.

இலங்கையின் நிறைவேற்று அதிகாரத் துறையின் பதவிகளில் உள்ள அரச அதிகாரிகளின் செயலாற்றல் தகுதியில் குறை சொல்ல பெரிதாக எதுவுமில்லை. ஆனால் வெவ்வேறு காரணங்களால் இலங்கையின் நிறைவேற்று அதிகாரத் துறையானது லஞ்சம், ஊழல் மோசடிகள், அதிகார துஷ்பிரயோகங்கள் நிறைந்ததாக உள்ளன என்பது அனைவரும் அறிந்த விடயமே. இதற்கு பெரும்பாலான அரச அதிகாரிகள் துணை போகிறார்கள், மேலும் தாங்களாகவே அவ்வாறு ஈடுபடுகிறார்கள் என்பதுவும் வெளிப்படை.

அரச அதிகாரிகள் அரசியல் அதிகாரத்தில் இருப்பவர்களுக்கு சலாம் போட்டுக் கொண்டு, தாம் தற்போது வகிக்கும் அதிகாரம் மிக்க பதவிகளை காப்பாற்றிக் கொள்வதிலும், மேலும், தமக்கான அடுத்த கட்ட பதவி உயர்வுகளை உரிய நேரத்தில் பெற்றுக் கொள்வதை உறுதிப்படுத்துவதிலும் குறியாக இருக்கிறார்களே தவிர மக்கள் நலன்சார் விடயங்களிலோ, முன்னேற்றகரமான பொருளாதார செயற்பாடுகளை மேற்கொள்வதிலோ அக்கறை அற்றவர்களாகவே உள்ளனர்.

இவர்கள் பெரும்பாலும் தம்மை நாடி வரும் பொது மக்களை ஒரு பொருட்டாக கருதுவதே இல்லை, மாறாக பொதுமக்கள்

ஏதோ தமது கௌரவங்களுக்கு இடைஞ்சலானவர்கள் போல கடமை உணர்வற்றும் கண்ணியமற்றும் செயற்படுவதை அரச அலுவலகங்கள் எங்கும் பரவலாக காண முடிகின்றது.

இந்த நிலைமைகளை கட்டுப்பாட்டுக்குள் கொண்டு வந்து அரச நிறுவனங்கள் பொது மக்களின் சுயமரியாதையை பேணுகின்றவையாக, பொறுப்புடன் கடமைகளை மேற்கொள்பவைகளாக செயற்பட வைப்பதற்கும், அரச நிர்வாக கட்டமைப்புகள் பொதுமக்கள் நலன் சார் சேவை நிறுவனங்கள் எனும் உணர்வுடன் செயற்படுவதை உறுதி செய்வதற்கும் சுயாதீனமான நீதித்துறை மிகவும் அவசியமானது.

ஆனால், இங்கு நீதித்துறையானது அதன் கட்டமைப்பில் சமநீதியை நிலைநாட்டும் துறையாக இல்லாமல், வல்லமை மிக்கவர்களுக்கு வாய்ப்பாக சட்டங்களை நடைமுறைப்படுத்தும் ஒரு நிறைவேற்று அதிகாரத் துறையாகவே உள்ளது. இங்கு நீதியை நிலைநாட்டலும், சட்டம் சகலருக்கும் சமமானதே என்பதை உறுதிப்படுத்தலும் பின்தள்ளப்பட்ட விடயங்களாகவே உள்ளன. அனைத்து அடிப்படை அரசியல் பொருளாதார, சமூக வாழ்வு உரிமைகளையும், சமூக சமத்துவத்தையும், சுற்றுப்புறச் சூழல் பாதுகாப்பையும் உறுதியாக நிலைநிறுத்துவது நீதித் துறைக்கு உரிய பொறுப்புகளாகும்.

ஆனால் அரச நிறைவேற்றுத் துறையும் அதில் அதிகாரத்தில் உள்ளவர்களும் அவற்றிற்குப் பாதகமாக செயற்படும் போது அதற்கெதிராக வினைத்திறனுடன் செயலாற்ற முடியாத துறையாகவே இலங்கையின் நீதித் துறை காணப்படுகின்றது.

லஞ்சம், ஊழல் மோசடிகள், சுற்றுச் சூழல் வளங்களை கொள்ளையடித்தல், அடிப்படை உரிமை மீறல்கள், இன மத மற்றும் சாதி அடிப்படைகளில் பொருளாதார சம வாய்ப்புகள் மறுக்கப்படுகின்றமை, நிர்வாக கட்டமைப்பிலுள்ள நேர்மையானவர்கள் தேச நலன் நோக்கில் செயற்பட முடியாமை போன்ற விடயங்களில் காத்திரமான வகைகளில் தலையிட முடியாத ஒன்றாகவே இங்கு நீதித் துறை உள்ளது.

இலங்கையின் அரசியல் யாப்பானது அரசியல் பொருளாதார அதிகாரங்ளை மாகாண மற்றும் உள்ளூராட்சிகளுக்கென

பகிர்ந்திருக்கின்ற போதிலும், அவற்றை மைய அதிகாரத்தில் உள்ளவர்கள் சுலபமாக மறுதலித்து தங்கள் கைகளிலேயே முழு அரச அதிகாரங்களையும் தொடர்ந்து கையகப்படுத்திக் கொள்கின்றார்கள். ஆனால் பாதிக்கப்பட்ட அரசியல் சமூகப் பிரிவினரோ, இவ்விடயத்தில் உண்மை நிலையை உறுதிப்படுத்த வேண்டிய நீதித்துறை அதனைச் செய்யாது என்ற எண்ணப்பாட்டுடன் விரக்தி கொண்டவர்களாகவும், நீதித் துறை மீது நம்பிக்கையற்றவர்களாகவுமே உள்ளனர்.

இலங்கை ஓர் அரசியல் யாப்பு அடிப்படையிலான ஜனநாயக நாடு. பாராளுமன்றம் ஆக்கியிருக்கும் சட்டங்கள் காலத்துக்கு பொருத்தமானவையா? மேலும் அவை அரசியல் யாப்பை மீறாதவையாக உள்ளனவா? என்ற கேள்விகளுக்கான விடையைத் தரும் வகையில் சட்டங்கள் ஒவ்வொன்றையும் காலத்துக்குக் காலம் மீளாய்வு செய்வதற்கான பொறுப்பு நீதித் துறைக்கே உரியதாகும் ஆனால் அந்த நடைமுறை இலங்கையில் இல்லை.

அரசியல் யாப்பின் பல பகுதிகள் இங்கு கிடப்பில் போடப்பட்டுள்ளன. அரசியல் யாப்பு முழுமையாக நிறைவேற்றப்படுவதை உறுதி செய்வதாக சத்தியப்பிரமாணம் செய்யும் ஜனாதிபதியே அவற்றில் பலவற்றை மறுதலிக்கின்ற ஒருவராக இருக்கின்ற வேடிக்கை இலங்கையில் சாதாரணமான ஒரு விடயமாக உள்ளது. அரசியல் யாப்பின் உறுப்புரைகள் அனைத்தும் தேச நலன்களையும் பொது மக்கள் நலன்களையும் சார்ந்த வகையில் முழுமையாகவும் முறையாகவும் நிறைவேற்றப்படுவதை உறுதிப்படுத்த வேண்டிய நீதித்துறையானது அதற்குரிய ஆற்றல்களைக் கொண்டிருக்க முடியாத ஒன்றாகவே இங்கு ஆக்கப்பட்டுள்ளது.

கால மாற்றங்களுக்கும் மக்களின் தேவைகளுக்கும் பொருத்தமில்லாத கற்பித்தல்களும் கற்றல்களும்

பிரித்தானிய காலனித்துவம் தனக்கானதோர் உள்நாட்டு நிர்வாகக் கட்டமைப்பை உருவாக்குவதற்கும், அதனது அரசியல் பொருளாதார தேவைகளுக்கு சேவை செய்வதற்கும் உரியவையாகவே இலங்கையின் பாடசாலைகளையும் அதன் பாட விதானங்களையும் உருவாக்கி செயற்படுத்தியது.

இது அறிவார்ந்தோர் அனைவரும் அறிந்த விடயமே. ஆனாலும், இலங்கை சுதந்திரமடைந்து 73 ஆண்டுகளாகியும் இன்னமும் அதில் எந்தவித முன்னேற்றகரமான மாற்றமும் செய்யப்படவில்லை என்பது கவனிக்கப்பட வேண்டிய ஒன்று.

அதனை உருவாக்கிய பிரித்தானியா தனது நாட்டின் கல்வியமைப்பில் காலத்தின் தேவைகளுக்கேற்ப பல படி முன்னேற்றங்களை ஏற்படுத்தி விட்டது. ஆனால் பிரித்தானிய பாரம்பரிய கல்வி முறையையே கொண்டிருப்பதாக எண்ணிக் கொள்ளும் இலங்கையர்கள் இன்னமும் காலனித்துவ அடிமைக் கால கல்வி அமைப்பை தொடருவதிலேயே பெருமை கொள்கின்றனர். அதனால்தானோ என்னவோ இன்றைய கால வர்த்தமான நிலைமைகளுக்கும் தேவைகளுக்கும் பொருத்தமான வகையில் இலங்கையின் கல்வி அமைப்பில் முன்னேற்றங்கள் ஏற்படுத்தப்படவில்லை.

இப்போது பாடசாலை நிர்வாக செயற்பாடுகள் மிக மோசமான நிலைக்கு உள்ளாக்கியிருக்கின்றன.

- பாடசாலைகளில் தேவையில்லாத வகையான ஆசிரியர்கள் நிறைய உள்ளனர், ஆனால் தேவைகளுக்கான ஆசிரியர்கள் பற்றாக்குறையாக உள்ளனர்.

- நகர்ப் புறங்களுக்கும் பின் தங்கிய பிரதேசங்களுக்கும் பாடசாலைகளுக்கு ஆசிரியர்களைப் பகிர்வதில் மிகப் பெருமளவில் அசமத்துவங்கள் காணப்படுகின்றன.

- கல்வி கற்பிக்கும் முறைகளும் பரீட்சைகளும் பழைய உளுத்துப் போன அம்சங்களைக் கொண்டவையாக உள்ளன.

- சாதி மற்றும் மத பேதம் காரணமாக தரமான ஆசிரியர்களை உரிய பாடசாலைகளுக்கு அதிபர்களாக நியமிக்காமல் தவிர்ப்பதில் கல்வி அதிகாரமானது மிகவும் நாசூக்காக நவீன உத்திகளைக் கையாளும் ஒன்றாக உள்ளது.

- பாடசாலைகளுக்கு பிள்ளைகளை சேர்ப்பதில் அனைத்து மாணவர்களினதும் நலன்களை அடிப்படையாகக் கொண்ட ஒரு பொது நீதி அல்லது வரைமுறை கடைப்பிடிக்கப்படாமல்

இலவசக் கல்விக்குள்ளேயே ஒரு வகையான ஊழல் மற்றும் வியாபார முறைமை கடைப்பிடிக்கப்படுகிறது.

* எல்லாவற்றிற்கும் மேலாக 5 ஆம் வகுப்பு மாணவர்கள் முகம் கொடுக்கின்ற புலமைப் பரிசல்களுக்கான பரீட்சையானது சமூகத்தில் சில பாடசாலைகளை உயர்தரமான பாடசாலைகளாகவும் ஏனைய அனைத்தையும் தரம் குறைந்த பாடசாலைகளாகவும் சமூக வெளியில் கருதப்படுகின்ற நிலைமையை ஏற்படுத்தியுள்ளதுடன், இங்குள்ள பாடசாலை கல்வி முறையே மாணவர்களிடையே தாழ்வு மனப்பான்மையையும் தோல்வி மனோநிலையையும் வளர்த்து விடும் ஒரு உளவியல் கிருமியாக தலை தூக்கி நிற்கிறது.

இங்கு எல்லாவற்றையும் கடந்து பல்கலைக்கழகத்துக்கும் சென்று மூன்று அல்லது நான்கு வருடங்கள் படித்து முடித்த பின்னரும் இளையோர்கள் வேலைவாய்ப்பு அற்றவர்களாக இருப்பதுதான் இலங்கை வாழ் சமூகங்களின் பரிதாப நிலை. இதைப் பற்றி அமைச்சர்களோ அல்லது பாராளுமன்ற பதவிகளுக்காக முண்டாசு கட்டி கொண்டு நிற்பவர்களோ எந்த அக்கறையும் கொண்டவர்களாக இல்லை என்பது மட்டுமல்ல அதுபற்றி எந்த வகையிலும் அடிப்படையான அறிவும் அற்றவர்களாவும் உள்ளமையே இங்கு வேடிக்கை.

கல்வி என்பது அறிவை முன்னேற்றுவதற்கும் அதனை சமூக முன்னேற்றத்துக்கென பிரயோகிப்பதற்காகவுமே! எனவும், அதற்கு மாறாக, அதனை தொழில் வாய்ப்புகளுக்கானவை என படித்த இளையோர்கள் கருதுவது தவறு! எனவும் சமூகப் போதனை செய்வது சரியானதல்ல. அந்த வாதம் முன்னைய குருகுலக் கல்வி காலத்துக்கு பொருந்தலாம். ஆனால் இன்றைய காலத்துக்கு அது பொருத்தமானதல்ல.

மேலும், வருமானம் தரும் வேலையில் இல்லாவிட்டாலும் அரசாங்கம் அடிப்படைத் தேவைகளுக்கான கொடுப்பனவுகளைத் தாராளமாகவே வழங்குகின்ற தொழில் வளர்ச்சியடைந்த முதலாளித்துவ நாடுகளுக்கு அந்தக் கோட்பாடு பொருந்தலாம், ஆனால், இலங்கைக்கோ அல்லது எந்தவொரு மூன்றாம் உலக

நாட்டுக்கோ அது பொருந்தாது என்பதைப் புரிந்து கொள்வது அவசியமாகும்.

இங்கு கல்வியானது அறிவு விருத்திக்காக மட்டுமல்ல அடிப்படை வாழ்க்கைக்கான பொருளாதாரத்தை ஈட்டுவதற்கும் அவசியமானதாக உள்ளது.

- 'பொருளில்லார்க்கு இவ்வுலகில்லை' என்கிறார் திருவள்ளுவர்.
- 'பள்ளிக்கூடத்துக்குப் போவதை விட தங்கள் பிள்ளைகள் நாலு மாடு மேய்க்கலாம்' என பின்தங்கிய வறுமைப்பட்ட கிராமத்து மக்கள் மத்தியில் ஓர் கருத்துள்ளது.

எனவே கல்வி வளத்துக்கும் பொருளாதார வாழ்வுக்கும் இடையே நெருக்கமான உறவு உண்டு. ஆனால் அதனை பேணுவதற்கு வகையாக கல்வி அமைப்பு இல்லை என்பதனை அறிவார்ந்தோர் புரிந்து கொள்வது அவசியமாகும்.

எனவே சாதாரண மக்களைப் பொறுத்த வரையில் தங்களது பிள்ளைகளின் பள்ளிக்கூட கல்விக் காலத்துக்கும் அவர்களின் பொருளாதார வாழ்வுக்கும் இடையில் அந்நியோன்யமான பொருத்தம் இருக்க வேண்டும் என்றே எதிர்பார்க்கிறார்கள். தங்களது படித்த பிள்ளைகளுக்கு அரசாங்கம் வேலை வாய்ப்புக்களைத் தரவில்லை என பெற்றோர்கள் மனக்குறை கொள்கிறார்கள்.

இன்றைய சராசரி உலகில் கல்விக்கும் வருமானம் தரும் தொழில் வாய்ப்புகளுக்கும் இடையே மிக நெருக்கமான உறவை நிலைநாட்டுவது அவசியமாகும். நாட்டின் கல்வி அமைப்பே பொருளாதார முன்னேற்றத்துக்கான ஆற்றல்களை உருவாக்குவதிலும் மற்றும் உற்பத்தித் தொழில் முயற்சியாளர்களுக்கான தன்னம்பிக்கைகளை வளர்ப்பதிலும் மிக காத்திரமான பாத்திரத்தை வழங்க முடியும் – வழங்க வேண்டும்.

இங்கு அரச நிறுவனங்களிலும் சரி அல்லது தனியார் தொழிற் துறைகளிலும் சரி பெரும்பாலும் பண வசதி படைத்த குடும்பங்களைச் சேர்ந்தவர்களே அதிகாரம் கொண்ட பதவிகளில் உள்ளனர். இதனை உறுதிப்படுத்துவதாகவே கல்வி

அமைப்பு உள்ளது. எனவே இங்குள்ள கல்வி அமைப்பானது நடைமுறையில் சமூக ஏற்றத் தாழ்வுகளை பராமரிக்கும் நிறுவனங்களில் பிரதானமானதாக உள்ளது என்பது மறுக்க முடியாத உண்மை.

இலவசக் கல்வி அமைப்பு என இருந்தாலும் அனைத்து வர்க்கத்தினருக்கும் பொருளாதார ரீதியான முயற்சிகளுக்குரிய தன்னம்பிக்கைகளையும் துணிச்சலையும் சம வாய்ப்புக்களையும் கொடுப்பதாக கல்வி அமைப்பு இருப்பது மிகப் பிரதானமானதாகும். ஆனால் அவ்வாறான தகமையில் இங்குள்ள கல்வி அமைப்பு இல்லை என்பது பொதுவாக அறிவார்ந்தோர் அனைவராலும் ஏற்றுக் கொள்ளப்பட்டுள்ள விடயமே.

தகுதியான கல்வி இல்லையெனில் தரமான பொருளாதாரம் இருக்கமாட்டாது

இலங்கையில் இன்றுள்ள கல்வி முறையைப் பார்த்தால், சில குறிப்பிட்ட தொழில்சார் கல்விகளைத் தவிர – அதாவது வைத்தியத் துறை, பொறியியல் துறை, சட்டத்துறை, கணக்கியற் துறை போன்றவற்றைத் தவிர ஏனைய கல்வித்துறைகளில் கல்வி கற்றவர்கள் ஆசிரியத் தொழிலுக்கோ அல்லது அரசாங்க மற்றும் தனியார் துறைகளில் நிர்வாக சேவை வேலைவாய்ப்புகளைத் தேட வேண்டியவர்களாகவோ உள்ளனர். அதற்கும் கூட அனைவருக்கும் போதிய பல் மொழியாற்றலையோ, தொழிற் திறனையோ வழங்குவதாக இங்கு கல்வி அமைப்பு இல்லை.

நாடு முழுவதுவும் தொழிற் கல்வியை வழங்கும் அமைப்புகள் இருந்தும் அவை எதுவும் பெரும்பாலான இளையோர்களுக்கு சுய தொழில் வாய்ப்புகளுக்கான நம்பிக்கைகளையோ, தேவையான ஏற்பாடுகளையோ வழங்குகின்ற நிறுவனங்களாக இங்கு இல்லை.

கல்வி அமைப்பு ஏற்படுத்தும் சமூக உளவியலும் இங்கு பொருளாதார முன்னேற்றத்துக்கு பாதகமானதாகவே உள்ளது. படித்த இளையோர்கள் விவசாயம் செய்வதா? கடற் தொழில் செய்வதா? மர வேலைகள் செய்வதா? கட்டிட வேலைகளில் ஈடுபடுவதா? மோட்டார் வாகன ஓட்டுனராக வேலை

செய்வதா? போன்ற கேள்விகளின் மூலம் பெரும் தொகையான தொழில்களிலிருந்து படித்த இளையோர்கள் விலக்கி வைக்கப்படுபவர்களாகவே உள்ளனர்.

பள்ளிக்கூடக் கல்வி கட்டாயம் என்பது மட்டும் போதாது. கல்விப் பொதுத் தராதரப் பரீட்சைக்குத் தோற்றுவதற்கு முதலில் இலங்கையின் ஒவ்வொரு மாணவ நபரும் மும்மொழிகளிலும் தேர்ச்சி உடைய ஆளாக ஆக்கப்படுவதோடு அவர் விரும்புகிற – அவருக்குப் பொருத்தமான ஏதோ ஒரு தொழிலில் திறன் வாய்ந்தராகவும் ஆக்கப்படுதல் வேண்டும். படித்த எவரும் குமாஸ்தாவாகவோ அல்லது ஆசிரியராகவோ ஆக்கப்படலாம் ஆனால், இங்குள்ள கல்வி அமைப்பினூடாக உருவாக்கப்படுகின்ற மிகப் பெரும்பான்மையானவர்கள் வெள்ளை உடையணிந்த குமாஸ்த்தாக்களாகவோ அல்லது ஆசிரியர்களாகவோ ஆக்கப்படுவதற்கு மட்டுமே தகுதி உடையவர்களாக இருந்தால் நாட்டிற்கு அவசியமான அடிப்படைப் பொருளாதாரத் துறைகள் அனைத்தும் படிக்காதவர்களுக்கு உரியனவென்று கருதும் நிலையே செல்வாக்குப் பெறும்.

ஒவ்வொரு மாணவரும் வெவ்வேறு தொழில் துறை ஆற்றல் பெற்றவர் என்பதை உறுதிப்படுத்தும் பொறுப்பு பாடசாலைகளுக்கே உரியது. அதற்குரிய வகையான சிறப்புப் பயிற்சிகள் வழங்குவதை கல்வி அமைப்பின் பாடவிதானம் கொண்டிருத்தல் வேண்டும். ஆசிரியர்கள் பேனையும் பேப்பரும் கணணியும் மட்டும் தெரிந்தவர்களல்ல கருவிகளையும் இயந்திரங்களையும் கையாளுவதில் சிறப்புத் தேர்ச்சி உடையவர்கள் என்பதை கல்வி அமைப்பு உறுதிப்படுத்த வேண்டும்.

அதேபோல பல்கலைக்கழகங்களுக்கு ஒவ்வொரு துறைக்கும் மாணவர்களை இணைக்கும் விடயத்தில் படித்து முடிக்கும் இளையோர்களுக்கான வேலைவாய்ப்புக்களையும், அவர்களுக்கும் நாட்டின் தேசிய தேவைகளுக்கும் உரிய வகையான தொழிற் திறன்களையும் கருத்திற் கொண்டதாகவே அரசின் தெரிவுகள் மற்றும் ஒதுக்கீடுகள் அமைதல் வேண்டும்.

இலங்கையின் இன்றைய கல்வி அமைப்பானது விசனத்துக்கும் விமர்சனத்துக்கும் உரியதாகவே உள்ளது. கல்வி அமைப்பில்

உள்ள குறைபாடுகளைக் களைதல் என்ற முகாமில் அரசாங்கம் கல்வித் துறையில் தனியார் முதலீடுகளுக்கு இடமளிக்க முற்படுவது கல்வியை வர்த்தக ரீதியான பண்டமாக ஆக்கி விடும். இது அரசியல் வியாபாரிகளுக்கு மகிழ்ச்சியைத் தரலாம். ஆனால் நாட்டின் எதிர்காலத்துக்கு அது படுமோசமான விளைவுகளையே ஏற்படுத்தும்.

இன்றைக்கு அரச துறையில் மிக அதிகமானோர் நிறைந்திருப்பதற்கும், பாடசாலைகளில் உரிய தேவைகளுக்கு ஆசிரியர் பற்றாக்குறைகள் நிலவுவதற்கும், அதேவேளை படித்த இளையோர்கள் பெரும் தொகையில் உரிய வேலை வாய்ப்பு அற்றவர்களாக இருப்பதற்கும் இங்கு நடைமுறையிலுள்ள கல்வி அமைப்பில் உள்ளார்த்தமாக உள்ள குறைபாடான அம்சங்களே காரணமாகும். எனவே இவற்றினைக் கருத்திற் கொண்டதாக கல்வி அமைப்பில் அடிப்படையான திருத்தங்களும் முன்னேற்றங்களும் மேற்கொள்ளப்பட வேண்டும்.

இலங்கையில் கல்வி முன்னேற்றத்தை எற்படுத்துவதற்கு அவசியமான உட்கட்டமைப்புகள் போதிய அளவுக்கு உள்ளன. இங்கு நாடு முழுவதுவும் பாடசாலைகள் விரிந்தும் பரந்தும் உள்ளன. இங்கு தேவைப்படுவதெல்லாம்,

- சமூக பொருளாதார முன்னேற்றத்துக்கு உரிய வகையில் பாடவிதான அமைப்புக்களில் திட்டவட்டமான மாற்றங்கள் மேற்கொள்ளப்பட வேண்டும்,

- அதற்கேற்ற வகையில் ஆசிரியர்களுக்குத் தேவையான பயிற்சிகள் வழங்கப்பட வேண்டும்,

- பாடசாலைகள் மத்தியில் சமத்துவத்தை நிலை நாட்டும் வகையாக ஆசிரியர்கள் பகிரப்படல் வேண்டும்,

- பாடசாலைகளின் தரங்கள் தொடர்பாக நிலவும் ஏற்றத் தாழ்வுகள் நீக்கப்பட வேண்டும்,

- பாடசாலைகளில் மாணவர்களை இணைத்தல் என்பது அவர்களின் தராதரத்தை பரிசோதித்ததின் அடிப்படையில் என்றில்லாமல் அவர்களின் வாழ்விடங்களின் அடிப்படையில் இடம் பெறுவதை உறுதிப் படுத்தல் வேண்டும்.

அதை விடுத்து,

- அரசாங்கம் மாகாண ஆட்சிகளிடமிருந்து பாடசாலைகளை தேசிய பாடசாலைகளாக்குதல் என்ற பெயரில் மைய அதிகாரத்துக்குள் கையகப்படுத்த எடுக்கும் முயற்சிகளும்,
- அதிகூடிய தகுதி கொண்ட மாணவர்களை அடையாளப்படுத்தல் என்ற பெயரில் 5 ஆம் வகுப்பு மாணவர்களுக்கான விசேட பரீட்சைகளைத் தொடர்தலும்,
- தனியார் வர்த்தக கல்விக் கூடங்களை ஏற்படுத்த முயற்சித்தலும்

நாட்டின் பொருளாதாரத்துக்கு மேலும் பின்னடைவுகளை உருவாக்குவதோடு சமூக அரசியற் குழப்பங்கள் தொடரவே துணை புரியும்.

இங்கு

- போதிய அளவு விஞ்ஞானிகள் இல்லை,
- போதிய அளவு பொறியியலாளர்கள் இல்லை,
- போதிய அளவு வைத்தியர்கள் இல்லை,
- தாதியர்கள் பற்றாக்குறை,
- அறிவார்ந்த பயிர்ச் செய்கைகளுக்கு போதிய தகுதி கொண்டோர் விவசாயத்தில் இல்லை,
- ஏற்றுமதித் தரம் வாய்ந்த உற்பத்திகளை மேற் கொள்வதற்குத் தயாராக மூலதனம் கொண்டோரிடம் அதற்கான தொழிற் திறனில்லை,
- எந்தத் தொழிலையும் செய்வதற்கு ஆர்வம் கொண்டோரிடம் மூலதனம் இல்லை,
- தொழில் வாய்ப்புக்களை வழங்கத் தயாராக இருக்கும் நிறுவனங்களுக்கு உரிய வகையான தொழிற் திறன்கள் கொண்டோர் பற்றாக்குறை.

இவற்றை நிவர்த்தி செய்வதற்கு முதலில் தேசத்தின் கல்வி அமைப்பில் முன்னேற்றகரமான திருத்தங்கள் — மாற்றங்கள் மேற்கொள்ளப்பட வேண்டும். ஆனால் இவற்றை செய்வதற்கோ ஆட்சியாளர்களிடம் நேரமுமில்லை மனமுமில்லை.

⊙

22

சிறியனவாயும், சிதறுண்டும் பரவிக் கிடக்கின்ற வறுமையான கிராமங்களின் நாடே இலங்கை

அரச அறிக்கைகளும், சர்வதேச அமைப்புக்களும் இலங்கையை அதனது தலாநபர் வருமானக் கணிப்பை அடிப்படையாகக் கொண்டு மத்திய தர வருமான தரம் கொண்ட ஒரு நாடு என்று வகைப்படுத்தியுள்ளமை அனைவரும் அறிந்ததே. ஆனால், இங்கு மிகப் பெருந்தொகையில் சனத்தொகை கிராமங்களிலேயே உள்ளது. இலங்கையின் சனத்தொகையில் 75 சதவீதத்துக்கு மேற்பட்டோர் இன்னமும் கிராமங்களிலேயே வாழ்வதாக அறிக்கைகள் தெரிவிக்கின்றன. அந்த வகையில் இலங்கையானது கிராமங்கள் நிறைந்த நாடு என்ற வகையையும் கொண்டது.

இங்குள்ள கிராமங்களிற் பெரும்பாலானவை பொருளாதார நிலையில் மிகப் பின்தங்கிய நிலையிலேயே உள்ளன. இலங்கையிலுள்ள பதிவு செய்யப்பட்ட கிராமங்களின் எண்ணிக்கை சுமார் 14,000 மற்றும் அதேயளவு எண்ணிக்கையில் கிராம சேவக உத்தியோகத்தர்கள் பிரிவுகளும் உள்ளன. இதில் இலங்கையிலுள்ள மாநகர சபைகள் மற்றும் நகர சபைகளுக்கு உட்பட்ட பகுதிகளில் உள்ள கிராமங்களினதும், மலையக தேயிலை மற்றும் றப்பர் தோட்ட பகுதிகளிலுள்ள கிராமங்களினதும் எண்ணிக்கையை நீக்கிவிட்டுப்பார்த்தால், ஏனைய அனைத்து கிராமங்களும் மிகப் பின்தங்கிய சமூக பொருளாதார நிலையிலேயே உள்ளன. இந்தக் கிராமங்கள் பெரும்பாலும் உதிரித் தனமாக சிதறுண்டவைகளாக பரந்து

கிடப்பது இலங்கையிலுள்ள கிராமங்களின் அமைவிடப் பண்பாக உள்ளது.

மலையகத்து தேயிலைப் பெருந் தோட்டத் தொழிலாளர் குடும்பங்களும் மற்றும் றப்பர் தோட்டங்களில் கூலிகளாக வேலை செய்யும் தொழிலாளர்களின் குடும்பங்களும் மிகவும் வறிய நிலையில் உள்ள குடும்பங்களாக உள்ளன என்பதோடு அவர்களுக்கான கல்வி வாய்ப்புகளும் சுகாதார மற்றும் வைத்திய வாய்ப்புகளும் மிகப் பின்தங்கிய நிலையில் உள்ளன என்பதுவும் பொதுவாக அறியப்பட்ட விடயமே. ஆயினும் தேயிலை மற்றும் றப்பர் தோட்டங்கள் பரவியுள்ள பிரதேசங்கள் தாராளமாகவே சமூக பொருளாதாரக் கட்டுமானங்களை கொண்டுள்ளன, அப்பிரதேசங்களிலுள்ள உற்பத்தி அமைப்புக்கள் நிறுவன ரீதியில் ஒழுங்கமைக்கப்பட்டும், ஒருங்கிணைக்கப்பட்டும் உள்ளன.

- மேல்மாகாணத்தில் உள்ள மூன்று மாவட்டங்களிலும் பின்தங்கிய கிராமங்கள் என்று சொல்லக்கூடியவற்றின் எண்ணிக்கை மிகக் குறைந்த வீதாசாரமாகவே உள்ளன எனலாம்.

- யாழ்ப்பாண மாவட்டத்தை அவதானிப்பினும் இங்குள்ள கிராம குடியிருப்புகளும் பெரும்பாலும் ஒன்றோடொன்று இணைந்த வகையாக அமைந்துள்ள தொடர் கிராமங்களாகவே உள்ளன. இங்கும் ஒப்பீட்டு ரீதியில் மிகப் பின்தங்கியவையாகவும், சிறியவைகளாகவும், சிதறுதறுண்டவைகளாகவும் உள்ள கிராமங்களின் எண்ணிக்கை மிகக் குறைந்த வீதாசாரமே.

அந்த வகையில், மேல்மாகாணம், யாழ்ப்பாண மாவட்டம், தேயிலை மற்றும் றப்பர் தோட்ட பிரதேசங்கள் ஆகியன தவிர்ந்த ஏனைய மாவட்டங்களை – அதாவது,

- வட மாகாணத்தில் யாழ்ப்பாண மாவட்டம் தவிர்ந்த மாவட்டங்களையும்,

- வட மத்திய மாகாணம், வடமேல் மாகாணம், கிழக்கு மாகாணம், மற்றும் தென் மாகாணம் ஆகியவற்றிலுள்ள மாவட்டங்களையும்,

- ஊவா மாகாணத்திலுள்ள மொனராகலை மாவட்டத்தையும் — அவதானிப்பின் அவற்றிலுள்ள நிலைமைகள் பெரிதும் வேறுபட்டவையாகும்.

இவ்வாறான மாவட்டங்களிலுள்ள மாநகர சபைகள் மற்றும் நகர சபைகளைக் கொண்ட பிரதேசங்களைத் தவிர ஏனைய அனைத்துப் பிரதேசங்களிலும் உள்ள கிராமங்கள் பெரும்பாலும் சிறியவைகளாகவும், சிதறிக் கிடப்பவையாகவும், பொருளாதார ரீதியில் மிகப் பின்தங்கிய நிலையிலுள்ள மக்களைக் கொண்டவைகளாகவும், சமூக பொருளாதாரக் கட்டுமானங்களைப் பொறுத்த வரையில் விருத்தி குறைந்த நிலையில் இருப்பவைகளாகவுமே உள்ளன.

கிராமங்களும் அவற்றின் பொருளாதாரப் பங்களிப்பும் இலங்கையினுடைய பொருளாதாரத்தின் முதுகெலும்பாக உள்ளன என கிராமங்கள் மீது கவர்ச்சி கொண்டவர்களிடையே ஓர் அபிப்பிராயம் உள்ளது. ஆனால் அது கிராமங்களின் யதார்த்தம் பற்றி தெளிவாக உற்று நோக்காத, கண்மூடித் தனமான கருத்தென்றே கூற வேண்டும்.

இலங்கையின் கிராமங்கள் அமைதியானவை — பசுமையானவை — அழகானவை என்பது உண்மையே. ஆனால் அவை வறுமையும், பசியும், நோயும், கடன் சிக்கல்களும் கொண்ட மக்களால் நிறைந்தவை, இலங்கையிலுள்ள கிராமங்களினது சமூக பொருளாதார உட்கட்டமைப்பின் நிலைமைகளையும், அவற்றின் பொருளாதார நடவடிக்கைகளின் தராதரங்களையும் இன்றைய சர்வதேச நிலைமைகளுடன் ஒப்பிடுகையில் ஒரு பின்தங்கிய வறிய நாட்டிலுள்ள நிலைமைகளைக் கொண்டவையாகவே உள்ளன.

மேலும் நகரப் புறங்களுக்கும் கிராமப் புறங்களுக்குமிடையே பல்வேறு வகையிலும் இங்கு பெரும் ஏற்றத் தாழ்வுகள் நிலவுகின்றன. அத்துடன் இங்குள்ள கிராம பொருளாதாரத்தின் கட்டமைப்பின் குறைவிருத்தி நிலைமைகள் கிராமப்புற மக்களை தாழ்ந்த நிலையில் வைத்திருப்பதுடன், இலங்கையின் ஒட்டு மொத்த பொருளாதாரத்தின் முன்னேற்றத்துக்கும் பெரும் தடையாக உள்ளன என்னும் உண்மைகள் இங்கே மறைந்து கிடப்பதை தெளிவாக அடையாளம் காணுதல் அவசியமாகும்.

அன்றாட காய்ச்சிகளாக வாழும் ஏழைகளின் சீவனோபாய பயிர்செய்கைகளே இலங்கையின் விவசாயம்

மேற்கூறிய வகையில் அடையாளம் காணில், இலங்கையிலுள்ள 14,000 கிராமங்களில் சுமார் 10,000 கிராமங்களை இங்கு அனைத்து வகையிலும் மிகப் பின்தங்கிய கிராமங்கள் என வரையறுக்கலாம். இக்கிராமங்கள் கொண்டிருக்கும் சனத்தொகையும் கொஞ்சநஞ்சமல்ல. சுமார் 50 சதவீதத்துக்கும் அதிகமான மக்களைக் கொண்டிருக்கின்றன எனலாம். இக்கிராமங்கள் பெரும்பாலும் அடிப்படை உணவுப் பண்டங்களான நெல் உற்பத்தி, மரக்கறிகள் உற்பத்திகள், கால்நடை வளர்ப்புகள் போன்றவற்றையே தமது பண வருமானத்துக்கான பிரதானமான பொருளாதார நடவடிக்கைகளாகக் கொண்டுள்ளன.

இக்கிராமங்களில் ஆக்கப்படும், கைத்தொழில் துறை உற்பத்திகளைப் பொறுத்த வரையில் சில பழைய பாரம்பரிய உற்பத்திகள் மீதான ஈடுபாடுகள் மட்டுமே உள்ளன. அவற்றையும் பழைய பாரம்பரிய முறைகளிலேயே மேற்கொள்கின்றனர். நவீன யந்திரங்களை அடிப்படையாகக் கொண்ட கைத்தொழிற் துறைகளுக்கும் இந்த வகை கிராமங்களுக்கும் சம்பந்தமே இல்லை அல்லது அரிதாகவே உள்ளதெனலாம். தனியார் சேவைத் தொழில்கள் எனும் வகையான நடவடிக்கைகள் இந்தக் கிராமங்களில் பெரும்பாலும் அவற்றினது விவசாய உற்பத்திகளோடு தொடர்பானவைகளாக மட்டுமே உள்ளன.

கல்வி வசதிகள் மற்றும் வைத்திய வசதிகள் விடயத்திலும் இக்கிராமங்கள் மிகப் பின்தங்கியவைகளாகவே காணப்படுகின்றன. இக்கிராமத்து மக்கள் தத்தமது கிராமங்களில் உற்பத்தியாகும் உணவுப்பண்டங்களைத் தவிர ஏனைய தமது அன்றாட தேவைகளுக்கு தத்தமது ஊர்களுக்கு உள்ளேயே அமைந்துள்ள சிறிய கடைகளையே நம்பியுள்ளனர். ஆனால் அவ்வாறான கடைகளும் கிராம மக்களின் அடிப்படைத் தேவைகளிற் மிகச் சிலவற்றை மட்டுமே வழங்கக் கூடியவையாக உள்ளன.

கிராமங்களில் வாழ்கின்ற மக்கள்

- தமது உடனடி அவசர வைத்திய தேவைகளுக்கு உள்ளூர்களிலுள்ள பாரம்பரிய வைத்தியர்களையோ அல்லது மூத்தோரின் கைநாட்டு வைத்தியங்களையோதான் நாட வேண்டியுள்ளனர்.

- அரச நிறுவனங்கள் கிராமத்து மக்களுக்கு மிகத் தூரத்து உறவுகளாகவே உள்ளன. இதனால் பெரும்பாலும் கிராமத்து மக்கள் தமது தேவைகளுக்கு அடிக்கடி நகரங்களுக்கான பயணங்களில் காலத்தையும் பணத்தையும் செலவழிக்க நேரிடுகிறது.

இவர்கள் தமது வாழ்க்கையில் வருடாந்தம் எவ்வளவு கால நேரத்தையும் பணத்தையும் போக்குவரத்திலும் நகரங்களிலும் செலவளிக்கிறார்கள் என்பதை முறையாக ஆய்வு செய்து கணக்கிட்டால் கிராமங்களில் வாழ்கின்ற மக்களின் உழைப்பு சக்தி எவ்வளவுக்கு வீணடிக்கப்படுகிறது என்பது நிச்சயம் ஆச்சரியமூட்டுவதாகவே இருக்கும்.

இலங்கையின் உழைப்பாளர் தொகையில் சுமார் 30 சதவீதமான தொழிலாளர்கள் விவசாயத் துறையில் உள்ளனர் எனக் கணக்கிடப்பட்டாலும் அவர்கள் இலங்கையின் மொத்த தேசிய வருமானத்தில் கொண்டிருக்கும் பங்கு வெறுமனே 8 சதவீதம் மட்டுமே. இந்த 8 சதவீதம் என்பது நெல் உற்பத்திகள், தேயிலை மற்றும் றப்பர் தோட்டத்துறைகள், வாசனைத் திரவிய பயிர் உற்பத்திகள், மரக்கறி மற்றும் பழ வகை உற்பத்திகள், மீன்பிடிகள், கால்நடை வளர்ப்புகள் ஆகிய பலவற்றை உள்ளடக்கியதாகும்.

அந்த வகையில் பார்த்தால் பின்தங்கிய கிராமத்து விவசாயிகள் தேசிய வருமானத்தில் கொண்டிருக்கும் பங்கு மிக மிகக் குறைவானதாகும். ஏனெனில் நெல் வயல்கள், மரக்கறி தோட்டங்கள் மற்றும் கால்நடை வளர்ப்பு ஆகியவை மூலமான உற்பத்திகளுக்கு சந்தைகளில் கிடைக்கும் விலைகளில் அரைவாசிக்கும் குறைவான விலைகளே அவற்றை உற்பத்தி செய்யும் விவசாயிகளுக்கு கிடைக்கிறது. கிராமப் புறங்களில் உள்ள கைத் தொழில்களும் சரி, அங்கு மையம் கொண்டு

மேற்கொள்ளப்படும் சேவைத் துறை நடவடிக்கைகளும் சரி மொத்தத்தில் உருவாக்கும் வருமானமானது மொத்தத் தேசிய வருமானத்தில் மிகவும் கவலை கொள்ளக்கூடிய அளவு பங்கையே கொண்டிருக்கின்றன.

கிராமங்கள் ஆற்றும் பொருளாதார செயற்பாடுகளை ஒருங்கிணைத்து நோக்கி, அவை பற்றி தீர்க்கமாகச் சொல்வதானால், இலங்கையின் மொத்த சனத்தொகையில் 50 சதவீதத்துக்கும் மேற்பட்ட தொகையைக் கொண்ட இந்தக் கிராமத்து மக்களுக்கு இலங்கையின் தேசிய வருமானத்தில் உள்ள பங்கு 10 சதவீதத்தைக் கூட தாண்டும் என்று சொல்ல முடியாது. அதனை வேறொரு வகையில் கூறுவதானால் இலங்கையின் 50 சதவீமான உழைப்பு சக்தியானது மிகக் குறைந்த பொருளாதாரப் பயன்பாட்டைக் கொண்டதாக இருக்கும் வகையிலேயே இலங்கையின் கிராமப் புற பொருளாதார கட்டமைப்பு அமைந்துள்ளது.

கிராமங்கள் உலக முதலாளித்துவத்தோடு பிணைந்துள்ளன உள்ளூர் சந்தைகளிலோ பலவீனமான கிராமத்தவர்கள்

இலங்கையின் பின்தங்கிய கிராமப்புற மக்கள் நெல் உற்பத்திகளாலும், மரக்கறி உற்பத்திகளாலும் மற்றும் இறைச்சி, பால், முட்டை போன்றனவற்றிற்கான கால்நடை வளர்ப்பினாலும் பெறுகின்ற குறைந்த வருமானத்தைக் கொண்ட அவர்களது வாழ்க்கையானது மொத்தத்தில் அவர்களின் அடிப்படையான உயிர் வாழ்வுக்கான தேவைகளை மிகக் குறைந்த பட்சமாகவாயினும் பெற்றுவிட வேண்டும் என்பதற்காக அன்றாடம் நடத்தும் பொருளாதார போராட்டமாகவே அமைகின்றது.

இக்கிராமங்களில் பெரும்பாலும் பருவகால வேலைவாய்ப்புகளே உள்ளன. அவர்களது பொருளாதார செயற்பாடுகளுக்காகவும், தமது அன்றாட வாழ்வுத் தேவைகளுக்காவும் அவர்கள் பயிர் செய்யும் காலத்திலும் சரி, பயிர் செய்ய முடியாத பருவ காலங்களிலும் சரி, கிராமப்புற மக்கள் அரச நிதி நிறுவனங்களிடமிருந்தோ அல்லது பண வசதி படைத்தவர்களிடமிருந்தோ அல்லது கிராமங்களின் உற்பத்திகளை நேரடியாகக் கொள்வனவு செய்யும்

வர்த்தகர்களிடமிருந்தோ கடன் வாங்க வேண்டிய கட்டாய நிலையிலேயே உள்ளனர்.

இவ்வாறு கடன்கள் வாங்குவதுவும், பின்னர் தமது பயிர்களின் அறுவடை காலங்களில் அந்தக் கடன்களை திருப்பி அடைக்க முற்படுவதுமாக அமைந்துள்ள வட்டத்திலேயே இக்கிராமப்புற மக்களின் வாழ்க்கை சுழல்கிறது.

இவர்கள் நிலம் பார்த்து நடப்பதை விட வானம் பார்த்து வாழ வேண்டிய கட்டாயத்திலேயே உள்ளனர். மாறி மாறி வரும் மழை வெள்ளமும் வறட்சியும் இவர்களது உழைப்பின் பயன்களை அவ்வப்போது சூன்யமாக்கி விடுகின்றன. இவ்வாறான நிலைமைகளால் பெரும்பாலும் விவசாயிகள் எப்போதும் ஒரு பொருளாதார நச்சுச் சுழற்சிக்குள் நிரந்தரமாக சிறைப்படுத்தப்பட்டுள்ளனர்.

1950களில் **"சமூக முன்னேற்றத் திட்டம்"**, 1960களில் **"பசுமைப் புரட்சித் திட்டம்"**, 1970களில் **"ஒருங்கிணைக்கப்பட்ட அபிவிருத்தித் திட்டம்"**, அதற்குப் பின்னர் 1980களில் **"வறுமை ஒழிப்புத் திட்டம்"**, 1990களில் தொடங்கப்பட்ட **"சமுர்த்தித் திட்டம்"** என அடுத்தடுத்து ஆட்சியாளர்களால் பல திட்டங்கள் சுதந்திரமடைந்த காலம் தொட்டு கிராமப்புற மக்களை நோக்கி மேற்கொள்ளப்பட்டுள்ளன. ஆனால் இவற்றில் எவற்றினாலும் கிராமங்களை பின்தங்கிய நிலையிலிருந்தும் வறுமை நிலையிலிருந்தும் விடுவித்து ஒரு முன்னேற்றப் பாதையில் செலுத்தி விட முடியவில்லை.

இலங்கையின் கிராமங்களினுடைய பொருளாதார அம்சங்கள் கொண்டிருக்கும் தராதரத்தையும் பண்புகளையும் ஆழ்ந்து நோக்கினால் அவை இன்றைய காலத்து பொருளாதார உலக மயமாக்கலோடு பொருந்திய வகையில் முன்னோக்கி செயற்படுவதற்கான தகுதிகளையோ – ஆற்றல்களையோ கொண்டிருக்கவில்லை என்பதை நிச்சயமாக அடையாளம் காண முடியும். இதனது அர்த்தம் இலங்கையின் கிராமங்கள் உலக முதலாளித்துவ சந்தைப் பொருளாதாரக் கட்டமைப்புக்குள் இணைக்கப்படாது சுயாதீனமாக செயற்படுகின்றன என்பதல்ல. மாறாக உலக மயமாகியுள்ள முதலாளித்துவ பொருளாதார கட்டமைப்போடு பின்னிப் பிணைக்கப்பட்டு தொடர்ச்சியாக

அடிநிலை வரை சுரண்டல்களுக்கு உள்ளாக்கப்படுகின்ற கடைநிலை அலகுகளாகவே உள்ளன.

கிராமத்து மக்கள் நகரங்களிலும் ஊடகங்களின் ஊடாகவும் உலக முன்னேற்றங்களால் ஏற்பட்டுள்ள நவீனங்களைப் பார்க்கிறார்கள் — ஆனால் அவற்றை அனுபவிப்பதற்கோ அல்லது அவற்றோடு இணைந்து பயணிப்பதற்கோ உரிய தகுதியைப் பெற முடியாதவர்களாகவே ஆக்கப்பட்டுள்ளனர்.

கிராமத்து மக்களுக்கோ காலுக்கு செருப்பில்லை என்ற கவலை! அரசாங்கமோ அவர்களை பல்லக்கில் போகச் சொல்கிறது

இங்கு கிராமப்புற மக்களிற் பெரும்பான்மையினர் பயிர்செய் பருவகாலங்கள் தவிர்ந்த ஏனைய காலங்களில் வேலைவாய்ப்புகளைப் பெறுவதற்கான வாய்ப்புகள் அற்றவர்களாக உள்ளனர். அவ்வாறான காலகட்டங்களில் சந்தைப் படுத்தக் கூடிய பண்டங்களை உற்பத்தி செய்யும் தொழில்களை மேற்கொள்வதற்கான மூலதனத்தையோ, தொழில் நுட்ப ஆற்றல்களையோ கொண்டவர்களாக அவர்கள் இல்லை. அந்த வகையில் கிராமப்புற மக்கள் மத்தியில் உள்ள கணிசமான தொகை உழைப்பாளர்களின் பொருளாதார சக்தியானது வருடத்தில் கணிசமான அளவுக்கு நாட்டின் பொருளாதாரத்துக்கு போதிய பயன் தராது வீணாகின்ற வகையிலேயே கிராமங்களின் பொருளாதார கட்டமைப்பு உள்ளது.

இலங்கையின் கிராமப்புற மக்கள் பெரும்பாலும் தமது விவசாய நிலங்களோடும், கிராமப்புறங்களில் மேற்கொள்ளக் கூடிய தொழில்களோடுமே பின்னிப் பிணைந்தவர்களாக உள்ளனர். ஆனால் அவர்கள் இலங்கையின் பொருளாதாரத்துக்கு வேண்டிய பலத்தை வழங்குவதற்கான ஏற்பாடுகள் பற்றி ஆட்சியாளர்களிடம் நடைமுறைக்குப் பொருத்தமான உருப்படியான செயற் திட்டங்கள் எதுவும் இருப்பதாகத் தெரியவில்லை.

தேர்தல் அரசியல்வாதிகள் கிராமப்புற மக்களுக்கு "வீடு தருவோம்", "வீதி தருவோம்", "வேலை தருவோம்" என்று ஆசை காட்டி மோசம் பண்ண முயற்சிக்கிறார்களே தவிர, கிராமங்களின் பொருளாதாரங்களை ஆற்றல் மிக்கவைகளாக

ஆக்கும் திட்டங்கள் எதனையும் கொண்டவர்களாக இல்லை. அரசாங்கங்களின் அரைகுறையான நடைமுறைகளினால் இங்கு கிராமப்புற மக்களிற் பெரும்பான்மையானவர்கள் இலங்கையின் தேசிய பொருளாதாரத்துக்கு ஒரு சுமையானவர்களாகவே ஆக்கப்பட்டிருக்கின்றனர்.

கிராமப்புறங்களின் பொருளாதாரக் கட்டமைப்புகள் குறைவிருத்தி கொண்டவையாகவும், இங்குள்ள சமூக பொருளாதார உட்கட்டுமானங்கள் மிகப் பின்தங்கியவையாகவும் இருப்பதோடு, அடிப்படையான அன்றாடத் தேவைகளுக்கான பொருட்களைக் கொள்வனவு செய்வதற்கு அப்பால் பண்டங்களை கொள்வனவு செய்வதற்கான வருமான ஆற்றலை கிராமப் புற மக்கள் மிகக் குறைந்த அளவிலேயே கொண்டிருப்பதனால் இலங்கையின் உருவாக்கத் தொழிற்துறை உற்பத்திகளுக்கான உள்நாட்டு சந்தை வாய்ப்புகள் ஒட்டுமொத்தத்தில் மட்டுப்படுத்தப்பட்டவையாகவே உள்ளன.

மேலும், நகரங்களில் தொடர்ச்சியாக நெருக்கடிகள் அதிகரிக்கின்றன. அத்துடன் கிராமப்புறங்களில் நிலவும் வேலையின்மையும் குறைந்த கூலி மட்டங்களும் அனைத்து பொருளாதாரத் துறைகளிலும் சம்பளம் மற்றும் கூலியின் உயர்ச்சியை கட்டுப்படுத்தும் காரணிகளாக அமைகின்றன. இந்நிலையில் இலங்கையின் ஒட்டு மொத்த பொருளாதார வளர்ச்சியானது, கிராமப்புற பொருளாதார நிலைகளிலிருந்து வேறுபட்ட வகையில் எவ்வாறு தனியாக மேல் நோக்கி முன்னேற முடியும்?

பரந்துபட்ட மக்களின் வாழ்வு நிலைக்கும் - சூழவர நிலவுகின்ற நிலைமைகளுக்கும் இடையே சமநிலை வேண்டும்

இலங்கையில் 95 சதவீதத்துக்கும் மேற்பட்டோர் பள்ளிக்கூட படிப்பறிவு பெற்றவர்கள் – நன்கு எழுதவும் வாசிக்கவும் தெரிந்தவர்கள்தான். ஆனால் படிப்புக்கும் விவசாயத்திற்கும் இங்கு ஒரு சம்பந்தமும் இல்லை:

- விவசாய நடவடிக்கைகளுக்கு பாரம்பரியமாக மூதாதையரிடமிருந்து நடைமுறைகளினூடாக கற்றுக் கொண்டதே போதும்!

- இதற்கென விஞ்ஞான பூர்வமான படிப்பறிவோ பயிற்சியோ தேவையில்லை!

- நிலத்தை உழுவதற்கும், களை பிடுங்குவதற்கும், கிருமி நாசினி தெளிப்பதற்கும், மாடு மேய்ப்பதற்கும், விளைந்ததை அறுப்பதற்கும், பால் கறப்பதற்கும் படிப்பெதற்கு!

- அனுபவமே அவசியம்!

என்பது இங்குள்ள விவசாயிகளிடையே மட்டுமல்ல, பரந்துபட்ட பொது மக்கள் மத்தியிலும் உள்ள பொதுவான அபிப்பிராயம்.

இந்த நிலையில். நஞ்சற்ற உணவு உற்பத்திகளை மேற் கொள்ள வேண்டுமென்றால்,

- இராசயன உரங்களை மற்றும் கிருமி நாசினிகளை கைவிட்டு, இயற்கையான முறைகளில் பசளைகளையும் கிருமி ஓட்டிகளையும் தயாரித்து பயிர் செய்கைகளில் பாவிக்க வேண்டும் என்றும்,

- நீர்ப்பாசனம் மற்றும் பசளைகளைப் பாவிக்கும் விடயங்களில் பொருத்தமானதும் துல்லியமானதுமான முறைகளை விவசாயிகள் பிரயோகிக்க வேண்டும் என்றும்

அரசாங்கமும் படித்த பெரிய மனிதர்களும் கூறுவது இங்கு நடைமுறைக்குப் பொருத்தமானதாக இல்லை.

இங்கு நாடு முழுவதுவும் உள்ள பல்கலைக்கழகங்களில் பெரும்பாலானவை விவசாய பீடங்களைக் கொண்டிருக்கின்றன. அவை ஆண்டு தோறும் ஆயிரக் கணக்கான விவசாய பட்டதாரிகளை உருவாக்குகின்றன. ஆனால் அதில் எவ்வளவு சதவீதத்தினர் விவசாயத்தில் ஈடுபடுகின்றனர் என்று கேள்வி எழுப்பினால் கவலைக்குரிய பதிலே கிடைக்கும்.

நாடு முழுவதும் விவசாய அபிவிருத்தி திணைக்கள அலுவலகங்களும் மற்றும் விவசாய விரிவாக்க நிலையங்களும்

பரந்து கிடக்கின்றன. ஆனால் இவை எந்தளவு தூரம் கிராமங்களில் உள்ள விவசாயிகளோடு இணைந்து செயலாற்றுகின்றன என்று கேள்வி எழுப்பினால் அவை தொடர்பாக அனுபவப்பட்ட விவசாயிகள் தமது ஆத்திரங்களையும் விரக்திகளையுமே வெளிப்படுத்துகின்றனர்.

இயற்கைப் பசளைகளைப் பாவித்து நஞ்சற்ற உணவுப் பொருட்களை உற்பத்தி செய்ய வேண்டுமென அரசாங்கம் விவசாயிகள் மீது கட்டாயங்களை விதிக்கிறது. ஆனால்,

- பயிர் செய் நிலங்கள் அதற்குத் தயாரானவைகளாக இல்லை,
- அத்துடன் கிடைக்கும் பயிர் விதைகள் அதற்குப் பொருத்தமானவைகளாக இல்லை.
- போதிய அளவு இயற்கை பசளைகளை தயாரிப்பதற்கு நாடு முழுவதிலும் மாடுகள், ஆடுகள் என வேண்டிய அளவு எண்ணிக்கையில் வீட்டு மிருகங்கள் இருக்க வேண்டும்!
- விவசாய நிலங்கள் இயற்கைப் பசளைகளிலிருந்து விலகி பல தசாப்தங்கள் ஆகிவிட்டது.
- இராணுவம் மற்றும் பொலிசை வைத்து மக்களைக் கட்டாயப்படுத்தலாம் ஆனால் மண்ணைப் பார்த்து கட்டளையிட முடியாது.
- இலங்கையின் விவசாயம் இயற்கை முறையிலான விவசாயத்தைக் கொண்டதாகத்தான் இருந்தது.
- நஞ்சற்ற உணவுப் பண்டங்களை உற்பத்தி செய்யும் நாடாகத்தான் இருந்தது.
- ஆனால் 1960களின் ஆரம்பத்திலிருந்து, பசுமைப் புரட்சி செய்வோம், உணவு உற்பத்தியைப் பெருக்குவோம் என்ற பெயரில் வயல்கள் முழுவதிலும் டிரக்டர்கள் பாவனைக்கு வந்து மாடுகளின் எண்ணிக்கை பெருமளவில் குறைக்கப்பட்டு விட்டன.

- இயற்கைப் பசளைகளோடு இசைந்து பயன் தந்து கொண்டிருந்த விவசாய நிலங்களெல்லாம் ரசாயனப் பொருட்களுக்கு பழக்கப்படுத்தப் பட்டுவிட்டன.

இப்போது திடீரென இயற்கை விவசாயத்தை திணிக்க முற்படுவது ஏற்கனவே பின்தங்கிய நிலையில் இருக்கும் விவசாய பொருளாதாரத்தையும் அதை நம்பி உழைத்துக் கொண்டிருக்கும் விவசாயிகளினது வாழ்க்கையையும் மேலும் பின்னோக்கித் தள்ளுவதாகவே அமையும்.

கிராம பொருளாதாரத்தின் ஏற்றங்களுக்கு வேண்டிய முழுமையான கிராம மறுசீரமைப்பு திட்டம் வேண்டும்.

- இலங்கையின் விவசாயிகள் மிகப் பெரும்பாலும் சிறிய விவசாயிகளாகவோ, ஏழை விவசாயிகளாகவோ இருப்பது மட்டுமல்ல இங்கு மேற்கொள்ளப்படும் அனைத்து விவசாய நடவடிக்கைகளும் அவற்றிற்கான தேவைகளும் ஒருங்கிணைக்கப்பட்டவைகளாகவோ அல்லது ஓர் ஒழுங்கு முறைக்குள் உட்பட்டவைகளாகவோ இல்லை.

- இங்கு தொழில் வளர்ச்சியடைந்த நாடுகளிலுள்ள பெரும் விவசாயப் பண்ணை முறையை நினைத்துக் கூட பார்க்க முடியாது. சீனா மற்றும் வியட்நாம் ஆகிய நாடுகளில் கணிசமான சனத்தொகை மக்கள் விவசாயத்திலேயே தங்கியிருந்தாலும் அந்த நாடுகளில் அனைத்து விவசாயிகளும் விவசாய நடவடிக்கைகளும் நன்கு ஒழுங்கு முறைக்கு உட்படுத்தப்பட்டவைகளாகவும் ஒருங்கிணைக்கப்பட்டவையாகவும் உள்ளன. அந்த நாடுகளை கொப்பியடிப்பது பற்றி இலங்கை கற்பனை பண்ணக் கூடாது.

மாறாக,

- இங்கு இலங்கைக்கே உரிய வகையில் பொருத்தமானதோர் முழுமையான கிராம மறுசீரமைப்புத் திட்டத்தின் அடிப்படையிலான விரைந்த நடவடிக்கைள் அவசியமாகின்றன.

- கிராமங்களின் உற்பத்திகளை அபிவிருத்தி செய்தலை அடிப்படையாகக் கொண்டும் அவற்றிற்கு அவசியமான சமூக பொருளாதார கட்டமைப்புகளை விருத்தி செய்தலை கருத்திற் கொண்டும் கிராமங்களை அரச நிர்வாக ரீதியல் ஒருங்கிணைக்கும் மீள் ஒழுங்குபடுத்தல்களை மேற்கொள்ளல் வேண்டும்.

- பயிர் செய்கைகளிலும் மற்றும் கால்நடை வளர்ப்புகளிலும் தொடர்ச்சியான முன்னேற்றத்தை ஏற்படுத்தும் வகையான நிலப்பயன்பாட்டை உறுதி செய்யும் வகையாகவும், நீரப்பாசன பயன்பாட்டை உச்சப்படுத்தும் வகையாகவும் அவை ஒருங்கிணைக்கப்பட வேண்டும்.

- பயிர் செய்கை விடயங்களில் ஒருங்கிணைந்ததோர் தீர்மானங்களின் அடிப்படையில் உற்பத்திகள் மேற்கொள்ளப்படுவதை அரச நிர்வாகம் உறுதிப்படுத்த வேண்டும்.

- விவசாயிகளின் நிலப்பயன்பாடு, நீரப்பாசன மேலாண்மை, உற்பத்திகளை சந்தைப் படுத்துதல், உற்பத்திகளுக்கான உள்ளீடுகளை உரிய நேரங்களில் வழங்குதல், விவசாயிகளுக்கு வேண்டிய நிதி உதவிகளுக்கு ஏற்பாடுகள் செய்தல் போன்ற விடயங்களுக்கு பொருத்தமான கூட்டுறவு அமைப்புகளை விவசாயிகளும் அரச நிர்வாகமும் ஒருங்கிணைத்து செயற்படுத்துதல் வேண்டும்.

- சிறு சிறு துண்டுகளாக இருக்கும் சிறிய விவசாயிகளின் நிலங்களை பயிர் செய்கைகளில் கூட்டுறவு அடிப்படையிலான ஒருங்கிணைப்பை ஏற்படுத்துவதற்கு வேண்டிய ஏற்பாடுகள் மேற்கொள்ளப்பட வேண்டும்.

  - ஒருங்கிணைந்த சுயசார்பு பண்ணை முறை,
  - சிக்கனமான நீரப்பாசன முறைகள்,
  - பசுமைக் குடில் விவசாயம்,
  - தொழில் முறையில் தரமான இயற்கைப் பசளைகள் தயாரிக்கும் சிறு தொழில்கள்,

- உள்ளீடுகளின் பயன்பாட்டிலும் பயிர்கள் பராமரிப்பிலும் நேர்த்தியான மற்றும் துல்லியமான நடைமுறைகளைக் கடைப்பிடித்தல்

போன்ற விடயங்களை விவசாயிகள் மத்தியில் ஊக்குவிப்பதோடு அதற்கான போதிய பயிற்சிகளையும் அவற்றிற்குத் தேவையான நிதி மற்றும் தொழில் நுட்ப உதவிகளையும் அரச நிர்வாகம் முழுமையாக மேற்கொள்ளுதல் வேண்டும்.

- கிராமங்கள் தோறும் பெண்களின் தலைமையில் கூட்டுறவின் அடிப்படையில் சந்தை வாய்ப்புகள் கொண்ட பல்வேறு வகைப்பட்ட கைத்தொழில் உற்பத்திகளுக்கான முன்னேற்றங்கள் ஏற்பட வேண்டும்.

- அவ்வகையான தொழில்களை ஏற்கனவே செய்வோரை ஊக்குவிக்க மூலதன மற்றும் தொழில் நுட்ப உதவிகளை வழங்குதல் வேண்டும்.

- மேலும் புதிய பல தொழில்கள் பெருகும் வகைக்கு உரியதான ஏற்பாடுகள் மேற்கொள்ளப்பட வேண்டும்.

ஒட்டு மொத்தத்தில் நோக்கினால், இலங்கையின் பொருளாதாரம் நிமிர வேண்டுமானால் இலங்கையின் 50 சதவீதத்துக்கு மேற்பட்ட மக்கள் வாழும் கிராமங்களின் பொருளாதார நடவடிக்கைகள் நேர்த்தியாக்கப்பட்டு நிமிர்த்தப்பட வேண்டும். இல்லையாயின், இலங்கையின் தேசிய பொருளாதார முன்னேற்றத்துக்கு இங்குள்ள கிராமங்களின் பின்தங்கிய பொருளாதார நிலையே பிரதானமானதொரு தடையாக இருப்பது தொடரும்.

◉

GO
STEP DOWN
WITH DIGNITY
SRI LANKA DESERVES
BETTER

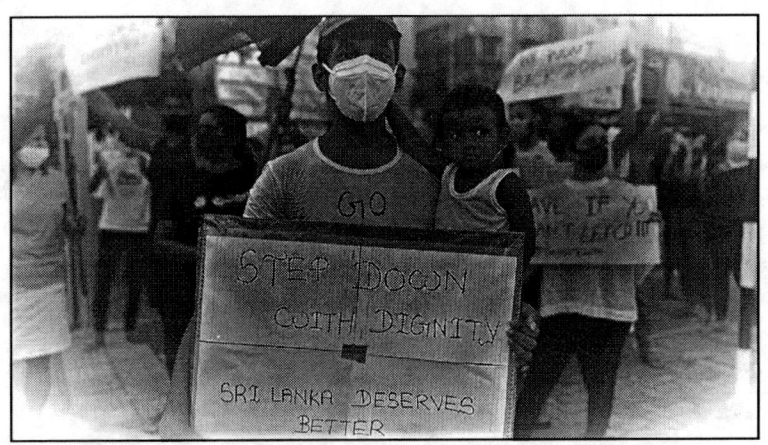

23
இன்றைக்கு உரியதான முன்னேற்றங்களுக்கு ஏற்ற அரசியற் பொருளாதார அமைப்பு மாற்றம் வேண்டும்!

இலங்கையின் அரசமைப்புக்கும் பொருளாதார கட்டமைப்புகள் மற்றும் அவற்றின் செயற்பாடுகளுக்கும் இடையே உள்ள உறவானது ஒரு முறைப்படுத்தப்பட்ட ஒழுங்குக்குள் உள்ளதல்ல. மாறாக இங்கு அரசானது பொருளாதார கட்டமைப்புகளின் அலகுகளுடன் மிகவும் உதிரித்தனமான — கட்டமைப்பற்ற வகையிலான தொடர்புகளையே — உறவுகளையே கொண்டுள்ளது.

கதிரைகளிலும் காசு ஒதுக்கலிலும் கண்ணாயிருப்பார் அதிகாரத்தில் அரசர்கள் - ஆக்கங்களிலோ ஆண்டிகள்

நாட்டின் மொத்த நிலப்பரப்பில் சுமார் 40 சதவீத நிலங்கள் விவசாய உற்பத்திகளில் ஈடுபடுத்தப்பட்டுள்ளன என்று அரசு தெரிவிக்கிறது. ஆனால் எவ்வளவு விவசாயிகள் என்னென்ன அளவு நிலங்களில் என்னென்ன பயிர்களை விளைவித்து எந்தெந்த அளவில் ஒவ்வொன்றையும் அறுவடை செய்கிறார்கள் என்பன பற்றிய துல்லியமான தரவுகளைப் பெறுவதற்கு அரசிடம் ஒரு சீரான அமைப்பு முறை கிடையாது. மேலும் கைத்தொழில் உற்பத்தித் துறைகள் தொடர்பிலும் அரசின் நிலை அவ்வாறே உள்ளது.

அதேபோலவே, சேவைத் துறைகளில் மிகப் பிரதானமானதான தனியார் வியாபார அலகுகளுடன் அரசு கொண்டுள்ள தொடர்புகளும் பெரும்பாலும் உதிரித்தனமானதாகவே உள்ளது.

குறிப்பாக, சிறு மற்றும் குறு வியாபார அமைப்புகள் நாடு முழுவதும் பல்வேறு அளவுகளில் பரந்துள்ள போதிலும். அவை அனைத்தினதும் வர்த்தக நடவடிக்கைகள் பற்றிய முழுமையான விபரங்களை அரசின் பதிவுகளில் பெற முடிவதில்லை. ஏனெனில் அவை தொடர்பில் அரசின் புள்ளிவிபர கணக்கெடுப்புகள் தொடர்ச்சியாகவோ துல்லியமாகவோ மேற்கொள்ளப்படுவதில்லை.

அரசின் திணைக்கள அலுவலகங்களினுடாக உற்பத்தியாளர்களுக்கு வழங்கப்படும் மான்ய கொடுப்பனவுகள் மற்றும் உதவித் திட்ட நடைமுறைகளின் போது மேற்கொள்ளப்படும் பதிவுகள், சேகரிக்கப்படும் தரவுகள் — தகவல்கள் மற்றும் அவ்வப்போது மேற்கொள்ளப்படும் மாதிரி ஆய்வுகளிலிருந்து பெறப்படும் விபரங்கள் ஆகியவற்றிலிருந்து கணிக்கப்படும் முடிவுகளிலிருந்தே நாட்டின் கிராமிய, பிராந்திய மற்றும் தேசிய பொருளாதாரத்தின் பல்வேறு அம்சங்கள் தொடர்பான தரவுகள் — தகவல்கள் அரச அமைப்புக்களினால் வெளியிடப்படுகின்றன.

சட்டப்படி அமைப்பு ரீதியாக தமது தொழில் செயற்பாடுகளை அதற்குரிய அரச அலுவலகங்களில் பதிவு செய்தே ஆக வேண்டும் என்ற கட்டாயத்திலுள்ள பெரும் மூலதனம் கொண்ட தொழில் முயற்சிகளையும் மற்றும் நிரந்தர அமைவிடத்துடன் செயற்படும் நடுத்தர தொழில் முயற்சியாளர்களையும் பற்றிய தகவல்கள் அரசுக்கு கிடைக்கிறது என்பது உண்மையே. ஆனால் அவையும் என்னென்ன அளவில் தொடர்ச்சியாக உற்பத்திகளை, விற்றல்களை மற்றும் கொடுக்கல் வாங்கல்களை மேற்கொள்கின்றன என்பன பற்றிய முழுமையான தரவுகள் அரசுக்கு கிடைப்பது மிகக் குறைவாகவே உள்ளது. அவற்றை முறையாகவும் முழுமையாகவும் பெற்றுக் கொள்வதற்கு அவசியமான திறன் வாய்ந்த நிறுவன செயற்பாடுகள் அரசின் பக்கத்திலிருந்து நடைபெறுவது மிகவும் பலவீனமானதாகவே உள்ளது.

மேலும், நாடு முழுவதிலும் தத்தமது குடும்ப அளவில் செயற்படும் அல்லது அத்துடன் மிகக் சிறிய அளவில் குடும்பத்துக்கு அப்பால் கூலி உழைப்பாளர்களையும் இணைத்து செயற்படும் குறு தொழில் முயற்சிகள் மிகப் பரந்த அளவில்

உள்ளன. அவை பற்றிய பதிவுகளோ அல்லது அவர்கள் பற்றி முறையாகத் திரட்டப்பட்ட தரவுகளோ அரசிடம் இருப்பதில்லை. அரச அதிகாரிகள் தமது ஊழியர்களின் உதவியுடன் எழுந்தமானமாக தயாரிக்கும் தகவல் அறிக்கைகளை நம்பியே அரசாங்கத்தின் திட்டங்களும் தீர்மானங்களும் அமைகின்றன.

அரசிடம் பல்வேறு வகைகளிலான பொது நிர்வாக அமைப்புகள் இருப்பது போல் போதிய அளவுக்கு நாட்டின் பொருளாதார செயற்பாடுகள் அனைத்தோடும் முழுமையாகவும் முறையாகவும் தொடர்ச்சியாகவும் கணக்கெடுப்புகளை மேற்கொள்வதற்கும், கண்காணிப்பதற்கும் தேவையான நிறுவன அமைப்புகள் அரசிடம் இல்லையென்றே கூறலாம். நாட்டில் சட்டம் ஒழுங்குக்கு எவ்வாறு ஒரு சிறந்த நிறுவன அமைப்பு அரசுக்கு இருக்க வேண்டுமோ அதேயளவுக்கு நாட்டின் பொருளாதாரம் தொடர்பிலும் அரசு நிறுவன அமைப்புக்களைக் கொண்டிருக்க வேண்டும்.

அரசுக்கான வரி வருமானங்களைத் திரட்டும் அமைப்புகளின் செயற்பாடுகள் மிகவும் வரையறுக்கப்பட்ட அளவிலேயே உள்ளன. புள்ளி விபரத் திணைக்களம், திட்டமிடற் பிரிவுகள் மற்றும் அபிவிருத்தி உத்தியோகத்தர்கள் என லட்சத்துக்கு மேற்பட்டோர் அரச ஊழியர்களாக இருப்பினும், அவர்களும் அரசின் பொது நிர்வாக அமைப்பின் பாகமாகவே — பொது நிர்வாக அமைப்பின் வழிகாட்டல்கள் மற்றும் நெறிப்படுத்தல்களுக்கு உட்பட்டவர்களாகவே உள்ளனர். அரசின் முறையானதொரு பொருளாதார அபிவிருத்தி அமைப்பின் மேலிருந்து கீழ்நிலை வரையில் நெறிப்படுத்தப்படும் — வழிநடத்தப்படும் செயற்பாட்டாளர்களாக அவர்கள் இல்லை.

யதார்த்தங்களை சரியாக அளவிடத் தவறினால் முன்னேற்றங்களை முறையாக மேற்கொள்ள முடியாது

இவ்வாறான நிலையில்,

- எவ்வளவு பேர் என்னென்ன வேலைகளில் எந்தெந்த அளவு உழைப்பை செலுத்துகின்றனர்?

- ஒவ்வொரு உழைப்பினதும் உற்பத்தித் திறன் ஒவ்வொரு துறைகளிலும் எந்த அளவில் உள்ளது?

- எவ்வளவு பேர் முழுநேர வேலையற்றவர்களாக, பகுதிநேர வேலையற்றவர்களாக, பருவகால வேலையற்றவர்களாக உள்ளனர்?

- எவ்வளவு பேர் என்னென்ன அளவில் நாளாந்த, மாதாந்த, வருடாந்த வருமானத்தை பெறுகிறார்கள்?

என்பனவற்றை எவ்வாறு உண்மையில் துல்லியமாக அரசால் அறிய முடியும்?

இந்நிலையில்,

- நாட்டில் எந்தெந்த துறையைச் சேர்ந்த எந்தெந்த நிறுவனத்துக்கு அல்லது யார் யாருக்கு எந்தெந்த வகைகளில் என்னென்ன அளவுகளில் மான்ய உதவிகளை, உற்பத்திசார் கடன் உதவிகளை மற்றும் ஏனைய வகைப்பட்ட நிதி உதவிகளை வழங்குவது என்பதை அரசால் எவ்வாறு திட்டவட்டமாகத் தீரமானித்து செயற்படுத்த முடியும்?

- நாட்டில் என்ன கணக்கில் முதியோர்களுக்கு அரசு உதவிகளை வழங்குவது மற்றும் என்ன அளவில் வேலையற்றோருக்கு நிதி உதவிகளை வழங்குவது என்பவற்றை அரசாங்கத்தினால் எவ்வாறு திட்டவட்டமாக சரியாக மேற்கொள்ள முடியும்?

- நாட்டில் 3 சதவீதமான குடும்பங்கள் மட்டுமே வறுமைக் கோட்டுக்குக் கீழே வாழ்கிறார்கள் எனத் தெரிவிக்கும் அரசு அதற்கு மாறாக வறுமைக் கோட்டுக்குக் கீழே வாழ்பவர்களுக்கான அரச உதவித் திட்டமான சமுர்த்தித் திட்டத்தின் கீழ் மொத்த குடித்தொகையில் 30 சதவீதமானவர்களைக் கொண்டிருக்கிறது. இது எந்த வகையான கணக்கெடுப்பின் அடிப்படையில் அரசாங்கத்தினால் செயற்படுத்தப்படுகிறது?

இவ்வாறாக பல்வேறு கேள்விகள் இங்கு எழுகின்றன.

அரசு வரி வருமானங்களை முழுமையாகவும் முறையாகவும் திரட்டுவதற்கு நாட்டில் நடைபெறும் உற்பத்திகள் மற்றும் வர்த்தகங்கள் பற்றிய முழுமையான தகவல்கள் அரசிடம் இருப்பது அவசியமாகும். இலங்கை அரசின் அனைத்து நேர்முக மற்றும் மறைமுக வரிகளின் வீதாசாரங்களை இந்தியாவுடன் ஒப்பிட்டால், பொருட்கள் மற்றும் சேவைகள் மீதான வரி, பெறுமதி கூட்டல் வரி, வருமானவரி போன்ற பிரதானமான வரிகள் ஒரே அளவிலேயே உள்ளன.

ஆனால் இந்திய அரசு இந்தியாவின் மொத்த தேசிய வருமானத்தில் சுமார் 20 சதவீதத்தை அரச வரிகள் மற்றும் கட்டணங்கள் மூலமான வருமானமாக திரட்ட, இலங்கை அரசோ அதிகபட்சம் 12 சதவீதத்தை மட்டுமே திரட்டுகிறது. குறைந்த வருமான தரம் கொண்ட இந்திய அரசின் பொருளாதார மற்றும் நிதித்துறை கட்டமைப்புகள் பல்வேறு வகைப்பட்ட குறைபாடுளைக் கொண்டிருந்தாலும், அதனால் அந்த அளவுக்கு உயர்வாக வருமானத்தை திரட்டும் வகையாக செயற்பட முடிகிற போது இலங்கை அரசமைப்பினால் ஏன் முடியவில்லை என்ற கேள்வியை இங்கு எழுப்ப வேண்டியுள்ளது.

இந்திய அரசு திரட்டும் அளவு வீதாசாரத்துக்கு இலங்கை அரசும் வரி வரவுகளைத் திரட்டுமானால் இலங்கை அரசு தற்போது மேற்கொள்ளும் அனைத்து மீண்டெழும் செலவுகளுக்கும் தேவையான அளவு வருமானத்தைக் கொண்டிருக்கும் என்பதோடு, அதனால் அதனது மூலதனச் செலவிலும் கணிசமான பங்கை சொந்த வருமானத்தைக் கொண்டே மேற்கொள்ள முடியும்.

அரசின் இறைமை, தேசத்தின் பாதுகாப்பு போன்றன பற்றி ஆட்சி பீடத்தில் அமர்ந்திருக்கும் ஒவ்வொரு கட்சியினரும் அடிக்கடி உரத்துப் பேசுகிறார்கள் ஆனால் அதே ஆட்சியாளர்கள் இங்கு வறுமைப்பட்ட – பிச்சையெடுக்கின்ற ஒரு நிலைமைக்கு இலங்கையின் அரச கட்டமைப்பை ஆக்கிவிட்டிருக்கிறார்கள். நாட்டின் பொருளாதார உண்மைகள் தொடர்பில் அரச கட்டமைப்புக்கள் அரைகுறை அறிவையே கொண்டிருக்கின்றன.

இதனாலேயே எவர் ஆட்சிக்கு வந்தாலும் அவர்களால் அவர்கள் பிரகடனப்படுத்தும் அளவுக்கு அரசுக்கான வருமானத்தைத்

திரட்ட முடியாமற் போகின்றது. மேலும், நாட்டின் பொருளாதார வளர்ச்சிக்கு எவற்றை எப்படி மேற்கொள்ள வேண்டும், எவற்றை எந்த அளவுக்கு தவிர்க்க வேண்டும் என்பன பற்றி அரசாங்கத்தால் திட்டமிட்டுச் செயற்பட முடியாமைக்கும் அவை அடிப்படைக் காரணங்களாக அமைகின்றன.

நாட்டில் எங்கெங்கே என்னென்னவாறாக பொருளாதார செயற்பாடுகள் நடைபெறுகின்றன என்பன பற்றிய தரவுகள் — தகவல்கள் அரசிடம் இல்லையானால் நாட்டில் எவற்றை எவ்வாறாக செயற்படுத்துவது என்பதை எப்படி அரசாங்கத்தால் திட்டமிட்டு நடைமுறைப்படுத்த முடியும் என திரும்பத் திரும்ப கேள்விகளை எழுப்ப வேண்டியுள்ளது.

ஊழல் மோசடி பேர்வழிகளின் குகையாக இருக்கும் அரச அமைப்பால் அபிவிருத்தி எப்படி சாத்தியமாகும்

தேர்தல் பிரச்சாரங்களின் போது ஒவ்வொரு பிரதானமான கட்சியும் "லஞ்சம், ஊழல் மோசடிகள் அற்றதோர் ஆட்சியை அமைப்போம்" என்றுதான் மக்களுக்கு வாக்குறுதி அளிக்கிறார்கள். ஆனால் ஒவ்வொரு ஆட்சியும் அடுத்தடுத்து பதவியேற்று ஆளும் காலத்தில் போட்டி போட்டுக் கொண்டு லஞ்சம் மற்றும் ஊழல் மோசடிகளை பெருக்குகிறார்களே தவிர அவற்றை ஒழிப்பதற்கு உண்மையாகவும் நேர்மையாகவும் முயற்சியெடுத்ததாக சுதந்திர இலங்கையில் சரித்திரமே இல்லை.

அரசின் வரி வருமானங்களைத் திரட்டுவதில் உள்ள குறைபாடுகளில் கணிசமான அளவுக்கு லஞ்ச ஊழல் மோசடிகளின் பங்கு இருப்பதாக அரச நிதி நிர்வாக பதவிகளின் உயர்மட்டத்திலிருந்து ஓய்வு பெற்றவர்களும் பொருளியல் துறையைச் சேர்ந்த பல பேராசிரியர்கள் மற்றும் நிபுணர்களும் அடிக்கடி கூறுவதையும் இங்கு கவனத்திற் கொள்ள வேண்டியுள்ளது. எனவே, இங்கு வேலியே பயிரை மேயும் கதைதான் நடக்கிறது.

அரச நிதி திரட்டலில் மட்டுமல்ல அரசாங்கத்தின் அபிவிருத்தித் திட்ட ஒதுக்கீடுகளும் கூட, எந்த வகையான அபிவிருத்தி வேலைத் திட்டங்களுக்கு அதிகளவான முன்னுரிமை கொடுத்து நிதி ஒதுக்கீடு செய்தால், இலகுவாக பெருமளவில் லஞ்சம்

பெறலாம் – பொது நிதியை பெருந் தொகையில் கமுக்கமாக அமுக்கிக் கொள்ளலாம் என்ற அடிப்படைகளிலேயே தீர்மானங்கள் மேற்கொள்ளப்படுகின்றன என்பது இங்கு மிகவும் தெளிவாகவே தெரிகின்றது.

வீதி அபிவிருத்தித் திட்டங்கள் மற்றும் கட்டிடத் திட்டங்களுக்கான நிதி ஒதுக்கீடுகளைக் கண்ட உடனேயே அமைச்சர்களும் அரச உயர் அதிகாரிகளும் ஆஹா! கட்டிட ஒப்பந்தகாரர்களிடமிருந்து லஞ்சமாக பெருந் தொகைகளை வாங்கிக் குவிப்பதற்கான கதவுகள் திறக்கப்பட்டு விட்டன என்று மகிழ்ச்சி கொள்ளும் நிலையே இங்குள்ள அரச கட்டமைப்பில் பரவலாக காணப்படுகிறது.

பாராளுமன்றத்தாலும் அமைச்சரவையாலும் தீர்மானிக்கப்பட்ட திட்டங்கள் ஒவ்வொன்றையும் நடைமுறைப்படுத்துவதற்கான ஒப்பந்தங்களை எந்தெந்த தனியார் நிறுவனங்களுக்கு அல்லது தனியார்களுக்கு வழங்குவது என்பதைத் தீர்மானிக்கிற கூட்டங்களிலேயே அரசாங்க அமைச்சர்கள் தொடக்கம் பிரதேச மற்றும் உள்ளூராட்சிகளின் செயலாளர்கள் வரைக்குமாக அதிகாரக் கதிரைகளில் இருப்பவர்களின் பெரும்பாலான நேரம் செலவளிக்கப்படுகிறது.

வீதிப் போக்குவரத்து சட்ட மீறல்களுக்கான கட்டணத்தை உயர்த்துகின்ற அறிவிப்புகளை அரசாங்கம் மேற்கொண்டவுடன் தமது லஞ்ச வருமானத்துக்கான வழி அகலமாக்கப்பட்டு விட்டதாக எப்படி வீதிப் போக்குவரத்து பொலிஸார் மத்தியில் மகிழ்ச்சி ஏற்படுமோ அதேபோலவே அரச கட்டமைப்பிலுள்ள அனைத்து மட்டத்திலும் லஞ்ச ஊழல் மோசடிக்காரர்கள் பெருச்சாளிகளாக விளைந்து போயுள்ளனர்.

சாமான்யர்களை தாழ்த்தி பணக்காரர்களை உயர்த்தவே முதலாளித்துவ தேர்தல் ஜனநாயகத்தின் யந்திரங்கள்

இங்கு மக்களின் பிரதிநிதிகளாக அதிகார பீடங்களைக் கைப்பற்றுவதற்கான தேர்தல் ஜனநாயகமானது பணநாயகர்களுக்கு மட்டுமே பொருத்தமானதாக இருக்கிறது. கோடிக் கணக்கில் பணமில்லாதவன் தேர்தலில் போட்டியிட்டு வெற்றி பெறலாம்

என்ற ஒரு சிறு நம்பிக்கையைக் கூட இங்கு கொள்ள முடியாது. "காசில்லாதவன் கடவுளானாலும் கதவைச் சாத்தடி" என்ற ஒரு சினிமா வாக்கியம்தான் இங்கு நினைவுக்கு வருகிறது. காசில்லாத கட்சிகளால் தேர்தல் அரசியலில் காலூன்ற முடியாத வகையான கலாச்சாரம் மக்கள் மத்தியில் இங்கு நன்கு வேரூன்றிப் போயிருக்கிறது.

அவ்வாறு செலவு செய்து மக்கள் பிரதிநிதிகளாக வருபவர்கள் தேர்தலின் போது விட்ட பணத்தைப் பிடிப்பதற்கும் அடுத்த தடவை மீண்டும் தேர்தலில் போட்டியிட்டு வெற்றி பெறுவதற்கும் மேலும் கூடுதலாக கோடிக் கணக்கில் பணம் செலவழிக்க வேண்டும் — அதற்கான பணத்தை சேர்த்துக் கொள்ள வேண்டும் என்பதே இங்குள்ள தேர்தல் ஜனநாயகத்தின் பிரிக்க முடியாத முதலீட்டுப் பண்பாக உள்ளமையையும் புரிந்து கொள்ள வேண்டியுள்ளது.

இவ்வாறாக தெரிவு செய்யப்பட்டு அதிகார பீடத்தில் அமருவோர் தமது வரவுகளை குவிப்பதற்காக அவர்களது செயலாளர்களையும் மற்றும் உதவியாளர்களையும் பாவிப்பதன் தொடர்ச்சியாகவே அரச கட்டமைப்பு முழுவதிலும் அதன் கீழ்நிலை மட்டங்கள் வரை லஞ்ச ஊழல் மோசடிகள் ஒரு புற்று நோயாக பரவியிருக்கிறது. அது இப்போது தவிர்க்க முடியாத — மாற்ற முடியாத வகையில் இங்கு செல்வாக்கு செலுத்தும் அரசியலின் யதார்த்தமான கலாச்சாரமாக ஆகியிருக்கிறது.

அரசாங்கத்தின் அபிவிருத்திச் செயற்பாடுகள் அனைத்தும் பொது மக்களின் நலன்களை, நாட்டின் அரசியல் பொருளாதார சமூக முன்னேற்றங்களை இலக்குகளாகக் கொண்டிருக்க வேண்டும். ஆனால் இங்கு அதற்கு மாறாக, அதிகாரக் கதிரைகளை அலங்கரித்துக் கொண்டிருக்கும் மக்கள் விரோத மோசடி சக்திகள் நாட்டின் பொதுச் சொத்துக்களை அபகரித்துக் கொள்வதற்கான வாய்ப்புகளையே அதிகமாக்கியுள்ளன.

மக்கள் முன்னால் எதிர்ப்பு வீறாப்புகள்
பின்கதவுகளால் கூட்டுக் களவாணிகள்

மேற்பந்தியில் கூறப்பட்டதன் அர்த்தம் பாராளுமன்றத்தில் எதிர்க்கட்சி வரிசையில் அமர்ந்திருப்பவர்கள் தூய்மையின் பிரதிநிதிகளாக இருக்கிறார்கள் – பொதுமக்களின் நலன்களுக்கான போராளிகளாக செயற்படுகிறார்கள் என்பதல்ல. அரசாங்கத்தில் இருப்பவர்கள் ஏதோ வழிகளில் எதிர்க்கட்சி வரிசைகளில் இருப்பவர்களையும் தமது ஊழல் மோசடிகளின் சிறு பங்காளர்களாக ஆக்கிக் கொள்கிறார்கள். அத்தோடு எதிர்க்கட்சி வரிசையில் இருப்பவர்கள் அடுத்த தேர்தலின் போது தமக்கான சந்தர்ப்பத்துக்காக காத்திருப்பவர்களாகவே பெரும்பாலும் உள்ளனர். இவ்வாறாக, இந்த முதலாளித்துவ தேர்தல் ஜனநாயக முறை அதனது பாகமாக கொண்டுள்ள பொருளாதார புற்று நோயிலிருந்து – மோசடிக் கலாச்சாரத்திலிருந்து அரச செயற்பாடுகளை மீட்க முடியுமா – சாத்தியமா – இதனோடுதான் தொடர்ந்து பயணிக்க வேண்டுமா என்ற பல கேள்விகள் தொடராக எழுகின்றன.

முதலாளித்துவ தேர்தல் ஜனநாயகத்தில், அரசை வழி நடத்துவதற்கான அரசாங்கத்தை அமைப்பதற்கான பிரதிநிதிகளை நாட்டின் பரந்துபட்ட மக்களே தமது வாக்குகளால் தெரிவு செய்கின்றனர் என்பது உண்மையாயினும், மக்கள் எந்தளவுக்கு தமது பிரதிநிதிகளை அதிகார பீடத்துக்கு தெரிவு செய்கின்ற பொழுது தமது மத்தியில் நடமாடும் அரசியல் வாதிகள் பற்றிய உண்மைகளை, அவர்களின் உள் நோக்கங்களை அடையாளம் கண்டு கொள்வதில் கண்ணும் கருத்துமாக – அக்கறையாக இருக்கிறார்கள் என்றால் அப்படி இல்லை என்பதுவே யதார்த்தம்.

மொழி மற்றும் மத இனவாதம், சாதி பேத வாதம், பிரதேச வாதம், ஆத்திரம் மற்றும் வெறுப்புடன் விடயங்களைப் புரிந்து கொள்வதோடு, பழி வாங்கும் உணர்வுகள் போன்றவற்றை ஊக்குவிக்கும் உணர்ச்சி ஊட்டல்களுக்கு இங்கு பரந்து பட்ட பொது மக்கள் மட்டுமல்ல படித்தவர்களும் கூட பலியாகி விடுவதே சாதாரணமாக உள்ளது. பெரும்பான்மையான பொதுமக்கள் தமக்கு முன்னால் நிற்கும் அரசியல் சமூக

விடயங்களில் பகுத்தறிவு பூர்வமாக தமது தீர்மானங்களை மேற்கொள்பவர்களாக இல்லை – அவ்வாறாக இருப்பதற்கான சாத்தியங்கள் எதனையும் இங்கு காண முடியவில்லை என்பதே உண்மை.

மக்களால் தெரிவு செய்யப்பட்டவர்கள் அதிகார பீடத்தில் அமர்ந்ததும் தமது சமூக நலன்கள், பரந்துபட்ட பொதுமக்களின் நலன்கள், நாட்டு நலன்கள் என்பவை பற்றி கூச்சநாச்சமின்றி உதட்டளவில் பேசிக் கொண்டு நடைமுறையில் தமது சுயநலன் சார் நிகழ்ச்சி நிரல்களிலேயே செயற்படுகின்றனர். இதனால் இங்கு ஜனநாயக கொள்கை மற்றும் கோட்பாடுகள், கூட்டுப் பொறுப்பு, மக்களுக்கு பதில் சொல்ல வேண்டிய கடமைப்பாடு, சட்டத்தின் ஆட்சிக்கு உட்பட்டு செயற்படுகின்றமை, தாம் சத்தியப் பிரமாணம் செய்தபடி அரசியல் யாப்புக்கு அமைவாக பொறுப்புடன் கடமையாற்றுகின்றமை என்பதெல்லாம் சாதாரண பிரஜைகளுக்கு மட்டுமே கட்டாயமானவை – ஆட்சியாளர்களுக்கோ அவை பொய்யான – பொருத்தமற்ற – அந்நியமான – அவசியமற்ற விடயங்களாகவே உள்ளன.

மத்திய அரசமைப்பில் அதிகாரங்கள் குவிவதால் மக்கள் நலன்களும் அரசின் நலன்களும் முரணாகின்றன

ஒரு ஜனநாயக அரசு என்பது அதன் பிரதானமான பகுதிகளாகக் கொண்டுள்ள சட்டவாக்க அதிகார அமைப்பு, நிறைவேற்று அதிகார அமைப்பு, நீதித் துறை ஆகிய மூன்றும் ஒன்றோடொன்று இசைவாக செயற்படுவது அவசியமாயினும் அவை மூன்றும் சுயாதீனமான செயற்பாடுகள் உடையவையாகவும், அதற்குரிய வகையில் அதிகார வலு வேறாக்கங்கள் கொண்டவையாகவும் இருக்க வேண்டும்.

இது சுமார் இரண்டரை நூற்றாண்டுகளுக்கு முன்பிருந்து அங்கீகரிக்கப்பட்ட ஓர் அடிப்படைக் கோட்பாடு. அப்போதுதான் ஜனநாயகம் உரிய சமநிலைகளைக் கொண்டதாக அமையும் என்பது அறிவார்ந்தோரால் ஏற்றுக் கொள்ளப்பட்ட ஒரு விழுமியம்.

கீழிருந்து மேல் நோக்கி ஜனநாயகமும்

மேலிருந்து கீழ் நோக்கி மத்தியத்துவமும்

ஜனநாயகம் பேசும் கட்சிகளுக்கு மட்டுமல்ல,

மக்கள் நலன் சார் ஆட்சித் திறனுக்கும் அவசியமே

ஜனநாயகத்தின் வளர்ச்சிப் போக்கில் தேச அளவில் மையப்படுத்தப்பட்ட ஒரு சிறு குழுவினரிடம் — அவர்கள் எவ்வளவுதான் திறமையுடையவர்களாக, செல்வாக்கு மிக்கவர்களாக இருந்தாலும் அவர்களிடம் — அதிகாரங்கள் குவிந்திருப்பதாக அல்லாமல், கிராமிய மற்றும் பரந்துபட்ட மக்களோடு தொடர்புடையதாகவும் அதிகாரக் கட்டமைப்பில் அவர்களது பங்களிப்பை ஒருங்கிணைப்பதாகவும் இருப்பதற்கு கிராமிய மற்றும் சிறிய அளவிலான எல்லைகளைக் கொண்ட பிரதேச மட்டங்களிலான உள்ளூராட்சி அமைப்புகளும் குறிப்பிட்டளவு சுயாதீனமாக மக்களின் பிரதிநிதிகளைக் கொண்ட வகையாக அமைவது அவசியம் என்பது உணரப்பட்டது. அதனடிப்படையில், அது கால ஓட்டத்தில் வெவ்வேறு வடிவங்களை எடுத்து ஒரு கட்டத்தில் மாநகர சபைகள், நகர சபைகள், பட்டின சபைகள் மற்றும் கிராம சபைகள் என உருவங்கள் எடுத்தது.

கிராம மட்ட அமைப்புகள் சீனாவில் கம்யூன்களாகவும், இந்தியாவில் பஞ்சாயத்துக்கள் எனவும் வடிவமைக்கப்பட்டன. அவை இன்றைய இலங்கையில் உள்ளூராட்சி அதிகார சபைகள் என்ற பெயரில் மாநகர சபைகள், நகர சபைகள் மற்றும் பிரதேச சபைகள் என உள்ளன.

மேலும் பல்தேசிய மற்றும் பல்கலாச்சார சமூகங்களைக் கொண்ட நாட்டில் அனைத்து சமூகங்களும் தத்தமது மாகாணங்களின் அல்லது மாநிலங்களின் அடிப்படையில் சமூக பொருளாதார மற்றும் கலாச்சார விடயங்கள் தொடர்பில் அபிவிருத்திகளை — முன்னேற்றங்களை சாதிப்பதற்கும் சாத்தியமாக்குவதற்கும், மற்றும் உள்ளூர் பொது மக்களின் சமூக பொருளாதார பாதுகாப்பு மற்றும் சட்ட ரீதியான ஒழுங்கு படுத்தல்களையும் நெறிப்படுத்தல்களையும் உறுதிப்படுத்துவதற்கும் மாகாண அல்லது மாநில அரசமைப்புகள் அவசியமாகின்றன.

- அவற்றிற்கு உரிய சட்டவாக்க அதிகாரங்கள், நிதி அதிகாரங்கள் மற்றும் நிறைவேற்று அதிகாரங்கள் கொண்டவையாகவும்,

- அதற்கேற்ப நிர்வாக நிறுவன கட்டமைப்புகளைக் கொண்டு செயற்படுவதற்கும் உரிய அதிகார மற்றும் நிறுவன பகிர்வு ஏற்பாடுகள் தெளிவாக மேற்கொள்ளப்பட்டிருத்தல் மிக அவசியமாகும்.

இன்று உலகின் பல்வேறு பாகங்களில் அனைத்து மட்டங்களிலும் தத்தமது அதிகாரத்துக்கு உட்பட்ட பிரதேசங்களின் – மக்களின் அபிவிருத்தி நடவடிக்கைகளை அக்கறையுடன் சுயாதீனமாக மேற்கொள்வதற்கான அரச கட்டமைப்பு ஏற்பாடுகள் செயற்படுகின்றன. அவை அந்தந்த நாடுகளில் வரலாற்று ரீதியாக விருத்தி அடைந்த இன, மத, கலாச்சார வேறுபாடுகளுக்கு இடையில் தேசிய ரீதியான ஒருமைப்பாட்டை முன்னேற்றுகின்றன. அத்துடன் நவீன ஜனநாயக வரலாற்றில் மாகாண மற்றும் அதற்கும் கீழ் மட்டங்களில் சுயாதீனமாக செயற்படுவதற்கான அதிகாரங்களைக் கொண்ட அமைப்புகள் அந்தந்த நாடுகளில் ஜனநாயகத்தை மேலும் சிறப்புற நிலைநாட்டும் வகையான அதிகார சமநிலைகளைப் பேணுவதற்கு அவசியமான அரசியல் நிறுவனங்களாக உள்ளன.

மத்திய அரச கட்டமைப்பு மட்டும் போதும்! மாகாண சபைகள் வெறும் வெள்ளை யானைகளே! என்று இலங்கையில் உள்ள சிங்கள பௌத்த பேரினவாத – மேலாதிக்கவாத மற்றும் அரைகுறை தேசியவாத சக்திகள் அடிக்கடி கூறுகின்றன. உண்மையில் அவ்வாறான சக்திகள்தான் மாகாண சபைகளை வெள்ளை யானைகள் போல ஒரு செயற்திறனற்றதாக ஆக்கி வைத்திருக்கின்றன.

உலகின் பல நாடுகளில் தேசிய ஒற்றுமையை பலப்படுத்துவதிலும், தேசிய பொருளாதார முன்னேற்றங்களை சாதிப்பதிலும் ஆற்றல் வாய்ந்தவைகளாக செயற்படும் மாகாண அல்லது மாநில அரச அமைப்புகள் இலங்கையில் மட்டும் வெள்ளை யானைகளாக ஆனது ஏன்? எப்படி? என்பது நீண்ட விமர்சனத்துக்கும் விவாதத்துக்கும் விளக்கத்துக்கும் உரியதோர் விடயமாகும்.

எவ்வாறாயினும், ஜனநாயக விழுமியங்களின் அடிப்படையில் இலங்கையின் அரசியல் யாப்பின்படியுள்ள மாகாண சபைகளையும் மற்றும் சட்டப்படியான உள்ளூராட்சி அமைப்புகளையும் ஆற்றலுள்ளவைகளாக செயற்பட வைக்க வேண்டியது இலங்கை மத்திய அரசாங்கத்தின் முதன்மையான பொறுப்பும் கடமையுமே. ஆனால், ரணசிங்க பிரேமதாசா ஆட்சிக் காலம் தொடக்கம் மாறி மாறி வந்த ஒவ்வொரு அரசாங்கமும் அவற்றை பலவீனப்படுத்தி அவற்றை செயற்திறனற்றதாக ஆக்கி விட்டன என்பதே உண்மையாகும்.

பலமான பயனுள்ள ஒரு யானையை தாங்களே சங்கிலி போட்டு கட்டி வைத்து அதனை பயனற்றதாக ஆக்கி விட்டு, பின்னர் அந்த யானை பயனற்றதாக இருக்கிறது என்று சொல்வது எவ்வளவுக்கு அபத்தமோ அதுவே இலங்கையிலும் நடக்கிறது. ஆனால் 2022 ஆம் ஆண்டு வரவு செலவுத் திட்டத்தின்படி சுமார் 30,000 கோடி ரூபாக்கள் மாகாண மற்றும் உள்ளூராட்சி அமைப்புகளின் நிர்வாக அமைப்புகளின் செலவீனங்களுக்காக ஒதுக்கப்பட்டுள்ளன. இவ்வளவு பணத்தையும் செலவழித்துக் கொண்டு அவற்றை ஒரு காத்திரமற்றவைகளாக — காரிய ஆற்றல் அற்றவைகளாக ஆக்கி வைத்திருப்பதுதான் இலங்கையின் அரசியற் கட்டமைப்பினுடைய வினோதமான மிகப் பெரிய பலவீனமாகும்.

மாகாண சபை போன்ற அரச அமைப்புகள் தேவையில்லையென்றால் மக்களால் தெரிவு செய்யப்படும் ஜனாதிபதி மட்டும் போதுமே! பாராளுமன்றமும் தேவையில்லை! அமைச்சரவையும் தேவையில்லை! உள்ளூராட்சி அமைப்புகளும் தேவையில்லை! என்ற முடிவுக்கு வந்து விடலாம். அந்த வகையில் அவையும் இருப்பது வீண் செலவுகள்தானே என்றும் வாதிடலாம்!

இவ்வாறான கருத்துக்களைக் கொள்வது ஜனநாயகம் பற்றிய தெளிவின்மையையும் அக்கறையின்மையையுமே வெளிப்படுத்துகின்றன. அத்தோடு இவ்வாறான சக்திகளிற் கணிசமானவை, தமது குறுகிய உள் நோக்கங்களுக்காக தங்களின் அல்லது தங்களுக்கு சாதகமானவர்களின் கைகளில் அதிகாரங்கள் அனைத்தையும் முழுமையாக குவித்து வைத்திருப்பதை

இலக்காகக் கொண்ட ஜனநாயக விரோத சக்திகளாக செயற்படும் குழுக்கள் என்றே கொள்ள வேண்டும்.

மத்திய அரசு, மாகாண அரசு, உள்ளூராட்சி என்பன ஒன்றையொன்று சமநிலைப்படுத்துவதாக அதாவது அவை பொலிஸ் அதிகாரம், நிதி அதிகாரம் மற்றும் நிர்வாக அதிகாரங்கள் போன்றனவற்றில், ஒன்றினது அதிகார துஷ்பிரயோகத்தை மற்றவை கட்டுப்படுத்துபவையாக — கண்காணிப்பவையாக — கேள்விகளுக்கு உட்படுத்துபவையாக அமைவதற்கு அவசியமானவைகளாகும். அந்த வகையில் ஜனநாயகத்தின் சிறப்புக்கு மாகாண மற்றும் உள்ளூராட்சி அமைப்புக்களுக்கான தெளிவான அதிகாரப் பகிர்வுகளும், மேலும் அவற்றின் சுயாதீனமான செயற்பாடுகளுக்கு அவசியமான அதிகாரங்களை அரசியல் யாப்பு ரீதியாக மிகத் தெளிவாக வரையறுப்பதோடு, அவை அதற்குரிய வகையான அனைத்து நிறுவன கட்டமைப்புகளைக் கொண்டிருக்கவும் உரிய ஏற்பாடுகள் அவசியமாகும்.

இந்த நாடு நம்பி எதிர்பார்த்திருக்கும் நல்ல நல்ல தம்பிகளே! எங்கே நீங்கள்!

மத்திய ஆட்சியின் அதிகார பீடத்தில் அமரும் எவரும் தத்தமது கட்சி வேறுபாடுகளுக்கப்பால், அவர்களின் பேச்சுகளில் வேறுபட்டாலும், அவர்கள் தமது கைகளில் அதிகாரத்தைக் குவித்து வைத்திருக்க வேண்டும் என்பதில் குறியாகவே உள்ளனர். இதனாலேயே அரசியல் உறுதியற்ற நிலைமைகள் தொடர்ந்தும் அதிகரிப்பதோடு, தேசிய ரீதியிலான நெருக்கடிகளை வெற்றி கொள்வதில் பொது மக்களின் ஒத்துழைப்புகளை ஆட்சியாளர்களால் பெற முடிவதில்லை.

அத்தோடு தேர்தற் காலங்களில் அதீதமாக பொய்யான வாக்குறுதிகளை வழங்கியவர்களுக்கு மிகுந்த எதிர்பார்ப்புடன் வாக்களித்த பொது மக்கள், தங்களின் வாக்குகளால் ஆட்சியாளர்களாக ஆகியவர்கள் தேர்தல் மேடைகளில் — அறிக்கைகளில் சொன்னவற்றை சாதிக்கவில்லை என்றவுடன் இன மத வேறுபாடுகளுக்கப்பால் அரசாங்கத்துக்கு எதிரானவர்களாக ஆகின்றமை இயல்பான விளைவாகி விடுகின்றது. இலங்கையில்

இதனையே கடந்த ஆட்சிக் காலத்திலும் காண முடிந்தது. இப்போதும் காண முடிகின்றது.

இப்போதுள்ள ஆட்சியாளர்கள் மாற்றப்பட்டாலும், பின்னரும் அதுவே நடக்கும். மக்கள் தொடர்ந்தும் ஏமாற்றப்படுபவர்களாக மட்டுமல்ல, தொடர்ந்து அதிகரித்துச் செல்லும் நெருக்கடிகளை சமாளிக்க முடியாத நிலைமையே தொடரும் என்பதையே இங்கு காண முடிகின்றது. ஆனால் இன்னமும் ஆட்சியாளர்களோ அல்லது எதிர்க்கட்சிக்காரர்களோ உண்மைகளை உணர்ந்து செயற்படுவார்களாக இல்லை.

மாறாக ஆட்சியில் இருப்பவர்கள் எப்படியாயினும் தமது ஆட்சியைத் தொடர்ந்தும் கொண்டு செல்வது எப்படி என்பதிலும் அடுத்த தேர்தலிலும் எப்படி வெல்வது என்பதிலுமே அக்கறையாக உள்ளனர் அதேபோல எதிர்க்கட்சிக்காரர்கள் என்பவர்களோ எப்படியாயினும் செயற்பட்டு எதையாயினும் மக்களுக்குச் சொல்லி அடுத்த தடவை ஆட்சியைக் கைப்பற்றி விட வேண்டும் என்பதிலேயே அக்கறையாகவும் குறியாகவும் உள்ளனர்.

எனவே எப்படியாயினும் தேர்தலில் வெல்வது, ஆட்சியைக் கைப்பற்றுவது, ஆட்சியைத் தக்க வைத்துக் கொள்வது, அடுத்த தேர்தலில் ஆட்சியைக் கைப்பற்றுவது இவை மட்டுமே தேர்தல் அரசியல்வாதிகளின் தாரக மந்திரங்களாக இருக்கும் வரை

- நாட்டின் பொருளாதார முன்னேற்றமும்,
- தேசிய இறைமையும்,
- அரசியல் உறுதியும்,
- அனைத்து மக்களுக்குமான அடிப்படை சுதந்திரங்களும்,
- பல்வேறுபட்ட இன மக்களுக்கிடையிலான சகோதரத்துவமும்

எப்போதும் சாத்தியமற்றதாகவே அமையும் என்பதனையே இதுவரைக்குமான அனுபவத்திலிருந்து கூற வேண்டியுள்ளது. இதற்கு மாறான அரசியல் பொருளாதார சமூக முன்னேற்றங்களுக்கான போக்குகளைக் கொண்ட பாதையில் இலங்கை பயணிக்கப் போவது எப்படி? எப்போது? என்பதை எதிர்கால வரலாறுதான் தீர்மானிக்க வேண்டும்.

⊙

அனைவருக்கும் நன்றி

இந்த நூலின் 23 பகுதிகளையும் வாசித்து பாராட்டும் வகையாகவோ, குறைகள் கண்ட வகையாகவோ அல்லது எதிரும் புதிருமாகவோ அபிப்பிராயங்களைக் கொண்டுள்ள அனைவருக்கும் வணக்கத்தையும் நன்றியையும் கூறிக் கொள்கிறேன்.

இங்கு கூறப்பட்டுள்ளவை பற்றிய உங்கள் அபிப்பிராயங்களை பகிரங்கமாக எழுதுங்கள்... விவாதங்களுக்கு மட்டுமல்ல, கற்றுக் கொள்ளவும் தயாராகவே இருக்கிறேன், எனக்கு மட்டும் தெரிவிக்க விரும்புகிறவர்கள் எனது முகநூலின் உட்செய்திப் பகுதியிலோ அல்லது எனது ஈமெயிலிலோ தெரிவிக்கவும். எனது முகநூல் "Varathar Rajan Perumal", எனது ஈமெயில் முகவரி: gowry005@hotmail.com

உங்கள் அபிப்பிராயம் எவ்வாறாக இருப்பினும் அவற்றை வெளிப்படுத்தினால் அது எனது பார்வையைத் திருத்திக் கொள்ளவும், எனக்கு உற்சாகம் அளிப்பதற்கும் உதவியாகும் என்பதை அன்பு கலந்த மரியாதையுடன் தெரிவித்துக் கொள்கிறேன்.

குறிப்புகள்

art of socio publication
சமூகம் இயல் பதிப்பகம்

எமது வெளியீடுகள்

**அர்ப்பண வாழ்வின்
வலி சுமந்த மனிதன்**

சொ.அ. டேவிட் ஐயா - 2020

□

சிவசேகரம் கவிதைகள்

(1973-2020 முழுத் தொகுப்பு) - 2022

□

இலங்கையின் பொருளாதாரம்

அ. வரதராஜா பெருமாள் - 2022

□

வெளி வரவுள்ளது

சமுத்திரன் எழுத்துக்கள்

பேராசிரியர் என். சண்முகரத்தினத்தின் 50 ஆண்டுகால
அரசியல், சமூக, பொருளாதார எழுத்துக்களின்
முழுத்தொகுப்பு - டிசம்பர் 2022